മയൂരശിഖ

ജീവിതം അനുഭവം അറിവ്

Mayoorashikha
Jeevitham Anubhavam Arivu

Dr. M S Valiathan
V D Selvaraj

CHINTHA PUBLISHERS
Thiruvananthapuram

First Edition
August 2021

Second Edition
December 2021

Third Edition
December 2024

Published & Typesetting
Chintha Publishers, Thiruvananthapuram

Printed at
Repro India Ltd, Mumbai

Cover Design
Vinod Mangoes

Cover Photo
Ashik S R

ISBN : 978-93-90301-53-9

CR - 3620 / 7269

Email: chinthapublishers@gmail.com
Website: www.chinthapublishers.com

A version is available at National Libraries
Kolkata, Mumbai, Chennai and Delhi

Distribution
DESHABHIMANI BOOKHOUSE
H O Thiruvananthapuram 695035

Branch
Head Office Kunnukuzhi • Statue Thiruvananthapuram
Saphalyam Complex Thiruvananthapuram
Machingal Lane Thrissur • IG Road Kozhikode
Mavoor Road Kozhikode • NGO Union Building Kannur
Central Bus Terminal Complex Thavakkara Kannur

മയൂരശിഖ

ജീവിതം അനുഭവം അറിവ്

ഡോ. എം എസ് വലൃത്താൻ
വി ഡി ശെൽവരാജ്

ചിന്ത പബ്ലിഷേഴ്സ്
തിരുവനന്തപുരം-695 035
വില: ₹ 280

ഡോ. എം എസ് വല്യത്താൻ

മാവേലിക്കര കാവൽക്കൊട്ടാരത്തിൽ മാർത്താണ്ഡവർമ്മയുടെയും ജാനകി വർമ്മയുടെയും മകനായി 1934 മേയ് 24 ന് ജനിച്ചു. തിരുവനന്തപുരം മെഡിക്കൽ കോളേജിൽ നിന്ന് എം ബി ബി എസ്. (1951-56) നേടി. ഇംഗ്ലണ്ടിലെ ലിവർപൂൾ യൂണിവേഴ്സിറ്റി, എഡിൻബറോ റോയൽ കോളേജ് ഓഫ് സർജൻസ്, അമേരിക്കയിലെ ജോൺസ് ഹോപ്കിൻസ് യൂണിവേഴ്സിറ്റി, ജോർജ് ടൗൺ യൂണിവേഴ്സിറ്റി, കാനഡ റോയൽ കോളേജ് ഓഫ് ഫിസിഷ്യൻസ് എന്നിവിടങ്ങളിൽ സർജറിയിൽ ഉപരിപഠനവും പരിശീലനവും നേടി.

1974 ൽ മുഖ്യമന്ത്രി സി അച്യുതമേനോന്റെ ക്ഷണപ്രകാരം തിരുവനന്തപുരം ശ്രീ ചിത്രയുടെ സ്ഥാപക ഡയറക്ടറായി ചുമതലയേറ്റു. 20 വർഷത്തെ പ്രവർത്തന കാലയളവിൽ ശ്രീ ചിത്രയെ പാർലമെന്റിന്റെ അംഗീകാരമുള്ള, ദേശീയ പ്രാധാന്യമുള്ള ഗവേഷണകേന്ദ്രമായി വളർത്തിയെടുത്തു. 1994 ൽ ശ്രീ ചിത്രയിൽ നിന്ന് വിരമിച്ചതോടൊപ്പം അലോപ്പതി ചികിത്സാരംഗത്തോടും വിടപറഞ്ഞു. 1995 ൽ മണിപ്പാൽ യൂണിവേഴ്സിറ്റി സ്ഥാപക വൈസ്ചാൻസലറായി ചുമതലയേറ്റു.

രണ്ടായിരാമാണ്ടിൽ വിരമിച്ചശേഷം ആയുർവേദത്തിന്റെ പ്രാമാണിക ഗ്രന്ഥങ്ങളുടെ പഠനത്തിലും വ്യാഖ്യാനത്തിലും മുഴുകി. The Legacy of *CARAKA* (2003), The Legacy of *SUSRUTA* (2007), The Legacy of *VAGBHATA* (2010) എന്നീ ഗ്രന്ഥങ്ങളെഴുതി. ഇവയുടെ മലയാളപരിഭാഷയും പിന്നീട് പുറത്തിറങ്ങി. *An introduction to Ayurveda* (2012), *Ayurvedic Inheritance- A Readers Companion* (2017) എന്നിവയാണ് മറ്റ് കൃതികൾ. ആദ്യ മലയാള കൃതിയാണ് *മയൂരശിഖ.* കർണ്ണാടകയിലെ മണിപ്പാലിൽ സ്ഥിരതാമസം. 2024 ജൂലൈയിൽ അന്തരിച്ചു.

വിലാസം : Dr. M S Valiathan
National Research Professor
Manipal School of Life Sciences
MAHE, Manipal 576104
Phone : 9448381547
E-mail : msvaliathan@gmail.com

വി ഡി ശെൽവരാജ്

പത്തനംതിട്ട കുളത്തുമൺ സ്വദേശി. മാധ്യമ പ്രവർത്തകൻ. സയൻസ് റിപ്പോർട്ടിങ്ങിനുള്ള ശാസ്ത്ര സാങ്കേതിക കൗൺസിൽ അവാർഡ്, മികച്ച ഇന്റർവ്യൂവിന് പ്രസ് അക്കാദമിയുടെ ചൊവ്വര പരമേശ്വരൻ അവാർഡ് എന്നിവ നേടി. പ്രമുഖ ശാസ്ത്രജ്ഞരുമായുള്ള സംഭാഷണ സമാഹാര കൃതിയായ *ശാസ്ത്രസംവാദ*ത്തിന് അബുദാബി ശക്തി അവാർഡ്, ന്യൂഡൽഹിയിലെ ഡോ. മംഗളം സ്വാമിനാഥൻ ഫൗണ്ടേഷൻ അവാർഡ്, എൻ വി കൃഷ്ണവാരിയർ വൈജ്ഞാനിക പുരസ്കാരം എന്നിവ ലഭിച്ചു.

ഉള്ളടക്കം

പ്രസാധകക്കുറിപ്പ്

അസാധാരണമായ അനുഭവകഥകളാണ് വൈദ്യശാസ്ത്രരംഗത്തുള്ളവർക്കു പങ്കുവയ്ക്കുവാനുണ്ടാവുക. രോഗിയും ഡോക്ടറും തമ്മിൽ, ആരോഗ്യപ്രവർത്തകരും ഡോക്ടറും തമ്മിൽ സൃഷ്ടിക്കപ്പെടുന്ന ബന്ധങ്ങൾ, ആരോഗ്യമേഖലയിലെ പ്രവർത്തനങ്ങൾ എല്ലാംതന്നെ പുത്തൻ ജീവിതതലങ്ങളിലാണ് ചേർത്തുവയ്ക്കപ്പെടുന്നത്. വൈദ്യശാസ്ത്രമേഖലയിൽ ലബ്ധപ്രതിഷ്ഠനായ ഡോക്ടറുടെ അനുഭവക്കുറിപ്പുകൾ പ്രസക്തമാകുന്നത് ഈ നിലയിലാണ്. വൈദ്യശാസ്ത്രമേഖലയിൽ ശ്രദ്ധേയമായ നേട്ടങ്ങൾ കൈവരിച്ച് ചരിത്രത്തിന്റെ ഭാഗമായ ഡോ. എം എസ് വല്യത്താന്റെ അനുഭവക്കുറിപ്പുകൾ, ആരോഗ്യശാസ്ത്രരംഗത്തെ വിവിധ കാലഘട്ടങ്ങളോടൊപ്പം കേരളത്തിലെ ആരോഗ്യമേഖലയിലുണ്ടായ സവിശേഷമായ നേട്ടങ്ങളെയുംകൂടി അടയാളപ്പെടുത്തുന്നു. *മയൂരശിഖ*യെന്ന ഗ്രന്ഥരചനയിൽ വല്യത്താനൊപ്പം പങ്കാളിയായ വി ഡി ശെൽവരാജിന് നന്ദി രേഖപ്പെടുത്തുന്നു.

ശ്രീ ചിത്ര വാൽവ് നിർമ്മാണത്തിന്റെ സാരഥിയായി നിന്ന വല്യത്താൻ ശ്രീ ചിത്രയെ പാർലമെന്റിന്റെ അംഗീകാരമുള്ള, ദേശീയ പ്രാധാന്യമുള്ള ഗവേഷണകേന്ദ്രമായി വളർത്തിയെടുത്തു. ആയുർവേദിക് ബയോളജി എന്ന പുതിയ ശാസ്ത്രശാഖയിലെ ആദ്യ പഥികനാണ് ഡോ. എം എസ് വല്യത്താൻ. പത്മഭൂഷൺ (1990), പത്മവിഭൂഷൺ (2005) എന്നീ സിവിലിയൻ ബഹുമതികൾ നല്കി രാജ്യം അദ്ദേഹത്തെ ആദരിച്ചു. ഡോ. എം എസ് വല്യത്താന്റെ അനുഭവങ്ങൾക്കൊപ്പം അറിവുകൾക്കൂടി പങ്കുവെയ്ക്കുന്ന മികവുറ്റ ഈ ഗ്രന്ഥം, ഒരു കാലഘട്ടത്തിന്റെ രേഖപ്പെടുത്തൽ കൂടിയാണ്.

ചിന്ത പബ്ലിഷേഴ്സ്

മുഖവുര

സംഭാഷണത്തിലൂടെ മൊട്ടിട്ടുവിരിഞ്ഞ ഒരു ചെറുപുഷ്പമാണ് *മയൂരശിഖ* എന്ന കൃതി. ആദരണീയരായ വായനക്കാർക്ക് മുന്നിൽ ഇത് വിനയപൂർവ്വം സമർപ്പിക്കട്ടെ. വിഷയനിബന്ധനയോടെയായിരുന്നില്ല സംഭാഷണം. സഹരചയിതാവായ ശ്രീ. വി ഡി ശെൽവരാജ് ഏഴ് കൊല്ലം മുമ്പാണ് എന്നെ ആദ്യമായി ഇന്റർവ്യൂ ചെയ്യുന്നത്. പിന്നീട് മണിപ്പാലിൽ നിന്നും തിരുവനന്തപുരത്ത് ഔദ്യോഗികാവശ്യത്തിന് വരുമ്പോഴൊക്കെ പരസ്പരം കാണാനും സംസാരിക്കാനുമായി. അതിൽനിന്നും കാര്യഗൗരവമുള്ള ചിലതെല്ലാം ലേഖനങ്ങളായി അദ്ദേഹം തയ്യാറാക്കി, അത് *കലാകൗമുദി* വാരിക പ്രസിദ്ധീകരിച്ചു. വായനക്കാരിൽനിന്നും ഊഷ്മളമായ പ്രതികരണമാണ് അപ്പോഴെല്ലാം ലഭിച്ചത്. അങ്ങനെയിരിക്കെയാണ് ചിന്ത പബ്ലിഷേഴ്സ് എന്റെ ജീവിതാനുഭവങ്ങൾ പുസ്തകമായി പ്രസിദ്ധീകരിക്കാൻ താല്പര്യപ്പെട്ടത്. ആത്മകഥയോ ജീവചരിത്രമോ എഴുതാൻ എനിക്കു താല്പര്യമില്ല. അക്കാര്യത്തിൽ ഉറച്ചുനിന്നതിനാൽ വായനയുടെയും എഴുത്തിന്റെയും ദർശനത്തിന്റെയും ലോകത്തിലൂടെ ഒരു സഞ്ചാരമാകാമല്ലോ എന്ന നിർദ്ദേശമുണ്ടായി. എന്റെ അനുഭവങ്ങളിൽ നിന്ന് വായനക്കാർക്ക് പ്രയോജനം ചെയ്യുന്നവ ഉണ്ടെങ്കിൽ വിരോധമില്ലെന്ന ഉപാധിയോടെ സമ്മതിച്ചു. അത് സാദ്ധ്യമാക്കാനായി ഞങ്ങൾ വീണ്ടും സംഭാഷണം തുടങ്ങി. 2020 മാർച്ചിൽ കോവിഡ് പകർച്ചവ്യാധിയുടെ ഭീഷണി ആരംഭിക്കുന്ന കാലമായതിനാൽ നേരിട്ടുള്ള സംഭാഷണം സാദ്ധ്യമായില്ല. ഫോണും ഇ മെയിലുമായി മാർഗ്ഗം. എഴുത്തും തിരുത്തിയെഴുത്തും വീണ്ടും തിരുത്തുമായി പത്തുമാസത്തിലേറെ. അങ്ങനെ പത്ത് അദ്ധ്യായങ്ങൾ. *മയൂരശിഖ* വായനക്കാരുടെ മനസ്സിൽ അല്പമെങ്കിലും സൗരഭ്യം പരത്തിയാൽ ധന്യമായി. 'മയൂരശിഖ' എന്ന തലക്കെട്ടിലേക്ക് വരാനും ഒരു പശ്ചാത്തലമുണ്ട്.

'യഥാ ശിഖാ മയൂരാണാം നാഗാനാം മണയോ യഥാ
തഥാ വേദാംഗ ശാസ്ത്രാണാം ഗണിതം മൂർദ്ധനിസ്ഥിതം.'

ഇത് വേദാംഗ ജ്യോതിഷത്തിൽ (ബി സി 500) നിന്നുള്ള ശ്ലോകമാണ്. അടുത്തകാലത്ത് മാഞ്ചസ്റ്റർ യൂണിവേഴ്സിറ്റിയിലെ എമറിറ്റസ് പ്രൊഫസറായ ഡോ. ജോർജ് ഗീവർഗ്ഗീസ് ജോസഫ് ഗണിതശാസ്ത്രത്തെ മയൂരശിഖയായി അദ്ദേഹത്തിന്റെ വിഖ്യാതപുസ്തകത്തിൽ ഉപമിച്ചു.

ഗണിതശാസ്ത്രം മുഖ്യവിഷയമായി പഠിക്കാത്ത അനവധി ശാസ്ത്രകാരന്മാരും വിദ്യാർത്ഥികളും ഗണിതശാസ്ത്രത്തിന്റെ ആരാധകരും സ്നേഹിതരുമായി ലോകമൊട്ടാകെ ഉണ്ടെന്നത് ഒരു പരമാർത്ഥമാണ്. 14-ാം നൂറ്റാണ്ടിലെ മാധവാചാര്യൻ മുതൽ 17-ാം നൂറ്റാണ്ടിലെ അച്യുത പിഷാരടി ആചാര്യൻവരെ തിളങ്ങിയ കേരളത്തിലെ ഗണിതപാരമ്പര്യത്തിന്റെ ഒരു ആരാധകനാണ് ഞാനും. ഇപ്പോൾ കോഴിക്കോട് പ്രവർത്തിക്കുന്ന കേരള സ്കൂൾ ഓഫ് മാത്തമാറ്റിക്സ് സ്ഥാപിക്കുന്നതിൽ മുൻകൈയെടുത്ത് പ്രവർത്തിക്കാൻ എന്നെ പ്രേരിപ്പിച്ചതും മറ്റൊന്നുമല്ല. കേരളത്തിന്റെ അഭിമാനസ്തംഭമായ ഗണിതശാസ്ത്ര പരമ്പര, ഇന്ത്യയുടെ മയൂരശിഖയുടെ ഒരു പ്രധാന ഘടകം തന്നെയാണ്.

ശ്രീ ചിത്രയിൽനിന്ന് വിരമിച്ച ശേഷം കാൽ നൂറ്റാണ്ടോളമായി മണിപ്പാലിൽ സ്ഥിരതാമസമാക്കിയ എന്നെ മലയാള വായനക്കാരുടെ മുന്നിലേക്ക് വീണ്ടും കൂട്ടിക്കൊണ്ടുവന്ന് ഒരു ഇരിപ്പിടം നല്കിയത് *കലാകൗമുദി* വാരികയാണ്. *കലാകൗമുദി*യുടെ സ്ഥാപകപത്രാധിപർ ദിവംഗതനായ ശ്രീ. എം എസ് മണിയെ ഇവിടെ സ്നേഹപൂർവ്വം സ്മരിക്കട്ടെ. എക്സിക്യൂട്ടീവ് എഡിറ്റർ പ്രസാദ് ലക്ഷ്മണനെ പ്രത്യേകം ഓർമ്മിക്കുന്നു. *മയൂരശിഖ*യെ ഏറ്റവും മിഴിവോടെ രൂപകല്പനചെയ്ത് വിപണിയിലെത്തിക്കുന്ന ചിന്ത പബ്ലിഷേഴ്സിനോടുള്ള കടപ്പാട് എടുത്തുപറയുന്നു. കവിയും സംഗീത നിരൂപകനും പത്രപ്രവർത്തകനുമായ ശ്രീ. പി രവികുമാർ, പുസ്തകത്തിലേക്ക് മികച്ച ഫോട്ടോഗ്രാഫുകൾ സമ്മാനിച്ച അജി മസ്ക്കറ്റ്, അശോക് കരകുളം, ആഷിക് എസ് ആർ എന്നിവരോടും ഏറെ കടപ്പെട്ടിരിക്കുന്നു. മാന്യ വായനക്കാരുടെ പ്രതികരണത്തിന് കാതോർക്കുന്നു.

സ്നേഹപൂർവ്വം

ഡോ. എം എസ് വല്യത്താൻ

2021 മാർച്ച് 15
മണിപ്പാൽ, കർണ്ണാടകം

അവതാരിക

പിണറായി വിജയൻ, മുഖ്യമന്ത്രി

അന്വേഷണമാണ് ഡോ. എം എസ് വല്യത്താന് ജീവിതം. തിരുവനന്തപുരം ശ്രീചിത്രയുടെ സ്ഥാപകഡയറക്ടറായിരിക്കെ കൃത്രിമ ഹൃദയവാൽവ് വികസിപ്പിക്കാൻ നേതൃത്വം നല്കിയതുമുതൽ ഇപ്പോൾ നാഷണൽ റിസേർച്ച് പ്രൊഫസറായി മണിപ്പാൽ യൂണിവേഴ്സിറ്റിയിൽ ആയുർവേദിക് ബയോളജി എന്ന നവശാസ്ത്രശാഖയിലെ ഗവേഷണം വരെ ആ അന്വേഷിയുടെ സഫലജീവിതം മുന്നേറുന്നു. 86 വയസ്സ് പിന്നിടുന്ന വല്യത്താന്റെ അറിവുതേടിയുള്ള ജീവിതയാത്രയുടെ ആഴവും പരപ്പും വെളിവാക്കുന്ന കൃതിയാണ് *മയൂരശിഖ.*

ശ്രീചിത്രയുടെ സാരഥി എന്ന നിലയിലാണ് പ്രസിദ്ധ കാർഡിയാക് സർജനായ ഡോ. വല്യത്താനെ മലയാളികൾ ആദരവോടെ ഓർമ്മിക്കുന്നത്. ശ്രീചിത്രയെ ദേശീയ പ്രാധാന്യമുള്ള ഗവേഷണസ്ഥാപനവും രാജ്യത്തെ ഏറ്റവും മികച്ച ആശുപത്രിയുമാക്കി വളർത്തിയ അദ്ദേഹം, അനേകം രോഗികൾക്ക് ഹൃദയശസ്ത്രക്രിയയിലൂടെ ആരോഗ്യകരമായ ജീവിതം തിരികെ നല്കിയതും ഒരിക്കലും മറക്കില്ല. എന്നാൽ മെഡിക്കൽ സയന്റിസ്റ്റ് എന്ന നിലയിൽ ഡോ. വല്യത്താൻ രാജ്യത്തിന് നല്കിയ സംഭാവന ഇതിനപ്പുറം എത്രയോ ഉയരത്തിലാണ്. കൃത്രിമ ഹൃദയവാൽവ്, ബ്ലഡ് ബാഗ് തുടങ്ങിയവ വികസിപ്പിച്ചതിലൂടെ നേടിയത് ആഗോള അംഗീകാരമാണ്. ഒരു വികസ്വരരാജ്യത്തിന്റെ സാങ്കേതിക പരിമിതികളേയും 'ഇതൊന്നും ഇവിടെ നടപ്പില്ലെന്ന' പരിഹാസപല്ലവിയേയും തുടർച്ചയായ പരീക്ഷണപരാജയങ്ങളേയും ഒരേപോലെ നേരിട്ടാണ് ഡോ. വല്യത്താനും സംഘവും കൃത്രിമ ഹൃദയവാൽവ് തൊണ്ണൂറുകളുടെ തുടക്കത്തിൽ വികസിപ്പിച്ചത്. ഇറക്കുമതി ചെയ്ത ഹൃദയവാൽവിന്റെ ഉയർന്ന വിലയ്ക്ക് മുന്നിൽ നെഞ്ച്പിടഞ്ഞ രോഗികൾക്ക് താങ്ങാവുന്ന വിലയ്ക്ക് മികവുറ്റ

ഇന്ത്യൻ വാൽവ് കാഴ്ചവച്ചു ഡോ. വല്യത്താൻ. പാശ്ചാത്യ ലോകം ഇന്ത്യയുടെ ഹൃദയവാൽവിനെ അവിശ്വസനീയമായാണ് ആദ്യം നോക്കിയതെങ്കിലും ആഗോളവിപണിയിൽ അംഗീകാരം നേടാൻ അധികകാലമെടുത്തില്ല. ഇപ്പോൾ ലോകത്തൊട്ടാകെയായി ഒന്നരലക്ഷത്തിലേറെപ്പേരിൽ ശ്രീചിത്രവാൽവ് തുടിക്കുന്നു. 18 രാജ്യങ്ങളിലേക്ക് കയറ്റുമതി ചെയ്യുന്നു. ശ്രീചിത്രയുടെ ബ്ലഡ്ബാഗ് ആകട്ടെ ആഗോളവിപണിയിൽ മുൻനിരയിൽത്തന്നെയുണ്ട്.

വൈദ്യശാസ്ത്രരംഗത്തെ ഈ കുതിപ്പിന് സമാനമായി ഇന്ത്യയ്ക്ക് ആഗോളഅംഗീകാരം നേടിത്തന്നത് ഡോ. വിക്രം സാരാഭായി കേരളത്തിൽ തുടക്കംകുറിച്ച ബഹിരാകാശഗവേഷണമാണ്. ഈ മേഖലയിൽ വിദേശരാജ്യങ്ങളെ ആശ്രയിക്കാതെ മുന്നേറാനുള്ള ഗവേഷണപുരോഗതി ഇന്ത്യയ്ക്ക് കൈവന്നപ്പോൾ മെഡിക്കൽ ഗവേഷണത്തിൽ ആ പിന്തുടർച്ചയുണ്ടായില്ല. ഇന്ത്യയിലെ മെഡിക്കൽ രംഗത്ത് ആവശ്യമായ എഴുപതു ശതമാനം ഉപകരണങ്ങളും സാങ്കേതികവിദ്യയും ഇന്നും ഇറക്കുമതിചെയ്യുന്നു. ഫലമോ സാധാരണക്കാരായ രോഗികൾക്ക് ഉന്നതനിലവാരമുള്ള ആധുനിക ചികിത്സ കുറഞ്ഞചെലവിൽ കിട്ടാതെ പോകുന്നു. ഡോ. വല്യത്താൻ ചൂണ്ടിക്കാണിക്കുന്ന ഈ പ്രശ്നം രാജ്യം വളരെ ഗൗരവത്തോടെ ചർച്ചചെയ്ത് പരിഹാരം കാണേണ്ട ഒന്നാണ്.

അടിസ്ഥാനസൗകര്യ വികസനത്തിനൊപ്പം ഗവേഷണരംഗത്തെ മുന്നേറ്റവും കൂടിച്ചേർന്നാൽ മാത്രമേ സമൂഹത്തെ മൊത്തമായി പുരോഗതിയിലേക്ക് നയിക്കാനാകൂ. കേരള സർക്കാരിന്റെ പ്രഖ്യാപിത നയവും ഇതുതന്നെയാണ്. തിരുവനന്തപുരത്ത് വൈറോളജി ഇൻസ്റ്റിറ്റ്യൂട്ടും കണ്ണൂരിൽ അന്താരാഷ്ട്ര ആയുർവേദ ഗവേഷണകേന്ദ്രവും അടക്കം ആരോഗ്യരംഗത്ത് ഒട്ടേറെ പദ്ധതികൾ സംസ്ഥാനസർക്കാർ ആവിഷ്കരിച്ച് നടപ്പാക്കിയത് ഈ ലക്ഷ്യത്തോടെയാണ്. എഴുപതുകളിൽ ഡോ. വല്യത്താൻ, ഡോ. കെ എൻ രാജ് തുടങ്ങിയവരെ കേരളത്തിലേക്ക് ക്ഷണിച്ചുകൊണ്ടുവന്ന് ഗവേഷണകേന്ദ്രങ്ങൾ ആരംഭിച്ച മാതൃകയിൽ ഉന്നതവിദ്യാഭ്യാസരംഗത്ത് മികവിന്റെ കേന്ദ്രങ്ങൾ ആരംഭിക്കാനുള്ള പദ്ധതി കഴിഞ്ഞ ബജറ്റിൽ സംസ്ഥാനസർക്കാർ അവതരിപ്പിച്ചതും ഇവിടെ എടുത്തുപറയട്ടെ.

ഡോ. വല്യത്താൻ ചൂണ്ടിക്കാട്ടുന്ന മറ്റൊരു ശ്രദ്ധേയമായ കാര്യം, ഒരു സ്ഥാപനം തുടങ്ങുന്നതിലല്ല, അതിന്റെ ലക്ഷ്യം ചോർന്നു പോകാതെ യൗവന തുടിപ്പോടെ, എണ്ണയിട്ട യന്ത്രംപോലെ ചലിപ്പിക്കുന്നതാണ് പ്രധാനം. ലോകത്ത് ആദ്യമായി പ്ലേഗിന് വാക്സിൻ കണ്ടെത്തിയത് ഒരു നൂറ്റാണ്ടു മുൻപ് ബോംബെയിലെ ഹാഫ്കിൻ ഇൻസ്റ്റിറ്റ്യൂട്ടിൽ ആയിരുന്നു. എന്നാൽ 1994 ൽ ഗുജറാത്തിൽ പ്ലേഗ് പടർന്നപ്പോൾ വാക്സിനുവേണ്ടി ഇന്ത്യ വിദേശരാജ്യങ്ങളുടെ സഹായം തേടി. ഏറ്റവും ഒടുവിൽ കോവിഡ് വാക്സിനുവേണ്ടിയും വിദേശ സാങ്കേതിക വിദ്യ കാത്തിരുന്ന് സ്വീകരിക്കേണ്ടി വന്നു. ഹാഫ്കിൻ ഇൻസ്റ്റിറ്റ്യൂട്ട് അടക്കം മെഡിക്കൽ ഗവേഷണ

ത്തിനായി ഒരു ഡസനോളം സ്ഥാപനങ്ങളാണ് ബ്രിട്ടീഷ് ഇന്ത്യയിൽ പ്രവർത്തനം തുടങ്ങിയത്. പില്ക്കാലത്ത് അവയെല്ലാം കേവലം ചട്ടം പാലിക്കാൻ മാത്രമുള്ള 'സർക്കാർ ഓഫീസു'കളായി ചുരുങ്ങുന്ന ദയനീയ കാഴ്ചകളാണ് കണ്ടത്. ഇത് നമുക്ക് സംഭവിക്കാൻ പാടില്ല. ഇതേ കാലത്ത് യൂറോപ്പിലും അമേരിക്കയിലും തുടങ്ങിയ ഗവേഷണകേന്ദ്രങ്ങളെല്ലാം ലോകത്തിന്റെ അഭിമാനമായി ഇന്നും തലയെടുപ്പോടെ തിളങ്ങിനില്ക്കുന്നത് ഡോ. വല്യത്താൻ വിവരിക്കുന്നു.

ശ്രീചിത്രയിൽനിന്നും വിരമിച്ചതോടെ സർജറിയോടും ചികിത്സാലോകത്തോടും വിടപറഞ്ഞ ഡോ. വല്യത്താൻ തുടർന്ന് സഞ്ചരിച്ചത് ഭാരതത്തിന്റെ പാരമ്പര്യ ചികിത്സാപദ്ധതിയായ ആയുർവേദത്തിന്റെ വികാസപരിണാമങ്ങളുടെ ചരിത്രം തേടിയാണ്. അത് ഇന്ത്യയുടെ ബൗദ്ധികവളർച്ചയുടെ ഉന്നതമായ അന്വേഷണം കൂടിയായി. ചരകൻ, സുശ്രുതൻ, വാഗ്ഭടൻ എന്നീ ആചാര്യന്മാരുടെ ക്ലാസിക് കൃതികൾക്ക് നവീനവ്യാഖ്യാനമെഴുതി ഡോ. വല്യത്താൻ പുതിയ തലമുറയ്ക്ക് സമർപ്പിച്ചു. ആയുർവേദത്തിലെ സഹസ്രാബ്ദങ്ങൾ പഴക്കമുള്ള നിരീക്ഷണങ്ങളും കണ്ടെത്തലുകളും ആധുനിക വൈദ്യശാസ്ത്രചരിത്രത്തിനുമുന്നിൽ തലയുയർത്തിനില്ക്കുന്ന കാഴ്ചയാണ് ഈ കൃതികളിലൂടെ അവതരിപ്പിക്കുന്നത്. അതേസമയം നൂറ്റാണ്ടുകളായി ഭാരതത്തിലെ ഭൂരിപക്ഷ സമൂഹത്തെ ജാതിയുടെ പേരിൽ അറിവിൽനിന്നും അകറ്റി നിർത്തിയ മാപ്പർഹിക്കാത്ത കുറ്റത്തേയും ഡോ. വല്യത്താൻ നിശിതമായി വിമർശിക്കുന്നു. അറിയാനും അന്വേഷിക്കാനുമുള്ള കുത്തകാവകാശം ചിലർ സ്വന്തമാക്കിവച്ചതിലൂടെ നൂറ്റാണ്ടുകൾ നീണ്ട ക്രൂരതയാണ് ഭാരതം കാട്ടിയതെന്നും ഡോ. വല്യത്താൻ ചൂണ്ടിക്കാട്ടുന്നു. പദ്ധതിക്കും പണത്തിനുമപ്പുറം ജനങ്ങളുടെ ഉത്സാഹമാണ് ഗവേഷണവികസനരംഗത്തെ അടിസ്ഥാനപരമായി ചലിപ്പിക്കുന്നത്.

സാധാരണക്കാരായ വായനക്കാർക്കും വിദ്യാർത്ഥികൾക്കും ഗവേഷകർക്കും ഒരേപോലെ ഉൾക്കൊള്ളാനും റഫറൻസായി സൂക്ഷിക്കാനുമുള്ള ഈടുറ്റ കൃതിയാണ് *മയൂരശിഖ*. ഡോ. എം എസ് വല്യത്താന്റെ ജീവിതവും അറിവും അനുഭവവും പകരുന്ന ഈ രചന കേരളത്തിന്റെ മാത്രമല്ല രാജ്യത്തിന്റെ തന്നെ ആരോഗ്യ-സാമൂഹികരംഗങ്ങളുടെ പരിണാമം കൃത്യമായി പറയുന്ന രേഖകൂടിയാണ്. ഈ കൃതി മാന്യവായനക്കാർക്ക് മുന്നിൽ അഭിമാനത്തോടെ അവതരിപ്പിക്കുന്നു.

തിരുവനന്തപുരം

മണിപ്പാലിലെ ഹോം ലൈബ്രറിയിൽ ഡോ. വല്യത്താൻ

പുസ്തകം കാമധേനു

പുസ്തകവായനയെക്കുറിച്ച് ഓർമ്മിക്കുമ്പോൾ, *ഭാഗവതം* പാരായണം ചെയ്യുന്ന അമ്മയാണ് ആദ്യം മനസ്സിലെത്തുന്നത്. മനഃപാഠമായിരുന്നു ഭാഗവതം അമ്മയ്ക്ക്; നിത്യേന വായിക്കുകയും ചെയ്യും. സ്കൂളിൽ പഠിക്കുന്ന കാലത്ത് ഒരിക്കൽ കേരളപാണിനിയുടെ ഭാഷാഭൂഷണത്തിൽ അലങ്കാരങ്ങളെപ്പറ്റിയുള്ള ഭാഗം ഞാൻ വായിക്കുകയായിരുന്നു.

മല്ലന്മാർക്കിടിവാൾ ജനത്തിനരചൻ
        മീനാങ്കനേണാക്ഷിമാർ-
ക്കില്ലത്തിൽ സഖി, വല്ലവർക്കരി ഖലർക്കന്നന്ദ
        നോ നന്ദനൻ
കാലൻ കംസന് ദേഹികൾക്കിഹവിരാട്
        ജ്ഞാനിക്ക് തത്ത്വംപരം
മൂലം വൃഷ്ണികുലത്തിനെന്നു കരുതി
        മാലോകരക്കണ്ണനെ!

ഈ വരികൾ ചൊല്ലിയിട്ട് ഞാൻ പറഞ്ഞു നല്ല ശ്ലോകമാണ്. അപ്പോൾ അമ്മ പറഞ്ഞു ഇത് *ഭാഗവത*ത്തിലെ ശ്ലോകമാണല്ലോയെന്ന്. അല്ലെന്നു പറഞ്ഞപ്പോൾ അമ്മ *ഭാഗവത*വുമായി വന്ന് ഈ ഭാഗമൊന്നു വായിക്കാൻ ആവശ്യപ്പെട്ടു.

"മല്ലാനാമശനിർനൃണാം നരവരഃ സ്ത്രീണാം
സ്മരോമൂർത്തിമാൻ" എന്നു തുടങ്ങുന്ന മനോഹരമായ വരികൾ. *ഭാഗവതം* ദശമസ്കന്ധം അദ്ധ്യായം 43 ലെ ശ്ലോകത്തിന്റെ തർജ്ജ

മമായിരുന്നു കേരളപാണിനിയുടേത്. കൃഷ്ണനെയും ബലരാമനെയും മഥുരയിൽ വിളിച്ചുവരുത്തി ചതിച്ചു കൊല്ലാനുള്ള കംസന്റെ പദ്ധതിയുടെ വിവരണമായിരുന്നു അത്. അത്രയ്ക്ക് ഹൃദിസ്ഥമായിരുന്നു അമ്മയ്ക്ക് *ഭാഗവതം*.

അച്ഛനും സാഹിത്യാസ്വാദനത്തിൽ ഏറെ മുന്നിലായിരുന്നു. കൊട്ടാരത്തിലെ സഹായിയായ കിട്ടനെ ഒരിക്കൽ ഞാൻ വഴക്കു പറഞ്ഞു. അന്നു ഞാൻ എട്ടിലോ ഒൻപതിലോ പഠിക്കുന്നു. വിവരമറിഞ്ഞ് അച്ഛൻ എന്നെ വിളിച്ചു.

ജാനകി - വല്യത്താന്റെ അമ്മ

നീ ഭർത്തൃഹരിയെപ്പറ്റി കേട്ടിട്ടുണ്ടോ എന്നായിരുന്നു ആദ്യചോദ്യം. ഇല്ലെന്നു പറഞ്ഞപ്പോൾ അച്ഛൻ കഥ പറഞ്ഞു. കേമനായി നാടുഭരിച്ച രാജാവാണ്, ഭരണകാലത്ത് അദ്ദേഹം *നീതിശതകം* എന്ന പേരിൽ 100 ശ്ലോകം എഴുതി. ലോകത്ത് എങ്ങനെ പെരുമാറണം, ജീവിക്കണം എന്നതാണ് വിഷയം. അതിലെ ഓരോ ശ്ലോകവും ഓരോ രത്നമാണെന്ന് പറഞ്ഞു. എന്നിട്ട് ഒരു വരി ഉദ്ധരിച്ചു: 'ഔദാര്യം സ്വജനേ ദയാ പരിജനേ. (ബന്ധുക്കളോട് ഔദാര്യം കാട്ടണം, ആശ്രയിച്ച് ജീവിക്കുന്നവരോട് ദയ കാട്ടണം). ഇന്നു നീ ഭർത്തൃഹരിയുടെ ശാസന തെറ്റിച്ചു. ദയാ പരിജനേ. എന്റെ പ്രായമുണ്ട് കിട്ടന്. നിന്റെ പെരുമാറ്റം വലിയ തെറ്റായിപ്പോയി.'

വടിയെടുത്ത് രണ്ടെണ്ണം അച്ഛൻ തന്നിരുന്നെങ്കിൽ ഇത്രയും വലിയ ശിക്ഷയായി ഓർമ്മിക്കില്ലായിരുന്നു.

മാവേലിക്കര കൊട്ടാരത്തിലെ നാലുകെട്ടിലാണ് എന്നെ എഴുത്തിനിരുത്തിയത്. വളരെ മങ്ങിയ ഒരോർമ്മയെ ഉള്ളൂ. എങ്കിലും ഗുരുനാഥനായ താടിക്കാരൻ പപ്പു ആശാനെ മറന്നിട്ടില്ല. മൂന്നു വർഷത്തോളം ആശാന്റെ കീഴിൽ നിലത്തെഴുത്ത് പഠിച്ചു എന്നാണോർമ്മ. അവിടെ നിന്നും മാവേലിക്കര എൽ പി സ്കൂളിലെ രണ്ടാം ക്ലാസിലേക്കാണ് നേരെ എത്തുന്നത്. ഈ സ്കൂൾ ഇന്നുമുണ്ട്. കുറേ വർഷം മുമ്പ് അവിടെ പോയി

രുന്നു. കുട്ടികൾക്ക് ഉച്ചഭക്ഷണം ഇരുന്നു കഴിക്കാനുള്ള അസൗകര്യം ബോധ്യപ്പെട്ടതിനെത്തുടർന്ന് ഒരു ഡൈനിങ് ഹാൾ കെട്ടിക്കൊടുത്തു.

വായനയിൽ തെളിഞ്ഞ നെയ്‌വിളക്ക്

പുസ്തകപാരായണത്തിലുള്ള എന്റെ താല്പര്യം ഹൈസ്കൂൾ വിദ്യാർത്ഥിയായിരിക്കെ മാവേലിക്കര മുനിസിപ്പൽ ലൈബ്രറിയിൽ നിന്നാണ് വിപുലമാവുന്നത്. പിന്നീട് തിരുവനന്തപുരം പബ്ലിക്ക് ലൈബ്രറി, വഞ്ചിയൂർ ശ്രീചിത്ര ലൈബ്രറി എന്നിവയിലൂടെ ലണ്ടനിലെയും വാഷിങ്ടണിലെയും വിശ്രുത ഗ്രന്ഥശേഖരങ്ങളിലൂടെ, പുസ്തകക്കടകളിലൂടെ മുന്നേറി. ഇപ്പോൾ, 86-ാം വയസ്സിൽ കർണ്ണാടകയിൽ മണിപ്പാലിലുള്ള വസതിയിലിരുന്ന്, പണ്ട് നല്ല വിലകൊടുത്ത് വാങ്ങിയ ഈടുറ്റ ഗ്രന്ഥപരമ്പരകൾ വീണ്ടും റഫർ ചെയ്യുന്നതിനൊപ്പം ഏറ്റവും പുതിയ കൃതികളും സൂക്ഷ്മമായി പാരായണം ചെയ്യുന്നു. നിത്യേന അഞ്ച് മണിക്കൂർ പുസ്തകവായനയുണ്ട്. ഉച്ചയ്ക്ക് രണ്ടരമുതൽ അഞ്ചുവരെയും രാത്രി ഏഴരമുതൽ പത്തുവരെയും.

മാവേലിക്കരയിൽ വീടിനടുത്തുള്ള മുനിസിപ്പൽ ലൈബ്രറിയിൽ കഥയും കവിതയും നോവലും ജീവചരിത്രവുമടക്കം നല്ലൊരു ശേഖരം ഉണ്ടായിരുന്നു. പി കെ പരമേശ്വരൻ നായർ എഴുതിയ സി വി രാമൻപിള്ളയുടെ ജീവചരിത്രം അവിടെനിന്ന് എടുത്ത് വായിച്ചത് ഇപ്പോഴും ഓർമ്മിക്കുന്നു. കുമാരനാശാന്റെ കവിതകളും തകഴിയുടെയും കേശവദേവിന്റെയും കഥകളും അവിടുന്നു തന്നെയാണ് കിട്ടിയത്. ഹൈസ്കൂളിലേക്ക് പോകുംവഴി മറ്റൊരു ലൈബ്രറിയും ഉണ്ടായിരുന്നു. അവിടെ *ഡിവൈൻ ലൈഫ്, ആര്യൻ പാത്ത്* എന്നീ മാസികകൾ വരുന്നുണ്ടായിരുന്നു. സ്വാമി ശിവാനന്ദ ഋഷികേശിൽനിന്നും പ്രസിദ്ധീകരിക്കുന്നതാണ് *ഡിവൈൻ ലൈഫ്*. തമിഴ്നാട് സ്വദേശിയായ സ്വാമി ശിവാനന്ദ പൂർവ്വാശ്രമത്തിൽ ഡോക്ടറായിരുന്നു. ഈ മാസികകൾ ആദ്ധ്യാത്മിക കഥകളും സാരോപദേശ കഥകളും പ്രസിദ്ധീകരിച്ചു. അതെല്ലാം ഞാൻ വിടാതെ വായിച്ചു. *മഹാഭാരതം, രാമായണം* കഥകൾ വായിച്ചറിഞ്ഞതിലേറെ അമ്മ പറഞ്ഞു തന്നതാണ് മനസ്സിലുള്ളത്. അക്കാലത്ത് കൊല്ലങ്കോട് ഗോപാലൻ നായർ ഭാഗവത വ്യാഖ്യാനം പരമ്പരയായി പ്രസിദ്ധീകരിച്ചിരുന്നു. അമ്മയുടെ അച്ഛൻ ഉദയവർമ്മ അത് വായിച്ചശേഷം അമ്മയ്ക്ക് കൊടുക്കുമായിരുന്നു. അദ്ദേഹം കേരളപാണിനിയുടെ (എ ആർ രാജരാജവർമ്മ) സ്യാലനായിരുന്നു. തിരുവനന്തപുരത്ത് താമസമാക്കിയ രാജരാജവർമ്മ മദ്ധ്യവേനലവധിക്കാലത്ത് മാവേലിക്കരയിൽ രണ്ടുമാസം ചെലവിടുമായിരുന്നു. ആ സമയത്ത് അദ്ദേഹം നാടകങ്ങൾ തർജ്ജമ ചെയ്ത് അവതരിപ്പിക്കുമായിരുന്നു. *ശാകുന്തളം, മാളവികാഗ്നിമിത്രം, ചാരുദത്തൻ* ഇതൊക്കെ ഇതിൽ ഉൾപ്പെടും. ഗോപാലൻ നായരുടെ *ഭാഗവതം* പില്ക്കാലത്ത് ഗുരുവായൂർ ദേവസ്വം പുസ്തകരൂപത്തിൽ പ്രസിദ്ധീകരിച്ചു.

വല്യത്താൻ എന്ന പേര് അച്ചടിക്കുന്നു

അക്കാലത്ത് *ഡിവൈൻ ലൈഫിൽ* വന്ന നാരദന്റെയും ശ്രീകൃഷ്ണന്റെയും കഥകൾ ഞാൻ പരിഭാഷപ്പെടുത്തി ആഗമാനന്ദ സ്വാമിയുടെ *അമൃതവാണി* എന്ന പ്രസിദ്ധീകരണത്തിലേക്ക് അയച്ചു. മാവേലിക്കര ക്ഷേത്രത്തിൽ സ്വാമി നടത്തിയ പ്രഭാഷണം എന്നെ ഏറെ ആകർഷിച്ചിരുന്നു. അതിനപ്പുറം സ്വാമിയുമായി പരിചയമൊന്നുമില്ല. ഞാനന്ന് ഇ എസ് എസ് എൽ സി (ഫിഫ്ത്ത് ഫോം) വിദ്യാർത്ഥിയാണ്. പ്രസിദ്ധീകരിക്കുന്ന വിവരം അറിയിച്ച് ആഗമാനന്ദ സ്വാമിയുടെ

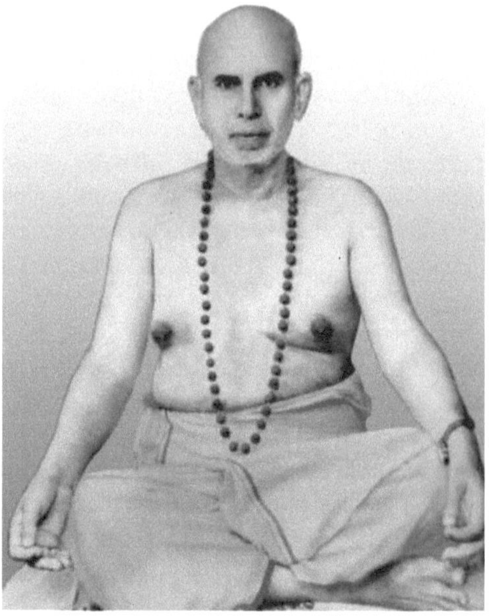

ആഗമാനന്ദ സ്വാമി

പോസ്റ്റ് കാർഡ് എനിക്ക് കിട്ടി. അതിൽ എന്നെ ആശ്രമത്തിലേക്ക് ക്ഷണിച്ചിട്ടുമുണ്ടായിരുന്നു. പിന്നാലെ *അമൃതവാണി*യുടെ കോപ്പി കിട്ടി. ജീവിതത്തിലാദ്യമായി എം എസ് വല്യത്താൻ എന്ന പേര് അച്ചടിച്ച വാരികയാണ്. ആ വിസ്മയം ഇന്നും മനസ്സിലുണ്ട്. കാലടിയിലുള്ള സ്വാമിയുടെ ആശ്രമത്തിലേക്ക് എന്നെ ക്ഷണിച്ച വിവരം അച്ഛനെ അറിയിച്ചപ്പോൾ പോകാൻ അനുവാദം തന്നു. അന്ന് മാവേലിക്കരനിന്ന് നേരിട്ട് കാലടിയിൽ എത്താൻ വണ്ടിയില്ല. മാവേലിക്കര-ചെങ്ങന്നൂർ, ചെങ്ങന്നൂർ-കോട്ടയം, കോട്ടയം-പെരുമ്പാവൂർ, പെരുമ്പാവൂർ-കാലടി എന്നിങ്ങനെ ബസ് മാറിക്കയറണം. ഞാൻ ആശ്രമത്തിൽ എത്തുമ്പോൾ സന്ധ്യയായിരുന്നു.

മാർത്താണ്ഡവർമ്മ
(വല്യത്താന്റെ അച്ഛൻ)

സ്വാമി ഒരു ചാരുകസേരയിൽ ഇരുന്ന് ദർശനം നല്കുന്നുണ്ട്. ക്യൂ നില്ക്കുന്നവരുടെ കൂട്ടത്തിൽ ഞാനും കൂടി. അടുത്തെത്തിയപ്പോൾ ഞാൻ സ്വയം പരിചയപ്പെടുത്തി. എന്നെയൊന്നു നോക്കിയിട്ട് പറഞ്ഞു, കുറേക്കൂടി പ്രായമുള്ള ആളായിരിക്കും വല്യത്താൻ എന്നു കരുതി!.

ആശ്രമത്തിലെ തിരക്ക് കുറഞ്ഞപ്പോൾ അടുത്തുവിളിച്ച് കുറേക്കൂടി കാര്യങ്ങൾ ചോദിച്ചു. മൂന്നുദിവസം അവിടെ താമസിച്ചാണ് ഞാൻ മടങ്ങിയത്. പിന്നീട് സ്വാമിയെ കാണുന്നത് 1949 ൽ ഞാൻ തിരുവനന്തപുരത്ത് ആർട്സ് കോളേജിൽ ഇന്റർമീഡിയറ്റിന് പഠിക്കുമ്പോഴാണ്. അക്കാലത്ത് സ്വാമി തിരുവനന്തപുരത്ത് പ്രഭാഷണത്തിന് വന്നിരുന്നു.

ഇന്ററിന് പഠിക്കുമ്പോൾ രണ്ടു ലൈബ്രറികളിൽ പോകുമായിരുന്നു. പാളയത്തെ പബ്ലിക് ലൈബ്രറിയിലും വഞ്ചിയൂർ ശ്രീചിത്ര ലൈബ്രറിയിലും. പാളയത്ത് യൂണിവേഴ്സിറ്റി ഹോസ്റ്റലിലാണ് അന്ന് എന്റെ താമസം. അതിനോടുചേർന്നുള്ള പബ്ലിക് ലൈബ്രറിയിൽനിന്നാണ് *ന്യൂയോർക്ക് ടൈംസ്* പത്രം ആദ്യമായി കാണുന്നത്. വഞ്ചിയൂർ ശ്രീചിത്ര ലൈബ്രറിയിൽനിന്നും ഭാഷാചരിത്രത്തെപ്പറ്റിയുള്ള നാരായണപണിക്കരുടെ പുസ്തക പരമ്പര എടുത്തു വായിച്ചത് ഓർക്കുന്നു.

പാശ്ചാത്യ വൈദ്യശാസ്ത്രചരിത്രത്തിലൂടെ

1951 ൽ തിരുവനന്തപുരം മെഡിക്കൽകോളേജിൽ എം ബി ബി എസിന് ചേർന്നതോടെ വായനാസ്വഭാവത്തിന് അല്പം മാറ്റം വന്നു. പൊതുവായനയ്ക്കുപകരം മെഡിക്കൽ വിഷയങ്ങളിലായി ഊന്നൽ. അതോടൊപ്പം വൈദ്യശാസ്ത്ര ചരിത്ര പഠനത്തിൽ എനിക്ക് പ്രത്യേക താല്പര്യമു

മെഡിക്കൽകോളേജ് ആദ്യ ബാച്ച്, 1951

ണ്ടായി. ഒരു മരുന്ന് കണ്ടെത്തിയതിന്റെ കഥ, ഒരു മെഡിക്കൽ ഉപകരണം വികസിപ്പിച്ചതിന്റെ കഥ- ഇങ്ങനെ ഓരോന്നും അറിയാൻ തുടങ്ങി. വൈദ്യശാസ്ത്ര രംഗത്തെ പുരോഗതിയുടെ പതാക വഹിച്ചവരുടെ ജീവിതമറിയാൻ ഏറെ താല്പര്യമെടുത്തു. പാശ്ചാത്യ വൈദ്യശാസ്ത്രചരിത്രത്തെ പറ്റിയുള്ള നിരവധി ക്ലാസിക്കൽ കൃതികൾ ക്രമാനുഗതമായി ഇക്കഥകൾ പറഞ്ഞുതന്നു. ആധുനിക ശസ്ത്രക്രിയയുടെ ഉപജ്ഞാതാവായ ജോൺ ഹണ്ടറുടെ ജീവിതം അങ്ങനെയാണ് അറിയുന്നത്. പില്ക്കാലത്ത് എനിക്കൊരു ഭാഗ്യമുണ്ടായി, ഹണ്ടേറിയൻ ലക്ചർ നടത്താൻ ബ്രിട്ടൺ എന്നെ ക്ഷണിച്ചു. 36-ാം വയസ്സിലാണ് എനിക്ക് ഹണ്ടേറിയൻ പ്രൊഫസർഷിപ്പ് കിട്ടുന്നത്. ഈ പ്രായത്തിൽ ഇന്ത്യയിൽ നിന്ന് ആറോ ഏഴോ പേർക്ക് മാത്രമേ ഈ ബഹുമതി ലഭിച്ചിട്ടുള്ളു. 1969 ലാണ് ലണ്ടനിൽ ഹണ്ടേറിയൻ പ്രഭാഷണത്തിന് പോകുന്നത്. പ്രഭാഷണത്തിനുള്ള നോട്ട് തയ്യാറാക്കിയപ്പോൾ ഹണ്ടറുടെ ഒരു ഉദ്ധരണി ഏത് കൃതിയിൽനിന്നാണെന്ന് സംശയം. ഉടൻതന്നെ റോയൽ കോ

വല്യത്താൻ - ലണ്ടനിൽ ഉപരിപഠനകാലം

തിരുവനന്തപുരം മെഡിക്കൽ കോളേജ്

ളേജ് ഓഫ് സർജൻസ് ലൈബ്രറിയിലേക്ക് എഴുതി ചോദിച്ചു. ഭാഗ്യമെന്നുപറയട്ടെ ഒരാഴ്ചയ്ക്കുള്ളിൽ കൃത്യമായ മറുപടി വന്നു. ഇതാണ് പാശ്ചാത്യ ലൈബ്രറികളുടെ എടുത്തുപറയാവുന്ന ഒരു മേന്മ. വായനക്കാരുടെ സംശയങ്ങൾക്ക് അവർ ഉടൻ പരിഹാരം കണ്ടെത്തും.

എം ബി ബി എസ് കഴിഞ്ഞ് സർജറിയിൽ ഉപരിപഠനത്തിന് ഇംഗ്ലണ്ടിലേക്കും തുടർന്ന് അമേരിക്കയിലേക്കുമായിരുന്നു യാത്ര. സർജിക്കൽ ട്രെയിനിങ്ങിന്റെ ഭാഗമായി ഇംഗ്ലണ്ടിലും അമേരിക്കയിലും കഴിഞ്ഞ ആറുവർഷം എനിക്ക് പൊതുവായ പുസ്തക വായനയ്ക്ക് സമയം കിട്ടിയില്ല. ആശുപത്രിത്തിരക്കുകളിലായിരുന്നു ഏറെയും. കിട്ടിയ സമയത്ത് മെഡിക്കൽ ജേണലുകളാണ് വായിച്ചത്. എഫ് ആർ സി എസിന്റേത് കഠിന പരീക്ഷയാകുമ്പോൾ മറ്റൊന്നിനും സമയം കിട്ടില്ല. റോയൽ സൊസൈറ്റി ഓഫ് ലണ്ടൻ, ഓക്സ്ഫഡ് യൂണിവേഴ്സിറ്റിയുടെ ബോദ്‌ലിയർ ലൈബ്രറി ഇവയൊക്കെ സന്ദർശിച്ചിട്ടുള്ളതല്ലാതെ പഠനഗൗരവമുള്ള വിദ്യാർത്ഥി എന്ന നിലയിൽ ഉപയോഗിക്കാനുള്ള സന്ദർഭം ലഭിച്ചില്ല. റോയൽ കോളേജ് ഓഫ് സർജൻസ് ലൈബ്രറിയിൽ പ്രൊഫഷണൽ റീഡിങ് ഉണ്ടായിരുന്നു.

മാക്സ് മുള്ളർ പറഞ്ഞ കഥ

ഓക്സ്ഫഡ് ലൈബ്രറിയിൽ ഇന്ത്യയിൽനിന്നുള്ള താളിയോല ഗ്രന്ഥങ്ങളുടെ വലിയ ശേഖരമുണ്ട്. ഇന്ത്യയിൽ അവയുടെ പകർപ്പുപോലും കാണാനിടയില്ല. ഈസ്റ്റിന്ത്യ കമ്പനിയുടെ ഉദ്യോഗസ്ഥർ ഇവിടെനിന്നും കൊണ്ടുപോയതാണ് അതെല്ലാം. മാക്സ് മുള്ളർ ഇവിടെയിരുന്നാണ് അതെല്ലാം വായിക്കുന്നത്. *സേക്രഡ് ബുക്സ് ഓഫ് ദി ഈസ്റ്റ്* അദ്ദേഹം എഴുതുന്നത് ഇവിടെയിരുന്നാണ്.

മാക്സ് മുള്ളർ

ജർമ്മൻകാരനായ മാക്സ് മുള്ളർക്ക് ഈസ്റ്റിന്ത്യ കമ്പനി ഇംഗ്ലണ്ടിൽ പ്രൊഫസർഷിപ്പ് നല്കിയതോടെയാണ് അദ്ദേഹത്തിന്റെ ശ്രദ്ധ ഭൂഗോളത്തിന്റെ കിഴക്കൻ മേഖലകളിലേക്ക് തിരിയുന്നത്. അങ്ങനെയാണ് *സേക്രഡ് ബുക്സ് ഓഫ് ദി ഈസ്റ്റ്* എഴുതുന്നത്. 50 വാല്യമുള്ള ഈ പരമ്പരയിൽ ഉപനിഷത്ത്, ബുദ്ധിസം, ഇസ്ലാം തുടങ്ങിയ കിഴക്കിന്റെ ജ്ഞാനമേഖലകളെല്ലാം കടന്നുവരുന്നു. ഡൽഹിയിൽനിന്നും 15000 രൂപയ്ക്കാണ് ഈ ഗ്രന്ഥപരമ്പര വാങ്ങുന്നത്. രാഷ്ട്രപതിയായിരുന്ന ഡോ. എസ് രാധാകൃഷ്ണൻ, മാക്സ് മുള്ളറുടെ പരമ്പര

ഇന്ത്യയിൽനിന്നും പ്രസിദ്ധീകരിക്കാൻ ഏറെ താല്പര്യമെടുത്തു. മാക്സ് മുള്ളർ ഇന്ത്യയിൽ വന്നിട്ടില്ല. മാക്സ് മുള്ളറിലൂടെയാണ് *ഉപനിഷത്ത്* പൊതുവായനാസമൂഹത്തിലേക്ക് എത്തുന്നതെന്ന് ധൈര്യത്തോടെ പറയാം. അതിനുമുമ്പ് ഉപനിഷത്ത് എന്നൊന്ന് ഉള്ളതായി മാത്രമേ അറിയൂ. കാരണം സ്ത്രീകളും പിന്നാക്ക സമുദായക്കാരും ഉപനിഷത്ത് വായിക്കരുതെന്നാണല്ലോ പ്രമാണം. അങ്ങനെ വരുമ്പോൾ ജനതയിലെ എൺപതുശതമാനവും ഉപനിഷത്ത് വായനയ്ക്ക് പുറത്തായിരുന്നു. മാക്സ് മുള്ളറുടെ പരിഭാഷയിലൂടെ ഉപനിഷത്ത് ആഗോള വായനാവേദിയിലെത്തി.

സേക്രഡ് ബുക്സ് ഓഫ് ദി ഈസ്റ്റ്

ലോകാത്ഭുതമായ ഒരു ലൈബ്രറി

വാഷിങ്ടണിലെ 200 കൊല്ലം പഴക്കമുള്ള ലൈബ്രറി ഓഫ് കോൺഗ്രസ് ലോകാത്ഭുതമാണ്. അമേരിക്കയുടെ ദേശീയ ലൈബ്രറിയായ ഇത് ലോകത്തെ ഏറ്റവും വലിയ ലൈബ്രറിയുമാണ്. ലോകഭാഷകളിലെ അച്ചടിച്ച കൃതികളും ഡിജിറ്റൽ കൃതികളും അടക്കം ഒരു ഇതിഹാസശേഖരമാണ് ഇവിടെയുള്ളത്. കോൺഗ്രസ് അംഗങ്ങൾക്കുമാത്രമല്ല പൊതുജനങ്ങൾക്കും വിദ്യാർത്ഥികൾക്കും വിദേശസന്ദർശകർക്കും ലൈബ്രറിയുടെ സേവനം ലഭ്യമാണ്. പഠിതാക്കൾക്കും ഗവേഷകർക്കും പ്രത്യേക ക്രമീകരണങ്ങൾ ഇവിടെയുണ്ട്. ലൈബ്രറിയുടെ അതിവിപുലമായ ശേഖരം ഉപയോഗിക്കാനെത്തുന്നവരെ സഹായിക്കാനും പ്രോത്സാഹിപ്പിക്കാനും ജീവനക്കാർ കാട്ടുന്ന പ്രത്യേക താല്പര്യം എല്ലാവരുടെയും ശ്രദ്ധനേടുന്നു.

യു എസ് കോൺഗ്രസ് ലൈബ്രറി

ഫിലാഡൽഫിയയിലെ പുസ്തകക്കട

ദി ക്വസ്റ്റ്യൻസ് ഓഫ് കിങ് മിലിന്ദ

സർജറിയിൽ മാസ്റ്റർ ബിരുദത്തിനുള്ള തീസിസിന്റെ രചനയുമായി ബന്ധപ്പെട്ട് 1961 ൽ ഞാൻ ഫിലാഡൽഫിയയിൽ ആയിരുന്നപ്പോൾ വീണ്ടും പുസ്തകങ്ങളുടെ ലോകത്തേക്ക് മടങ്ങി. താമസിക്കുന്നതിന്റെ തൊട്ടരികെ ഒരു ബുക്ക്സ്റ്റാൾ ഉണ്ടായിരുന്നു. ഗൗരവമുള്ള പുസ്തകങ്ങളുടെ വിലകുറഞ്ഞ എഡിഷൻ വില്ക്കുന്നത് അവരുടെ പ്രത്യേകതയായിരുന്നു. ആ കടയിൽ അടിക്കടി പോയി. ആദ്യം വാങ്ങിയത് രണ്ട് ഡോളർ വിലയുള്ള *ക്വസ്റ്റ്യൻസ് ഓഫ് കിങ് മിലിന്ദ* ആയിരുന്നു. പാലി ഭാഷയിൽ ബി സി 2-ാം നൂറ്റാണ്ടിൽ എഴുതിയ കൃതി ബുദ്ധമത ക്ലാസിക്കാണ്. അതിന്റെ മൂലരൂപം ലങ്കയിൽ നിന്നാണ് കണ്ടെത്തുന്നത്. സംഭാഷണരൂപത്തിലുള്ള ഗദ്യരചനയാണിത്. ഇതിലെ തീവ്രമായ വാദപ്രതിവാദങ്ങളും ഗൗരവമുള്ള സംഭാഷണങ്ങളും പ്ലേറ്റോയുടെ മാസ്റ്റർപീസായ *ഡയലോഗി*നെ ഓർമ്മിപ്പിക്കുന്നു.

പ്രൊഫ. റൈസ് ഡേവിഡ്സ് (1843-1922)

പ്രൊഫ. റൈസ് ഡേവിഡ്സ്

ക്വസ്റ്റ്യൻസ് ഓഫ് കിങ് മിലിന്ദ, പാലി ഭാഷയിൽനിന്നും ഇംഗ്ലീഷിലേക്ക് പരിഭാഷപ്പെടുത്തിയ പ്രൊഫ. റൈസ് ഡേവിഡ്സ് ഇതിനെ മഹത്തായ കലാസൃഷ്ടിയെന്ന് വിശേഷിപ്പിച്ചു. ലണ്ടൻ യൂണിവേഴ്സിറ്റിയിൽ പാലിഭാഷ-ബുദ്ധമത സാഹിത്യവിഭാഗം പ്രൊഫസറായിരുന്നു ഇദ്ദേഹം. *ബുദ്ധിസം: ഇറ്റ്സ് ഹിസ്റ്ററി ആൻഡ് ലിറ്ററേച്ചർ, ബുദ്ധിസ്റ്റ് ഇന്ത്യ, ജാതക ടെയിൽസ്* തുടങ്ങിയവ ഇദ്ദേഹത്തിന്റെ മറ്റ് ശ്രദ്ധേയ കൃതികളാണ്. പാലി ഭാഷയിലുള്ള ബുദ്ധമത ക്ലാസിക്കുകൾ ഇംഗ്ലീഷിലേക്ക് പരിഭാഷപ്പെടുത്തി ആഗോള വായനയ്ക്ക് വേദി

ഒരുക്കിയ പണ്ഡിതൻ എന്ന നിലയിൽ പ്രത്യേക സ്ഥാനം ഇദ്ദേഹത്തിനുണ്ട്. ശങ്കരാചാര്യരുടെ നിശിതവിമർശകനുമായിരുന്നു റൈസ്. പ്രൊഫസറാകും മുമ്പ് ബ്രിട്ടീഷ് സിവിൽ സർവ്വീസ് ഉദ്യോഗസ്ഥനായിരുന്ന ഇദ്ദേഹം ശ്രീലങ്കയിൽ സേവനം അനുഷ്ഠിച്ചിട്ടുണ്ട്. പ്രാചീന നഗരമായ അനുരാധപുരയുടെ ഖനനത്തിൽ പങ്കാളിയായി. ഇക്കാലത്താണ് പാലി ഭാഷാപഠനത്തിൽ താല്പര്യം ഉണ്ടായതും ബുദ്ധമത താളിയോലകൾ ശേഖരിക്കാൻ തുടങ്ങിയതും.

മിലിന്ദയും നാഗസേനയും: വാക്കുകളുടെ തേരോട്ടം

വടക്കുപടിഞ്ഞാറൻ ഇന്ത്യയിൽ അലക്സാണ്ടറുടെ ഭരണാധിപത്യത്തിലായിരുന്ന പ്രദേശങ്ങൾ അദ്ദേഹത്തിന്റെ മരണത്തെത്തുടർന്ന് ഛിന്നഭിന്നമായി. അതിലൊന്ന് ഭരിച്ചിരുന്നത് മെനന്ദർ രാജാവായിരുന്നു. ഇന്ത്യക്കാർ അദ്ദേഹത്തെ മിലിന്ദ എന്ന് വിളിച്ചു. പണ്ഡിതനായ അദ്ദേഹം ബുദ്ധസന്ന്യാസിമാരെ ദാർശനിക വിഷയങ്ങളിലൂന്നിയ സംഭാഷണത്തിലൂടെ വെല്ലുവിളിക്കുകയും തുടർച്ചയായി അവരെ വീഴ്ത്തുകയും ചെയ്തിരുന്നു. ഇത് വലിയ അപമാനമായി കരുതിയ ബുദ്ധസന്ന്യാസിമാർ മിലിന്ദയെ താർക്കികമായി തോല്പിക്കാൻ പ്രാപ്തിയുള്ള ഒരു ജന്മത്തിനായി പ്രാർത്ഥിച്ചു. അങ്ങനെ പിറന്ന മഹാപ്രതിഭയാണ് നാഗസേന എന്ന് വിശ്വാസം. കൗമാരത്തിൽത്തന്നെ മഹാപാണ്ഡിത്യം പ്രകടിപ്പിച്ച നാഗസേന, മിലിന്ദയെ യുക്തിഭദ്രമായി നേരിട്ടു. അവരുടെ സംഭാഷണമാണ് *ക്വസ്റ്റ്യൻസ് ഓഫ് കിങ് മിലിന്ദ*. രസകരമായ സംഭാഷണത്തിലെ ഒരു ഭാഗം വായിക്കാം.:

* മിലിന്ദ: താങ്കളുടെ പേര്?

നാഗസേന : നാഗസേന. എന്നെ അഭിസംബോധന ചെയ്യുന്ന ഒരു പേരു മാത്രമാണിത്. അതിൽ ആത്മാവില്ല.

* അപ്പോൾ എന്താണ് നാഗസേന? ഈ മുടി നാഗസേനയാണോ?
ഞാൻ അങ്ങനെ പറയില്ല.

* അപ്പോൾ നഖം, പല്ല്, ത്വക്ക് എല്ലാ അവയവങ്ങളും ചേർന്നതാണോ?
തീർച്ചയായും അല്ല.

* ഇന്ദ്രിയങ്ങൾ, ആശയം, ബോധം ഇവയൊക്കെയാണോ?
തീർച്ചയായും അല്ല.

* താങ്കളുടെ ശരീരത്തിന് പുറത്ത് എന്തെങ്കിലും നിലനില്ക്കുന്നോ?
തീർച്ചയായും ഇല്ല.
തുടർന്ന് മിലിന്ദ പ്രഖ്യാപിച്ചു : എനിക്ക് നാഗസേനയെ കണ്ടെത്താനാകുന്നില്ല. അത് ശൂന്യമായ ശബ്ദം മാത്രമാണ്. അപ്പോൾ എന്റെ മുന്നിൽ നില്ക്കുന്ന നാഗസേന ആരാണ്? താങ്കൾ പറഞ്ഞതെല്ലാം തെറ്റല്ലേ?

* അത് കേട്ട നാഗസേന മിലിന്ദയോട് ചോദിച്ചു: രാജൻ, താങ്കൾ എങ്ങനെയാണ് ഇവിടേക്ക് വന്നത്?

മിലിന്ദ: എന്റെ രഥത്തിൽ.

* അത് എന്താണെന്ന് എന്നോടു വിശദീകരിച്ചാലും. കൊടിമരമാണോ രഥം?

ഞാൻ അങ്ങനെ പറയില്ല.

* രഥത്തിന്റെ അച്ചുതണ്ടാണോ?

തീർച്ചയായും അല്ല.

* ചക്രം, മേല്ക്കൂര, ചാട്ട?

ഇതൊന്നുമല്ല.

* ഈ ഭാഗമെല്ലാം രഥമല്ലേ?

അല്ല.

* അപ്പോൾ രഥത്തിന് ബാഹ്യമായ എന്തെങ്കിലുമാണോ രഥമാകുന്നത്?

അല്ല.

തുടർന്ന് നാഗസേന പ്രഖ്യാപിച്ചു: രാജൻ, എനിക്ക് രഥം കണ്ടെത്താനാവുന്നില്ല. രഥം ശൂന്യമായ ശബ്ദം മാത്രമാണ്. അപ്പോൾ താങ്കൾ വന്നു എന്നു പറയുന്ന രഥം എന്താണ്? അതൊരു അസത്യ പ്രസ്താവനയാണ്.

തുടർന്ന് മിലിന്ദ പറഞ്ഞു: ഞാൻ തെറ്റായതൊന്നും പറഞ്ഞില്ല. കൊടിമരവും ചക്രവും എല്ലാം രഥം എന്ന പ്രയോഗത്തിനടിയിൽ വരും.

ഒടുവിൽ നാഗസേന ഇങ്ങനെ സമാഹരിച്ചു: വളരെ നല്ലകാര്യം. രഥം എന്തെന്ന് മഹാരാജൻ മനസ്സിലാക്കിയിരിക്കുന്നു. അതേപോലെ തന്നെ താങ്കൾ മനുഷ്യശരീരത്തെപ്പറ്റി എന്നോടു ചോദിച്ച എല്ലാക്കാര്യങ്ങളും ചേർന്നതാണ് നാഗസേന.

മിലിന്ദ: ഏറ്റവും അത്ഭുതകരമായിരിക്കുന്നു നാഗസേനാ.

പുസ്തകത്തിലെ ധിഷണാപരമായ സംഭാഷണത്തിലെ ഒരു ഉദാഹരണം മാത്രമാണിത്. പാലിയിൽ *മിലിന്ദപാഞ്ഞോ* എന്നാണ് കൃതിയുടെ പേര്. 59 കൊല്ലം മുമ്പ് രണ്ട് ഡോളറിനു വാങ്ങിയ പുസ്തകം സമൃദ്ധമായി മടക്കിത്തന്നുകൊണ്ടിരിക്കുന്നു, ഇന്നും.

റസ്സലിന്റെ പാശ്ചാത്യദർശന ചരിത്രം

ആദ്യകാലത്ത് വാങ്ങിയ മറ്റൊരു പുസ്തകമാണ് ബർട്രാൻഡ് റസ്സലിന്റെ *ഹിസ്റ്ററി ഓഫ് വെസ്റ്റേൺ ഫിലോസഫി*. 75 അദ്ധ്യായമുള്ള പുസ്തകത്തിന് അന്ന് രണ്ടേമുക്കാൽ ഡോളറാണ് വില. ദാർശനിക ചരിത്രത്തിലെ ക്ലാസിക്കും സാഹിത്യത്തിലെ മാസ്റ്റർപീസുമാണിത്. ഗ്രീക്ക് ദർശനത്തിനും നവോത്ഥാനത്തിനും മദ്ധ്യേ കാത്തലിക്ക് ഫിലോസഫി വിശദമായിത്തന്നെ റസ്സൽ പ്രതിപാദിക്കുന്നു. ഗ്രീക്ക് ദാർശനികരുടെ വിശ്വാസപ്രമാണ

ബർട്രാൻഡ് റസ്സൽ

ങ്ങളും അവതരിപ്പിക്കുന്നു. നവോത്ഥാനം മുതൽ ഹ്യൂം വരെ ഫിലോസഫിയിലെ മുന്നേറ്റങ്ങളും ഇതിലുണ്ട്. അവസാനമായി റൂസോ മുതൽ 1950 കളിലെ ഡ്യൂയി വരെ. സാമൂഹികരാഷ്ട്രീയ ജീവിതങ്ങളിലെ പരമസാരമായ ദാർശനികതയെ അവതരിപ്പിക്കുന്നതിൽ റസ്സൽ വിജയിച്ചിരിക്കുന്നു.

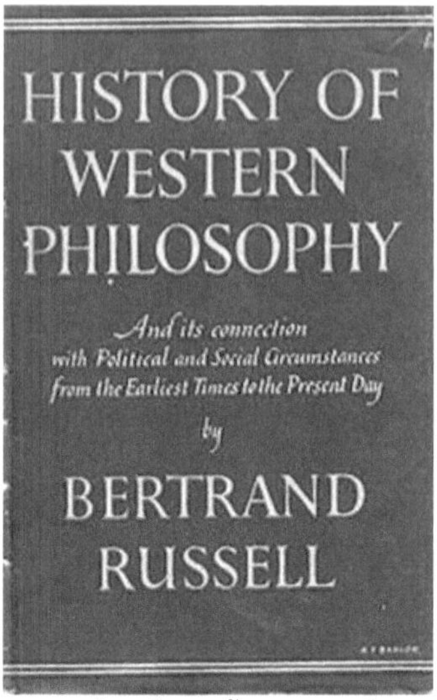

ഹിസ്റ്ററി ഓഫ് വെസ്റ്റേൺ ഫിലോസഫി

ഓരോ വ്യക്തിയുടെയും ചിന്താപദ്ധതികൾ കൃത്യമായും വ്യക്തമായും അവതരിപ്പിക്കുന്ന റസ്സൽ തുടർന്ന് നർമ്മത്തിന്റെ അകമ്പടിയിൽ വിമർശിക്കുന്നുമുണ്ട്. ചില വേളയിൽ വിമർശനം മാരകമാകുന്നുമുണ്ട്. *ക്രിയറ്റേവ് എവലൂഷൻ* എഴുതിയ ബർഗ്സണിന്റെ മൂല്യം അളക്കുമ്പോൾ അത് പ്രകടം. പ്ലേറ്റോ, ഡെക്കാർത്ത്, സ്പിനോസ, ലോക്ക് എന്നിവരെപ്പോലെ എന്നെ ആകർഷിച്ച ദാർശനികരുടെ കൃതികൾ പിന്നീട് സ്വന്തമാക്കി. ഇത്തരത്തിൽ ഒരാസൂത്രണത്തിലൂടെ പുസ്തകം ശേഖരിക്കുകവഴി എന്റേതായി ഒരു ദാർശനിക പുസ്തകപ്പുരതന്നെ നിർമ്മിച്ചു.

തലച്ചോർ പറഞ്ഞ കഥകൾ

ലോകപ്രസിദ്ധ ന്യൂറോ സർജൻ പെൻഫീൽഡിന്റെ ആത്മകഥയായ *നോ മാൻ എലോൺ* എനിക്ക് പ്രിയപ്പെട്ട പുസ്തകമാണ്. അമേരിക്കക്കാരനായ ഇദ്ദേഹം 1950 കളിൽ മദ്രാസിൽ വന്ന് ഒരു പ്രഭാഷണം നടത്തിയിരുന്നു. അന്ന് ഞാൻ തിരുവനന്തപുരം മെഡിക്കൽകോളേജിൽ വിദ്യാർത്ഥിയാണ്. ആ പ്രഭാഷണത്തെപ്പറ്റി മെഡിക്കൽകോളേജിൽ ചർച്ച നടന്നിരുന്നു. എപ്പിലപ്സി വന്ന ഒരു കുട്ടിയുടെ തലച്ചോറിൽ പെൻഫീൽഡ് നടത്തിയ ശസ്ത്രക്രിയയുടെ അനുഭവങ്ങൾ അദ്ദേഹത്തിന്റെ ആത്മകഥയിൽ വിവരിക്കുന്നുണ്ട്. ശസ്ത്രക്രിയയ്ക്കിടെ തലച്ചോറിന്റെ ഒരു ഭാഗത്ത് ഒരു ഉപകരണം അറിയാതെ തൊടുമ്പോൾ ആ കുട്ടി ഒരു പാട്ട് മൂളാൻ തുടങ്ങി. ഇത് ഞാൻ പണ്ട് പഠിച്ച പാട്ടാണെന്നുപറഞ്ഞാണ് പാടിയത്. നാലുമിനിറ്റ് കഴിഞ്ഞ് വീണ്ടും അവിടെ മനഃപൂർവ്വം തൊട്ടു. അപ്പോൾ കുട്ടി അതേ പാട്ട് വീണ്ടും മൂളി. ഓർമ്മയുടെ ഇരിപ്പിടം ഇവിടെ തന്നെയെന്ന് ഉറപ്പിക്കുകയായിരുന്നു പെൻഫീൽഡ്. ഇങ്ങനെ അത്ഭുതകരമായ ഒട്ടേറെ വിവരങ്ങൾ ഈ കൃതിയിലുണ്ട്. മണിപ്പാലിലെ ഡോ. ഗിരീഷ് മേനോന് ഈ പുസ്തകം ഞാൻ കൈമാറി.

ഡോ. പെൻഫീൽഡ്

വൈദ്യശാസ്ത്രത്തിൽ നൊബേൽ സമ്മാനം നേടിയ റോസ് റോജർ വോൾകോട്ട് സ്പെറി എന്ന അമേരിക്കക്കാരൻ തലച്ചോറിന്റെ ഇടതുവലത് ഭാഗങ്ങളുടെ കഴിവുകൾ കണ്ടെത്തി. തലച്ചോറിന്റെ ഇടതുഭാഗം ആസൂത്രണത്തിൽ മുഴുകുമ്പോൾ വലതുഭാഗം പെട്ടെന്നുള്ള പ്രചോദനങ്ങൾക്ക് വേദിയാകുന്നു. സ്പെറിക്ക് നൊബേൽ സമ്മാനം പ്രഖ്യാപിക്കുമ്പോൾ അദ്ദേഹം ഒരു മലമുകളിൽ ട്രക്കിങ്ങിലായിരുന്നു. സമ്മാനസമിതിയുടെ പ്രതിനിധികൾ അദ്ദേഹത്തെ തേടിയെത്തി വിവരം പറഞ്ഞപ്പോൾ പ്രതികരണം ഇങ്ങനെ: മൈ ലെഫ്റ്റ് ബ്രെയിൻ കാൻ ഹാർഡ്‌ലി എക്സ്പ്രസ് വാട്ട് മൈ റൈറ്റ് ബ്രെയിൻ ഫീൽസ്. (എന്റെ വലതു തലച്ചോറിന്റെ വികാരമെന്തെന്ന് ഇടതു തലച്ചോറിന് പറയാനാകുന്നില്ല).

നോ മാൻ എലോൺ

ഇപ്പോൾ വായന മറവിരോഗത്തെപ്പറ്റി

റോസ് റോജർ
വോൾകോട്ട് സ്പെറി

ഇപ്പോൾ വായിച്ചുകൊണ്ടിരിക്കുന്നത് അൽഷൈമേഴ്സ് രോഗവുമായി ബന്ധപ്പെട്ട കാര്യങ്ങളാണ്. മണിപ്പാൽ യൂണിവേഴ്സിറ്റിയിൽ ഓർമ്മശക്തിയെപ്പറ്റി നടക്കുന്ന ഗവേഷണത്തിന്റെ ഏകോപനച്ചുമതലയുള്ളതിനാലാണ് ഈ മേഖലയിൽ പ്രത്യേക വായന തുടരുന്നത്. രസായനങ്ങൾ മേധയെ (ബുദ്ധി) എങ്ങനെ ബാധിക്കുന്നു എന്ന പരീക്ഷണങ്ങളാണ് ഇവിടെ നടക്കുന്നത്. ഒരു പ്രത്യേക രീതിയിൽ ഓർമ്മ നഷ്ടപ്പെടുന്ന രോഗാവസ്ഥ കണ്ടെത്തിയത് ജർമ്മൻ ഫിസിഷ്യനായ അൽഷൈമർ ആണ്. പിന്നീട് അദ്ദേഹത്തിന്റെ പേരിൽ രോഗം അറിയപ്പെട്ടു. ഈ രോഗം വന്നയാളിന് സ്വന്തം പേര് പറയാനാകുന്നില്ല. ആളെ തിരിച്ചറിയാനും ആകുന്നില്ല. എന്നാൽ മറ്റു കാര്യങ്ങൾക്കൊന്നും ബുദ്ധിമുട്ടില്ല. വിചിത്രമായ ഒരവസ്ഥ. അല്ലെങ്കിൽത്തന്നെ തലച്ചോറും മനസ്സും തമ്മിലുള്ള ബന്ധം ശാസ്ത്രലോകത്തിന് ഇന്നും വ്യക്തമായറിയില്ല. സ്ട്രോക്ക് വന്ന് ഓർമ്മയും സംസാരശേഷിയും നഷ്ടപ്പെട്ടവർക്ക് പിന്നീട് രണ്ടും വീണ്ടെടുക്കാനാകുമ്പോൾ വിചിത്രാനുഭവങ്ങൾ പ്രകടമാകുന്നു. മുന്നിലിരിക്കുന്ന ചായക്കപ്പ് നോക്കി ആ പുസ്തകം ഇങ്ങെടുക്കൂ എന്നു പറയുന്ന രോഗിയോട് അതു പുസ്തകമല്ല ചായക്കപ്പാണെന്ന് പറയുമ്പോൾ ക്ഷുഭിതനാകും. രണ്ടു ഭാഷ അറിയാമായിരുന്ന മറ്റൊരു രോഗിക്ക് ഒന്നിൽ മാത്രം ഓർമ്മകൾ തങ്ങിനില്ക്കുന്നു. രണ്ടു ഭാഷയുടെ ഓർമ്മകൾ രണ്ടുതരത്തിലായത് എങ്ങനെ? നമുക്ക് പലതരം ഓർമ്മകൾ ഉണ്ടല്ലോ. ഒരിക്കലും മറക്കാത്ത ഓർമ്മകൾ എങ്ങനെ കൈവന്നു? എന്നേ മറന്നുപോയതിന്റെ കാരണമെന്താണ്? വിപുലമായ പഠനശാഖയാണ് കൊഗ്നിറ്റീവ് ന്യൂറോളജി.

ഡോ. അൽഷൈമർ

തലച്ചോറിന് സ്വന്തം താല്പര്യങ്ങൾ എങ്ങനെ ഉണ്ടാകുന്നു എന്നറിയില്ല. അതൊരു അത്ഭുതമാണ്. ഒരുദിവസം രാവിലെ മുമ്പെങ്ങുമില്ലാത്ത വിധം ഒരു പാട്ട് കേൾക്കണമെന്ന് പെട്ടെന്ന് തോന്നുന്നു. അല്പം കഴിയുമ്പോൾ ഇനി ചരിത്ര പുസ്തകം മറിക്കാമെന്നായി. അതും കഴിയുമ്പോൾ സിനിമയ്ക്ക് പോകണമെന്നോ മറ്റോ ആകും. എങ്ങനെയാണ് ഇത് സംഭവിക്കുന്നത്? അന്വേഷണ വിഷയമാണത്.

മനുഷ്യൻ, അജ്ഞാതനായ മനുഷ്യൻ

അലക്സിസ് കാരൽ

നൊബേൽ ജേതാവായ ഫ്രഞ്ച് സർജൻ അലക്സിസ് കാരലിനെ ഇവിടെ ഓർക്കുന്നു. ഇരുപതാം നൂറ്റാണ്ടിന്റെ തുടക്കത്തിൽ അമേരിക്കയിലെ റോക്ഫെല്ലർ യൂണിവേഴ്സിറ്റിയിൽ ജോലി ചെയ്തിരുന്ന അദ്ദേഹത്തിന്റെ പ്രസിദ്ധകൃതിയാണ് *മാൻ ദി അൺനോൺ*. അതിൽ ശ്രദ്ധേയമായ ഒരു നിരീക്ഷണമുണ്ട്. ഒരു അനാട്ടമിസ്റ്റ്, ശരീരത്തിലെ അവയവങ്ങളെപ്പറ്റി വിശദമായി പറയും. ഫിസിയോളജിസ്റ്റ് അവയവപ്രവർത്തനം വിശദീകരിക്കും. പതോളജിസ്റ്റ് രോഗബാധിതമായ അവയവം വിശകലനം ചെയ്യുന്നു. ഇക്കണോമിസ്റ്റ് ഉപഭോഗത്തെപ്പറ്റി വിലയിരുത്തും. ഇതെല്ലാം ശരിയാണ്. എന്നാൽ ഇതെല്ലാം കൂട്ടിയാലും മനുഷ്യൻ ആരെന്ന് തിരിച്ചറിയില്ല. അതായത് മനുഷ്യൻ അജ്ഞാതനായിത്തന്നെ നിലകൊള്ളുന്നു - മാൻ ദി അൺനോൺ.

മാൻ ദി അൺനോൺ

രക്തക്കുഴലുകളെ യോജിപ്പിക്കാനുള്ള കണ്ടെത്തലിനാണ് കാരലിന് നൊബേൽ സമ്മാനം കിട്ടിയത്. സെൽ കൾചർ പരീക്ഷണം തുടങ്ങിയതും അദ്ദേഹമായിരുന്നു. രണ്ടാം ലോകമഹായുദ്ധത്തിനു ശേഷം ഫ്രാൻസിൽ മടങ്ങിയെത്തിയ കാരൽ നാസികളെ പുകഴ്ത്തിയതിലൂടെ സ്വയം പതനം ഏറ്റുവാങ്ങിയത് മറ്റൊരു കഥ.

നളന്ദയിലെ ഗ്രന്ഥശേഖരം കത്തിയമരാൻ 3 മാസം

ആധുനിക ലോകത്തെ വലിയ ഗ്രന്ഥശാലകളുടെ പട്ടികയിൽ ഇന്ത്യയിലെ ലൈബ്രറികൾ ഇല്ല. എന്നാൽ പ്രാചീനകാലത്തെ ഗ്രന്ഥശേഖരങ്ങളുടെ കാര്യമെടുത്താൽ ഭാരതം കഴിഞ്ഞേ മറ്റു രാജ്യങ്ങൾ ഉള്ളൂ.

പ്രാചീന സർവ്വകലാശാലയായ നളന്ദയിൽ അതി വിപുലമായ ഗ്രന്ഥ ശേഖരം ഉണ്ടായിരുന്നു. 11-ാം നൂറ്റാണ്ടിൽ തുർക്കിയിൽനിന്നുള്ള ആക്ര മണകാരി ഭക്ത്യാർ ഖിൽജി നളന്ദ ആക്രമിച്ച് തീയിട്ടു. നളന്ദയിലെ ഗ്ര ന്ഥശേഖരം കത്തിയമരാൻ മൂന്നുമാസമെടുത്തത്രേ!. വിലപ്പെട്ട താളിയോ ലകൾ ചാമ്പലായെങ്കിലും അതിന്റെ പകർപ്പ് ചൈനയിൽ ഇപ്പോഴുമു ണ്ട്. നളന്ദയുടെ പുഷ്കലകാലത്ത് പഠിക്കാനെത്തിയ ചൈനക്കാർ പ കർത്തിക്കൊണ്ടുപോയതാണ് അതെല്ലാം. നളന്ദയുടെ പുഷ്കലകാലത്ത് പതിനായിരം വിദ്യാർത്ഥികൾ അവിടെ പഠിക്കാനുണ്ടായിരുന്നു. മഹാ യാന ബുദ്ധിസമായിരുന്നു മുഖ്യ പാഠ്യപദ്ധതി. അതു പഠിക്കാൻ തുർ ക്കി മുതൽ ജപ്പാൻ വരെയുള്ള രാജ്യങ്ങളിലെ വിദ്യാർത്ഥികൾ എത്തി. ര ണ്ടാമത്തേത് ആയുർവേദം. അതിൽ വാഗ്ഭടന്റെ *അഷ്ടാംഗ ഹൃദയ*മാ ണ് പഠിപ്പിച്ചിരുന്നത്. വാഗ്ഭടൻ ബുദ്ധമതക്കാരനായിരുന്നു. ബനാറസി നടുത്ത് സാരാനാഥിലെ സെൻട്രൽ ഇൻസ്റ്റിറ്റ്യൂട്ട് ഓഫ് ടിബറ്റൻ സ്റ്റഡീ സിന്റെ പ്രധാന പാഠ്യപദ്ധതിയാണ് *അഷ്ടാംഗ ഹൃദയം*. അദ്ധ്യാപകരെ ല്ലാം ടിബറ്റുകാരാണ്. *സുശ്രുത സംഹിത*യുടെ വ്യാഖ്യാനം എഴുതുന്ന കാലത്ത് ഒരിക്കൽ ഞാൻ അവിടെ പോയിരുന്നു. നളന്ദയിൽ ആയുർവേ ദം പഠിപ്പിച്ചിരുന്നുവെന്ന് പൊതുവെ അറിയാമെങ്കിലും എന്താണ് പഠി പ്പിച്ചത് എന്ന് വ്യക്തമല്ല. അതറിയാനാണ് ശ്രമിച്ചത്. സുശ്രുതൻ ശസ് ത്രക്രിയകളെപ്പറ്റി വളരെ വിശദമായി വിവരിക്കുന്നുണ്ട്. പില്ക്കാലത്ത് ശസ്ത്രക്രിയയ്ക്ക് ആയുർവേദത്തിൽ പ്രചാരം തീരെ കുറഞ്ഞു, ആരും

നളന്ദയുടെ ചരിത്രാവശിഷ്ടം

ചെയ്യാതെയായി. അതിന്റെ വ്യക്തമായ കാരണങ്ങൾ അറിയില്ല. ബുദ്ധമതാനുയായികൾ രക്തം കാണാൻ ഇഷ്ടപ്പെടാത്തതാണ് ഇതിനു കാരണമെന്ന് ഒരു വാദമുണ്ട്. അപ്പോൾ നളന്ദയിൽ ശസ്ത്രക്രിയ പഠിപ്പിച്ചിരുന്നോ എന്നായിരുന്നു പ്രധാന ചോദ്യം. ടിബറ്റൻ യൂണിവേഴ്സിറ്റിയിലെ പ്രൊഫസർ പറഞ്ഞത്, ശസ്ത്രക്രിയ പഠിപ്പിച്ചിരുന്നോ എന്നറിയില്ല, എന്നാൽ അഷ്ടാംഗ ഹൃദയം പഠിപ്പിച്ചിരുന്നു. അഷ്ടാംഗ ഹൃദയത്തിൽ ശസ്ത്രക്രിയ വളരെ കുറച്ചേ വരുന്നുള്ളു. സുശ്രുതന്റെ കാലം ബുദ്ധന് മുമ്പാണ്. അന്ന് ശസ്ത്രക്രിയയ്ക്ക് ഏറെ പ്രചാരമുണ്ടായിരുന്നു. ബുദ്ധന്റെ ഭിഷഗ്വരനായ ജീവകൻ പ്രസിദ്ധനായ സർജനായിരുന്നു. അങ്ങനെയുള്ള പാരമ്പര്യത്തിന് ശേഷമാണ് ശസ്ത്രക്രിയ ആയുർവേദത്തിൽനിന്ന് അപ്രത്യക്ഷമാകുന്നത്. നളന്ദ സർവ്വകലാശാല ഉയർന്നുവന്ന സ്ഥലം ബുദ്ധൻ കാൽ ചവിട്ടിയ പുണ്യഭൂമിയാണെന്ന് വിശ്വാസമുണ്ട്. ബുദ്ധൻ ചൈനയിൽ പോയിരുന്നുവെന്നും പറയുന്നുണ്ട്.

രണ്ടാമൂഴത്തിനായി എം ടി വായിച്ച മഹാഭാരതം ഗാംഗുലിയുടേത്

എന്റെ പുസ്തകശേഖരത്തിലെ പ്രധാനപ്പെട്ട രണ്ടു കൃതികളാണ് കിസരി മോഹൻ ഗാംഗുലിയുടെ *മഹാഭാരത*വും ആർ ജി ഭണ്ഡാർക്കറുടെ *ക്രിട്ടിക്കൽ സ്റ്റഡീസ് ഇൻ മഹാഭാരത*വും. മഹാഭാരതത്തിന്റെ ഇംഗ്ലീഷ് പരിഭാഷകളിൽ ഏതാണ് ശ്രേഷ്ഠമെന്ന് എം ടി വാസുദേവൻ നായരോട് ഒരിക്കൽ ചോദിച്ചു. കിസരി മോഹൻ ഗാംഗുലിയുടെ പരിഭാഷയെന്ന് മറുപടി. *രണ്ടാമൂഴ*ത്തിന്റെ രചനയുമായി ബന്ധപ്പെട്ട് മഹാഭാരതകാലത്തെ ഭൂപ്രകൃതി, മനുഷ്യർ, യന്ത്രസാമഗ്രികൾ, നിറങ്ങൾ, രസതന്ത്രം തുടങ്ങി വിപുലമായ അന്വേഷണം നടത്തിയ എം ടിക്ക് തൃപ്തികരമായ മറുപടി കണ്ടെത്താനായത് ഗാംഗുലിയുടെ *മഹാഭാരത*ത്തിൽ നിന്നായിരുന്നു. വ്യാസന്റെ മാജിക്ക് ഗാംഗുലി കാട്ടിയെന്നാണ് എം ടി പറഞ്ഞത്. എഴുത്തച്ഛൻ ഏതാനും വാക്കുകളിലൂടെ ഘോരവനത്തിന്റെ പ്രതീതി സൃഷ്ടിച്ചപോലെ ഗാംഗുലി പരിഭാഷയിൽ വിസ്മയം കാട്ടി.

എം ടി

ബംഗാളിലെ സംസ്കൃതപണ്ഡിതനായിരുന്ന ഗാംഗുലിയുടെ ഭാരതപരിഭാഷ നീണ്ട തപസ്സിന്റെ ഫലമായിരുന്നു. 1883-1896 കാലത്താണ് പുസ്തകം പ്രസിദ്ധീകരിക്കുന്നത്. *ദ മഹാഭാരത ഓഫ് കൃഷ്ണദ്വൈപായന വ്യാസ* എന്നാണ് കൃതിയുടെ പേര്. സംസ്കൃതത്തിലുള്ള *മഹാഭാരത*ത്തിന് ഇന്ത്യയിൽ നിന്നുണ്ടാകുന്ന

ആർ ജി ഭണ്ഡാർക്കർ

ആദ്യ ഇംഗ്ലീഷ് പരിഭാഷയാണിത്. അതിനുമുമ്പ് വന്നത് പി ലാലിന്റെ പരിഭാഷയായിരുന്നു. പദാനുപദ പരിഭാഷ എന്നതിനപ്പുറം അതിന് ആസ്വാദകർക്കിടയിൽ സ്വാധീനമുണ്ടായില്ല.

പരിഭാഷ പ്രസിദ്ധീകരിക്കുംമുമ്പേ ഗാംഗുലി യാത്രയായി. പരിഭാഷയ്ക്കും പ്രസിദ്ധീകരണത്തിനുമായി ഒട്ടേറെപ്പേരുടെ സഹായം തേടിയെങ്കിലും എല്ലാവരും നിരുത്സാഹപ്പെടുത്തി. ഈശ്വർ ചന്ദ്ര വിദ്യാസാഗർപോലും പിന്തുണച്ചില്ല എന്ന് ഗാംഗുലി വിഷമത്തോടെ പറഞ്ഞിട്ടുണ്ട്. എങ്കിലും ഉത്സാഹം വിടാതെ ജാഗ്രതയോടെ അദ്ദേഹം പരിഭാഷ പൂർത്തിയാക്കി. ഗാംഗുലി മരിച്ചതിനുപിന്നാലെ ഭാര്യ ആ കടലാസുകളുടെ മൂല്യമറിയാതെ ഒരു പ്രസാധകന് കൈമാറി. അവരാകട്ടെ ഡൽഹിയിലെ മനോഹർ പബ്ലിക്കേഷന് മറിച്ചു വിറ്റു. അവർ അത് അച്ചടിച്ചപ്പോൾ ഗാംഗുലിയുടെ പേരുവച്ചില്ല. പകരം മാനുസ്ക്രിപ്റ്റ് കൈമാറിയ പ്രസാധകന്റെ പേരുചേർത്തു. ഇതു ശ്രദ്ധയിൽപ്പെട്ട ചില ബംഗാളികൾ മനോഹർ പബ്ലിക്കേഷനെ വിവരം അറിയിച്ചു. അവർ പുസ്തകം പിൻവലിക്കുകയും ഗാംഗുലിയുടെ പേരുചേർത്ത് വീണ്ടും പ്രസിദ്ധീകരിക്കുകയും ചെയ്തു. എം ടിയാണ് ഇക്കഥ പറഞ്ഞത്.

*മഹാഭാരത*ത്തിന്റെ ഇംഗ്ലീഷ് പരിഭാഷകളിൽ വിലപ്പെട്ട മറ്റൊരു കൃതിയാണ് ആർ ജി ഭണ്ഡാർക്കറുടെ *ക്രിട്ടിക്കൽ സ്റ്റഡീസ് ഇൻ മഹാഭാരത*. വ്യാസഭാരതത്തിൽ പില്ക്കാ

കിസരി മോഹൻ ഗാംഗുലി മഹാഭാരതം

ലത്ത് കടന്നു കൂടിയ വരികളും പിഴവുകളും തിരുത്തി പ്രസിദ്ധീകരിച്ച താണിത്. 1919 ലാണ് ഇതിന്റെ ആദ്യപതിപ്പ് പുറത്തിറക്കിയത്. ഗാംഗുലി യെപ്പോലെ പതിറ്റാണ്ടുകളുടെ തപസ്സായിരുന്നു ഭണ്ഡാർക്കറുടേതും. അദ്ദേ ഹത്തിന്റെ കൃതിയുടെ ഇൻഡക്സ് തന്നെ നാലുവാല്യങ്ങളുള്ള ഒരു വ ലിയ പുസ്തകമാണ്.

മഹാരാഷ്ട്രക്കാരനായ ഭണ്ഡാർക്കറുടെ സ്മരണാർത്ഥമുള്ള സ്ഥാപ നമാണ് പൂനയിലെ ഭണ്ഡാർക്കർ ഓറിയന്റൽ ഇൻസ്റ്റിറ്റ്യൂട്ട്.

പുസ്തകങ്ങൾ മണിപ്പാലിനും ചിന്മയമിഷനും

എന്റെ പുസ്തകശേഖരത്തിൽ നല്ലൊരുപങ്ക് മണിപ്പാൽ യൂണിവേ ഴ്സിറ്റിക്കും കൊച്ചി ചിന്മയ വിശ്വവിദ്യാപീഠത്തിനും കൈമാറി. ശേഷി ക്കുന്ന പുസ്തകങ്ങൾ ചെറുമകനായ ആദിത്യ വല്യത്താൻ പിള്ളയുടെ താല്പര്യപ്രകാരം സൂക്ഷിക്കുകയാണ്. പാരീസിൽനിന്നും മാസ്റ്റേഴ്സ് ബിരുദം നേടി, ഡൽഹി സെന്റർ ഫോർ പോളിസി റിസർച്ചിൽ സീനിയർ റിസർച്ച് ഫെല്ലോ ആണ് ആദിത്യ. വിൽ ഡുറന്റിന്റെ *ലോകചരിത്രം* അട ക്കമുള്ള പുസ്തകങ്ങൾ സൂക്ഷിക്കാനാണ് ആദിത്യ താല്പര്യപ്പെട്ടത്. ദർശനവും ചരിത്രവും എനിക്ക് പ്രിയപ്പെട്ട വായനാമേഖലയാണ്. അതി നാൽത്തന്നെ ഈ രംഗത്തെ ഈടുറ്റ രചനകൾ വാങ്ങി സൂക്ഷിക്കാൻ പ്ര ത്യേകം ശ്രദ്ധിച്ചു. കുട്ടികൃഷ്ണമാരാരുടെ *ഭാരതപര്യടനം* ഉൾപ്പെടെ കുറച്ച് മലയാളം പുസ്തകങ്ങളേ എന്റെ ശേഖരത്തിൽ ഉള്ളൂ. പുസ്തകങ്ങൾ കാമധേനുപോലെയാണ്. വായനക്കാർ ആഗ്രഹിക്കുന്നതെല്ലാം അത് തന്നുകൊണ്ടേയിരിക്കും.

മാവേലിക്കരയിലെ തറവാടിന്റെ ചിത്രവുമായി വല്യത്താൻ

എഴുത്തിന്റെ ലോകം

സർ ഏണസ്റ്റ് ഗവേഴ്സ്

കാർഡിയാക് സർജൻ എന്ന നിലയിൽ 30 വർഷത്തോളം ഞാൻ എഴുതിയത് വൈദ്യശാസ്ത്രവുമായി ബന്ധപ്പെട്ട സാങ്കേതികവിഷയങ്ങളായിരുന്നു. പിന്നീട് ആയുർവേദ ചരിത്രം പഠിച്ചപ്പോൾ ചരകന്റെയും സുശ്രുതന്റെയും വാഗ്ഭടന്റെയും കൃതികളുടെ വ്യാഖ്യാനം എഴുതി. അതിനെല്ലാംകൂടി പത്തുവർഷമെടുത്തു. അങ്ങനെ നാല്പതുകൊല്ലം എഴുതിയത് സർഗ്ഗാത്മക രചനയായി കണക്കാക്കാനാവില്ല. കോളേജ് പഠനകാലത്ത് ക്യാമ്പസ് മാഗസിനുകളിൽ എഴുതിയതും സാമൂഹികവിഷയങ്ങളെക്കുറിച്ചായിരുന്നു.

എങ്ങനെ പറയണം, എഴുതണം എന്നതിനെപ്പറ്റി ലോകപ്രശസ്തമായ ഒരു കൃതി ഓർമ്മ വരുന്നു. സർ ഏണസ്റ്റ് ഗവേഴ്സിന്റെ *പ്ളെയിൻ വേർഡ്സ്* എങ്ങനെ ലളിതമായി എഴുതാമെന്നതിനുള്ള വഴികാട്ടിയാണ്. ഭരണകൂടത്തിലുള്ളവർക്ക് ക്ലിഷ്ടതയില്ലാതെ ആശയപ്രകാശനത്തിന് വഴിയൊരുക്കാൻ ലക്ഷ്യമിട്ട് രചിച്ച ഈ കൃതി എല്ലാവർക്കും പ്രയോജനം ചെയ്യും.

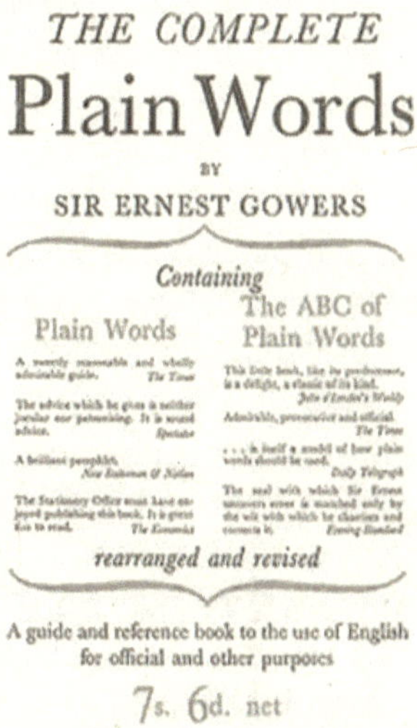

പ്ലെയിൻ വേർഡ്സ്

ആകർഷിച്ചത് മഹാഭാരതത്തിന്റെ രചനാരീതി

രചനാരീതിയിൽ എന്നെ ഏറ്റവും കൂടുതൽ ആകർഷിച്ചത് *മഹാഭാരത*മാണ്. അതിഗഹനമായ വിഷയങ്ങൾ പോലും ലളിതമായി വിവരിക്കുന്ന വൈഭവം അതിൽ തെളിഞ്ഞുനില്ക്കുന്നു. *മഹാഭാരത*ത്തിന്റെ ഭാഗമായ *ഭഗവദ്ഗീത* ഉദാഹരണം. വ്യാസൻ എഴുതിയ *മഹാഭാരത*ത്തിൽ പില്ക്കാലത്ത് അനേകം കൂട്ടിച്ചേർക്കലുകൾ ഉണ്ടായി. അരവിന്ദഘോഷ് പറഞ്ഞത് വ്യാസന്റേതായി നാല്പതിനായിരം ശ്ലോകങ്ങളേ *മഹാഭാരത*ത്തിലുള്ളൂ എന്നാണ്. അത് എണ്ണിപ്പറയാമെന്നും അദ്ദേഹം വ്യക്തമാക്കി. വ്യാസനെപ്പോലെ മഹാനല്ലെങ്കിലും *മഹാഭാരത*ത്തിൽ ഇന്നുകാണുന്ന പലകഥകളും മറ്റൊരാൾ എഴുതിയതാണ്. ഇതിനുപുറമെ എത്രയോ നൂറ്റാണ്ടുകളായി എത്രയോപേരുടെ കൂട്ടിച്ചേർക്കലുകളും ഉണ്ടായി. പാശ്ചാത്യ രാജ്യങ്ങളിൽ സാഹിത്യചോരണം (പ്ലേജിയറിസം) എന്നു പറയുന്നതിന് വിപരീതമായ കാര്യങ്ങളാണ് ഇന്ത്യയിലുണ്ടായത്. മഹത്തായ രചനകൾ മോഷ്ടിച്ച്, അടർത്തിയെടുത്ത് സ്വന്തം പേരിലാക്കുന്നതാണല്ലോ സാഹിത്യചോരണം. എന്നാൽ മഹത്തായ രചനകളിലേക്ക് സ്വന്തം വരികൾ തന്ത്രപൂർവ്വം കടത്തിവിട്ട് മറഞ്ഞിരിക്കുന്ന കൗശലക്കാരാണ് ഇന്ത്യൻ സാഹിത്യത്തിലെ പ്രശ്നം. *രാമായണ*ത്തിലും *മഹാഭാരത*ത്തിലും ആദിശങ്കരന്റെയും എഴുത്തച്ഛന്റെയും രചനയിലുമെല്ലാം ഇത്തരത്തിൽ അനേകം കൗശലക്കാർ കടന്നുകൂടിയിട്ടുണ്ട്.

*മഹാഭാരത*ത്തിൽനിന്നും ഉദ്ധരിക്കുന്ന പ്രസിദ്ധമായ പലവരികളും വ്യാസൻ എഴുതിയതല്ലെന്ന് ആർ ജി ഭണ്ഡാർക്കർ പ്രസിദ്ധീകരിച്ച *ക്രിട്ടിക്കൽ എഡിഷൻ ഓഫ് മഹാഭാരത* എന്ന കൃതി തെളിയിക്കുന്നു. നാല്പതുവർഷത്തെ ശുദ്ധിക്രിയയ്ക്കുശേഷം പ്രസിദ്ധീകരിച്ചതാണിത്.

'മൃദുനാ ദാരുണം ഹന്തി
മൃദുനാ ഹന്തി അദാരുണം
നാƒ ശക്യം മൃദുനാ കശ്ചിദ്
തസ്മാത് തീക്ഷ്ണ തരം മൃദു:'

(മൃദുവായത് കഠിനമേറിയതിനെ അതിജീവിക്കുന്നു. അത്രകഠിനമല്ലാത്തതിനേയും മൃദുത്വം മറികടക്കും. മൃദുത്വത്തിന് മറികടക്കാനാകാത്തതായി ഒന്നുമില്ല. അതായത് ഏറ്റവും ശക്തമായത് മൃദുത്വമാണ്.)

ഇതിനെ പല രീതിയിലും വ്യാഖ്യാനിക്കാം. കരുത്തുറ്റ ബ്രിട്ടീഷ് സാമ്രാജ്യത്തെ മഹാത്മാഗാന്ധി നേരിട്ടത് മൃദുത്വത്തിലൂടെയാണെന്ന് ഉദാഹരിക്കാറുണ്ട്. എത്രയോ എഴുത്തുകാരും പ്രഭാഷകരും *മഹാഭാരത*ത്തിലെ ശ്ലോകമായി ഇത് ഉദ്ധരിക്കാറുണ്ട്. ഞാനും അങ്ങനെ ചെയ്തിട്ടുണ്ട്. എന്നാൽ ഭണ്ഡാർക്കറുടെ *മഹാഭാരത*ത്തിൽ ഈ ശ്ലോകമില്ല. ഇത് വ്യാസന്റേതല്ലെന്നും അത്ര പ്രശസ്തനല്ലാത്തൊരു കവി പിന്നീട് കൂട്ടിച്ചേർത്തതാണെന്നും ഭണ്ഡാർക്കർ എടുത്തുകാട്ടുന്നു.

ഭണ്ഡാർക്കറുടെ *ക്രിട്ടിക്കൽ എഡിഷ*ന്റെ മൊത്തം വാല്യവും എന്റെ ശേഖരത്തിലുണ്ടെങ്കിലും പൂർണ്ണമായും വായിച്ച് തീർന്നിട്ടില്ല. അടുത്തിടെ ഒരു ഭാഗം വായിച്ചപ്പോൾ അച്ഛൻ പറഞ്ഞ കഥ ഓർമ്മ വന്നു. വനവാസത്തിലായ പാണ്ഡവർ കഷ്ടപ്പെട്ട് ജീവിക്കുന്നത് നേരിൽക്കണ്ട് സന്തോഷിക്കാൻ കൗരവർ തീരുമാനിക്കുന്നു. പീഡിപ്പിച്ച് രസിക്കുന്ന മനോഭാവം. അങ്ങനെ വനത്തിലെത്തിയ കൗരവർ ഗന്ധർവ്വന്മാരുടെ പൊയ്കയിൽ ജലക്രീഡയ്ക്ക് ഒരുങ്ങി. അനുവാദമില്ലാതെ ഇറങ്ങിയാൽ ശിക്ഷകിട്ടുമെന്ന ഗന്ധർവ്വന്മാരുടെ മുന്നറിയിപ്പ് കൂസാതെ നീങ്ങിയ കൗരവരെ ഗന്ധർവ്വന്മാർ ആക്രമിച്ചു. പിടിച്ചു നില്ക്കാനാവാതെ കൗരവർക്ക് ഭീമന്റെയും അർജ്ജുനന്റെയും ഒക്കെ പേരുവിളിച്ച് വിലപിക്കേണ്ടിവന്നു. വിലാപം തിരിച്ചറിഞ്ഞ ധർമ്മപുത്രർ സഹോദരന്മാരോടായി പറഞ്ഞു, ഇത് ദുര്യോധനന്റെ ശബ്ദമാണ് അവർക്കെന്തോ ആപത്ത് സംഭവിച്ചിരിക്കുന്നു.

ദ്രോഹികളായ അവർ അനുഭവിക്കട്ടെ എന്ന് ഭീമൻ പ്രതികരിച്ചപ്പോൾ ധർമ്മപുത്രർ പറയുന്ന ഒരു കാര്യമുണ്ട്. പുറത്തുനിന്നുള്ളവർ കൗരവരെ ആക്രമിക്കുമ്പോൾ നമ്മൾ 105 പേരും ഒന്നാണ്. പക്ഷേ, നമ്മൾ തമ്മിലുള്ള വഴക്ക് വരുമ്പോൾ നമ്മൾ അഞ്ചും അവർ നൂറുമാകുന്നു. അന്യരോട് കുടുംബാംഗങ്ങൾ ഒന്നായി നില്ക്കണം.

കുടുംബവഴക്കുകൾ മറ്റുള്ളവരുടെ മുമ്പിൽ അവതരിപ്പിക്കരുത് എന്നാണ് ധർമ്മപുത്രർ പറഞ്ഞതിന്റെ പാഠം. കുടുംബവഴക്കുകൾ എല്ലായിടത്തും ഉണ്ടാകുമല്ലോ. അതിന്റെ മറപിടിച്ച് പക്ഷം ചേർന്ന് പിണങ്ങി നില്ക്കരുതെന്നാണ് *മഹാഭാരത*ത്തിലെ ഇക്കഥ പറഞ്ഞുകൊണ്ട് അച്ഛൻ എന്നെ ഓർമ്മിപ്പിച്ചത്. എന്നാൽ ഇക്കഥ പറയുന്ന ശ്ലോകവും

വ്യാസഭാരതത്തിലില്ലെന്ന് ഭണ്ഡാർക്കർ തെളിവ് നിരത്തുന്നു. അതെന്തായാലും *മഹാഭാരത*ത്തിലെ മുഹൂർത്തങ്ങളൊക്കെ രചനാരീതികൊണ്ട് ആരെയും ആകർഷിക്കും, അതിശയിപ്പിക്കും.

ആയുർവേദത്തിലെ പ്രമാണഗ്രന്ഥമായ *ചരകസംഹിത*യിലും *മഹാഭാരത*ത്തിന് സമാനമായ വാക്കുകളുടെ നുഴഞ്ഞുകയറ്റമുണ്ട്. ഇതിനൊരു ശുദ്ധിപത്രമുണ്ടാക്കാൻ ആസ്ട്രിയയിലെ വിയന്നാ യൂണിവേഴ്സിറ്റി വലിയൊരു പദ്ധതി തയ്യാറാക്കിയിരുന്നു.

ചരകപൈതൃകം

മുമ്പുണ്ടായിരുന്ന *അഗ്നിവേശ തന്ത്രം* പുനഃസംസ്കരിച്ചതാണ് *ചരകസംഹിത*യെന്ന് ചരകൻ തന്നെ വ്യക്തമാക്കുന്നുണ്ട്. ശ്രീബുദ്ധന്റെ കാലത്തെ കൃതിയാണിത്. ചരകന്റെ കാലം കഴിഞ്ഞ് 200 വർഷത്തിനു ശേഷം കാശ്മീരുകാരനായ ദൃഢബലൻ *ചരകസംഹിത*യുടെ പരിഷ്കരിച്ച പതിപ്പ് അവതരിപ്പിച്ചു. അങ്ങനെ വരുമ്പോൾ മൂന്നുതട്ടിലുള്ള കൂട്ടിച്ചേർക്കലുകൾ കഴിഞ്ഞതാണ് ഇന്നുകാണുന്ന *ചരകസംഹിത*.

ഹൈദ്രാബാദ് ഇന്ത്യൻ ഇൻസ്റ്റിറ്റ്യൂട്ട് ഓഫ് ഇൻഫർമേഷൻ ടെക്നോളജി കമ്പ്യൂട്ടേഷണൽ ലിംഗ്വിസ്റ്റിക്സിലെ ഒരു പ്രൊഫസറെ ഒരിക്കൽ പരിചയപ്പെട്ടു. ആയുർവേദ ഗവേഷണത്തിൽ, ഞങ്ങളുടെ വകുപ്പിന് താങ്കളെ സഹായിക്കാനാകുമോ എന്ന് ചോദിച്ചു. എനിക്ക് അത്ഭുതം തോന്നി. ആയുർവേദ ഗവേഷണവും കമ്പ്യൂട്ടേഷണൽ ലിംഗ്വിസ്റ്റിക്സുമായി എന്തുബന്ധം? അതേസമയം ആയുർവേദഗ്രന്ഥങ്ങളിലെ ലിംഗ്വിസ്റ്റിക്സുമായി ബന്ധപ്പെട്ട് നിങ്ങൾക്ക് ഗവേഷണം നടത്തി സഹായിക്കാനാകുമെന്ന് ഞാൻ പറഞ്ഞപ്പോൾ അവർക്ക് അത്ഭുതമായി. *അഷ്ടാംഗഹൃദയം, അഷ്ടാംഗസംഗ്രഹം* എന്നീ ആയുർവേദകൃതികളെക്കുറിച്ച് നൂറ്റാണ്ടായി ഒരു തർക്കമുണ്ട്. രണ്ടും വാഗ്ഭടനെഴുതിയതാണെന്ന് ഒരുപക്ഷം, അല്ല *അഷ്ടാംഗഹൃദയം* മാത്രമാണെന്ന് മറുപക്ഷം. വാഗ്ഭടനും മകൻ വാഗ്ഭടനും ആണോ ഇതിന്റെ രചയിതാക്കളെന്ന ചർച്ചയും ഉണ്ട്. ഇക്കാര്യത്തിൽ തീർപ്പ് കല്പിക്കാൻ കമ്പ്യൂട്ടേഷണൽ ലിംഗ്വിസ്റ്റിക്സിന് വഴിയുണ്ട്.

സംസാരിക്കുമ്പോഴും എഴുതുമ്പോഴും വ്യക്തികൾക്ക് ശൈലിയുണ്ട്,

വിരലടയാളംപോലെ. അത് മറ്റൊരാൾക്ക് കിട്ടില്ല. വാക്യഘടനയും ക്രിയയുടെയും നാമരൂപങ്ങളുടെയും പ്രയോഗരീതിയും അതിന്റെ ആവർത്തനവും നോക്കി ഭാഷാശാസ്ത്രജ്ഞർക്ക് രചയിതാവിന്റെ ശൈലി കണ്ടെത്താനാകും. ഇതിന് സ്റ്റൈലോമെട്രിക്സ് എന്നു പറയുന്നു. ഇത് ലിംഗ്വിസ്റ്റിക്സിന്റെ ഭാഗമാണ്. ഒരേവിഷയത്തിൽ രണ്ടുപേർ ലേഖനം എഴുതിയാൽ കാര്യം ഒന്നാണെങ്കിലും ശൈലിയും ഘടനയും വ്യത്യസ്തമാകുമല്ലോ. സ്റ്റൈലോമെട്രിക്സ് അവലംബിച്ചാൽ മഹത്തായ രചനകളിലെ തിരുകിക്കയറ്റിയ വരികൾ കണ്ടെത്താൻ കഴിയും. ഇത്തരത്തിൽ *അഷ്ടാംഗഹൃദയ*വും *അഷ്ടാംഗസംഗ്രഹ*വും പരിശോധിച്ച് രചയിതാക്കളെ തിരിച്ചറിയാനായാൽ ഈ നൂറ്റാണ്ടിലെ വലിയൊരു കണ്ടെത്തൽ കൂടിയാകും അത്.

എന്റെ എഴുത്തിന്റെ രീതി

രാവിലെ നാലിന് ഉണരുമെങ്കിലും ആ സമയത്തൊന്നും എഴുത്ത് നടക്കില്ല. ഉച്ചയ്ക്കും രാത്രിയുമായാണ് എഴുത്ത്. ആയുർവേദ ഗ്രന്ഥരചനാകാലത്ത് നിത്യേന അഞ്ച് മണിക്കൂറിലേറെ എഴുത്തിനുപയോഗിച്ചിട്ടുണ്ട്. കമ്പ്യൂട്ടർ വശമാണെങ്കിലും പേനകൊണ്ട് പേപ്പറിലെഴുതുന്നതാണ് രീതി. എന്റെ തലച്ചോറും കൈകളുമായി അങ്ങനെ ബന്ധപ്പെട്ടിരിക്കുന്നു.

ആയുർവേദം പഠിക്കാൻ കാരണം

ശ്രീചിത്രയിലിരിക്കുമ്പോൾ ആയുർവേദവുമായി എനിക്കൊരു ബന്ധവും ഉണ്ടായിരുന്നില്ല. അവിടെനിന്ന് വിരമിക്കുന്നതിന് ഏതാനും വർഷംമുമ്പ് കോട്ടയ്ക്കൽ ആര്യവൈദ്യശാലയുടെ സ്ഥാപകദിനാഘോഷത്തിൽ മുഖ്യാതിഥിയായി എന്നെ ക്ഷണിച്ചു. അവിടെ എന്തെങ്കിലും സംസാരിക്കണമല്ലോ എന്നോർത്താണ് സുശ്രുത സംഹിതയുടെ ഇംഗ്ലീഷ് പരിഭാഷ മറിച്ചുനോക്കുന്നത്. പ്രാചീനഭാരതത്തിലെ മഹാനായ സർജനായിരുന്നു സുശ്രുതൻ. ആയുർവേദത്തിൽ സർജറിയെപ്പറ്റി ഏറ്റവും കൂടുതൽ എഴുതിയിട്ടുള്ളത് *സുശ്രുതസംഹിത*യിലാണല്ലോ. അത് വായിച്ചപ്പോൾ ആഴമേറിയ ചിന്തയുടെ പ്രകാശം പരക്കുന്നതായി എനിക്കനുഭവപ്പെട്ടു. കോട്ടയ്ക്കലിലെ യോഗം തുടങ്ങുന്നതിനുമുമ്പ് ഒരു ചെറിയ പുസ്തകം എനിക്ക് വായിക്കാൻ കിട്ടി. രാഘവൻ തിരുമുൽപ്പാടി

രാഘവൻ തിരുമുൽപ്പാട്

ന്റെ *ആയുർവേദപരിചയം*. കഷ്ടിച്ച് അമ്പതുപേജുള്ള ആ കൃതി എനിക്ക് ഏറെ ഇഷ്ടമായി. അപ്പോഴും ആയുർവേദ പഠനമൊന്നും ഞാൻ ഗൗരവമായി എടുത്തിരുന്നില്ല.

സതീഷ് ധവാൻ

പിന്നീട് മണിപ്പാൽ യൂണിവേഴ്സിറ്റിയിൽ വൈസ് ചാൻസലർ ആയിരിക്കെ, ബാംഗ്ലൂരിലെ സി വി രാമൻ ഇൻസ്റ്റിറ്റ്യൂട്ടിൽ ഗാന്ധിസ്മാരക പ്രഭാഷണത്തിന് എന്നെ ക്ഷണിച്ചു. സി വി രാമൻ, ഗാന്ധി എന്നീ ഉന്നതവ്യക്തിത്വങ്ങൾക്കു മുന്നിലേക്ക് സമുന്നതനായ ഒരു ഭാരതീയനെ വേണമല്ലോ പ്രഭാഷണത്തിലൂടെ അവതരിപ്പിക്കാൻ. അതിനാൽ ചരകനെ തിരഞ്ഞെടുത്തു. നേരത്തെ സുശ്രുതനെപ്പറ്റി സംസാരിച്ചുവല്ലോ. അങ്ങനെ *ചരകസംഹിത* വായിച്ചുള്ള ധാരണയിൽ പ്രഭാഷണം നടത്തി. പ്രശസ്ത ബഹിരാകാശ ശാസ്ത്രജ്ഞനായ സതീഷ് ധവാൻ അടക്കം പ്രമുഖരുടെ നിര മുന്നിലുണ്ടായിരുന്നു. പ്രഭാഷണശേഷം വേദിയിൽ നിന്നിറങ്ങിയ എന്റെ അടുത്തുവന്ന് സതീഷ് ധവാൻ പറഞ്ഞു: 'ചരകനെപ്പറ്റി കേട്ടിട്ടുണ്ടെങ്കിലും ഇത്രമാത്രം ധൈഷണിക ചിന്തകൾ അറിവില്ലായിരുന്നു, വല്യത്താൻ ഗൗരവമായി ചരകനെപ്പറ്റി എഴുതണം.'

സുശ്രുതപൈതൃകം

അത് വലിയൊരനുഗ്രഹമാണല്ലോ, എങ്കിലും അക്കാലത്ത് എഴുതാനുള്ള സാഹചര്യമൊന്നും ഉണ്ടായിരുന്നില്ല. പിന്നീട് ഒരനുഭവമുണ്ടായി. ടാറ്റാ ട്രസ്റ്റിന്റെ ഡോ. ലാലാ ഒരിക്കൽ എന്നോടു ചോദിച്ചു: വി സി പദവി കഴിഞ്ഞ് എന്തുചെയ്യാൻ പോകുന്നു എന്ന്. ചരകനെപ്പറ്റി പഠിച്ചെഴുതണമെന്നുണ്ട്, സതീഷ് ധവാൻ നല്ലൊരു പ്രേരണയും തന്നിട്ടുണ്ടെന്നു ഞാൻ പറഞ്ഞു. നന്നായെന്നു പറഞ്ഞ ലാലാ എഴുതാൻ തുടങ്ങുമ്പോൾ അറിയിക്കണമെന്ന് കൂട്ടിച്ചേർത്തു. ജെ ആർ ഡി ടാറ്റയുടെ ജീവചരിത്രം എ

ഴുതിയ ലാലാ, എന്നോടൊപ്പം കമ്മിറ്റികളിലൊക്കെ ഉണ്ടായിരുന്നു. പല യോഗങ്ങളിലും ഞങ്ങൾ ഇടയ്ക്കിടയ്ക്ക് കാണാറുമുണ്ടായിരുന്നു. വീണ്ടും കണ്ടപ്പോൾ *ചരകസംഹിത*യുടെ കാര്യമെന്തായി, ടാറ്റാ ട്രസ്റ്റിന്റെ ഹോമിഭാഭാ ഫെല്ലോഷിപ്പ് അനുവദിക്കാൻ ഞങ്ങൾക്ക് സന്തോഷമുണ്ട് എന്നൊക്കെ പറഞ്ഞു. അപ്രതീക്ഷിതമായി അങ്ങനെ കൈവന്ന ഫെല്ലോഷിപ്പുമായാണ് രണ്ടായിരാമാണ്ടിൽ 65-ാം വയസ്സിൽ *ചരകസംഹിത*യിൽ ആദ്യപാഠം കുറിക്കുന്നത്. രാഘവൻ തിരുമുൽപ്പാടായിരുന്നു ഗുരുനാഥൻ. 2003 ൽ *ചരകസംഹിത*യ്ക്ക് വ്യാഖ്യാനമെഴുതി. 2006 ൽ *സുശ്രുതസംഹിത*, 2009 ൽ *അഷ്ടാംഗഹൃദയം* എന്നിവയുടെ വ്യാഖ്യാനങ്ങളും പുറത്തുവന്നു. അങ്ങനെ ഒരു പതിറ്റാണ്ട് മൂന്ന് ഗ്രന്ഥങ്ങളുടെ രചനാകാലമായി പരിണമിച്ചു.

വാഗ്ഭട പൈതൃകം

ഇങ്ങനെ സഞ്ചരിച്ചപ്പോൾ വ്യക്തമായ ഒരു കാര്യമുണ്ട്, ശരീരത്തിലെ ത്രിദോഷങ്ങളെ ആസ്പദമാക്കിയുള്ള ആയുർവേദ രോഗനിർണ്ണയത്തിന് ഒരു ശാസ്ത്രീയ അടിത്തറയുണ്ട്. പഴയകാലത്ത് രോഗിയുടെ നടപ്പും ഇരിപ്പും നോക്കിയാണ് ഇതെല്ലാം മനസ്സിലാക്കിയിരുന്നതെങ്കിൽ ഇന്ന് ഡി എൻ എ അടിസ്ഥാനമാക്കി പ്രകൃതിനിർണ്ണയം സാദ്ധ്യമാണ്. വാത, പിത്ത, കഫ ശരീരപ്രകൃതത്തെ ഡി എൻ എയുടെ അടിസ്ഥാനത്തിൽ നിർണ്ണയിക്കാനുള്ള പരീക്ഷണമൊന്നും ആയുർവേദത്തിൽ നടന്നിട്ടില്ല. ഇപ്പോഴാകട്ടെ ആയുർവേദ ആശയങ്ങളെ ആസ്പദമാക്കി ബയോളജിക്കൽ റിസേർച്ച് എന്നൊരു ശാഖതന്നെ വികസിപ്പിച്ചു തുടങ്ങിയിരിക്കുന്നു. പുസ്തകമെഴുത്തിന്റെ കാലം കഴിഞ്ഞപ്പോൾ എന്റെ ശ്രദ്ധ ബയോളജിക്കൽ റിസേർച്ചിലായി. ആയുർവേദിക് ബയോളജി എന്നൊരു പേരും ഞാൻ നല്കി. ഈ വിഷയത്തിൽ ഇന്ത്യൻ അക്കാദമി ഓഫ് സയൻസിൽ ഞാൻ നടത്തിയ പ്രഭാഷണം വിഷൻ ഡോക്യുമെന്റായി അവർ പ്രസിദ്ധീകരിച്ചു. പിന്നീട് കേന്ദ്ര ശാസ്ത്രസാങ്കേതിക വകുപ്പ് ആയുർവേദിക് ബയോളജിയിൽ ഒരു ടാസ്ക് ഫോഴ്സ് രൂപീകരിക്കുകയും എന്നെ ചെയർമാനാക്കുകയും ചെയ്തു. ഈ രംഗത്ത് ഗവേഷണം നടത്തുന്ന സ്ഥാപനങ്ങൾക്ക് ഗ്രാന്റ് നല്കി പ്രോത്സാഹിപ്പിക്കുന്നുമുണ്ട്. ചെയർമാൻ പദ

വിയിൽ 10 വർഷം പിന്നിട്ടപ്പോൾ സ്വയം വിരമിച്ചു. ഇപ്പോൾ മണിപ്പാലിലും, ജവഹർലാൽ നെഹ്റു യൂണിവേഴ്സിറ്റിയിലും ആയുർവേദിക് ബയോള ജി സെന്ററുകളുണ്ട്. പതിറ്റാണ്ടുമുമ്പത്തെ ആയുർവേദിക് ബയോളജി എന്നൊരു പരാമർശത്തിൽനിന്നും ഗവേഷണകേന്ദ്രങ്ങളിലേക്കുള്ള വ ളർച്ച ഏറെ സന്തോഷിപ്പിക്കുന്നു.

പുതിയകാര്യങ്ങൾ പഠിക്കാനും തുടരന്വേഷണത്തിനുമുള്ള താല് പര്യം ജീവിതത്തിൽ പുതിയ ഊർജ്ജം പകരും. ഏതു രംഗത്തും ഇതു ബാധകമാണ്.

ഡോ. വല്യത്താൻ വിദ്യാർത്ഥികളുമായി സംസാരിക്കുന്നു

പ്രാചീന ഭാരതത്തിന് അഭിമാനിക്കാൻ എന്തുണ്ട്?

ഭാരതത്തിന്റെ '5000 വർഷത്തെ പാരമ്പര്യത്തെപ്പറ്റി' ഊറ്റംകൊണ്ട് ഒരു അഭിമാനയുദ്ധം നടന്നുവരികയാണ് സമീപവർഷങ്ങളിലായി.

ഭാരതം, ശാസ്ത്രസാങ്കേതികവിദ്യയിൽ വളരെ മുന്നിലായിരുന്നുവെന്നും ബ്രിട്ടീഷുകാരുടെ വരവോടെ എല്ലാം തകർന്നുവെന്നും ഒരു കൂട്ടർ.

എല്ലാരംഗത്തും ആധുനികത വന്നത് ബ്രിട്ടീഷുകാരോടൊപ്പമാണെന്നും അറിവിനെ തീണ്ടാപ്പാടകലെ നിർത്തുന്ന ജാതിവിവേചനമല്ലാതെ മറ്റൊന്നും ഇവിടെ ഉണ്ടായിരുന്നില്ലെന്നും മറ്റൊരു വാദം.

പി സി റേയുടെ കൃതി

ഇതിനിടയിൽ എവിടെയാണ് നേര്?

അറിവിൽനിന്നും മനുഷ്യനെ ജാതിയുടെ പേരിൽ മാത്രം അകറ്റുന്ന ക്രിമിനൽ കുറ്റമാണ് ഭാരതം ചെയ്തത്. തലമുറകൾ ഇതിന്റെ പിഴ ഒടുക്കേണ്ടിവരുന്നു. ആയിരം കൊല്ലംകൊണ്ടും ഇതൊന്നും മാറില്ല.

പ്രൊഫ. പി സി റേ

ഇത് എന്റെ നിരീക്ഷണമല്ല, ഇന്ത്യയുടെ ശാസ്ത്രനവോത്ഥാനത്തിന്റെ പിതാവായ പ്രൊഫ. പി സി റേ (1861–1944) യുടേതാണ്. അദ്ദേഹം എഴുതി: ഒരു ന്യൂട്ടനോ ബോയിലിനോ ജന്മം കൊടുക്കാനാവാത്ത വിധം അധാർമ്മികമായിരിക്കുന്നു ഇന്ത്യയുടെ മണ്ണ്.

അങ്ങനെ തുറന്നെഴുതാൻ വിപുലമായ ഒരു ചരിത്രാന്വേഷണ പശ്ചാത്തലം അദ്ദേഹത്തിന് ഉണ്ടായിരുന്നു. ബി സി 600 മുതൽ എ ഡി 16–ാം നൂറ്റാണ്ടുവരെ ഭാരതത്തിലുണ്ടായ ശാസ്ത്രസാങ്കേതികവളർച്ച റേ ആഴത്തിൽ പഠിച്ചു. അതിന്റെ സമാഹാരമാണ് *ഹിസ്റ്ററി ഓഫ് ഹിന്ദു കെമിസ്ട്രി ഫ്രം ദ ഏർളിയസ്റ്റ് ടൈംസ് റ്റു ദ മിഡിൽ ഓഫ് സിക്സ്റ്റീൻത് സെഞ്ചുറി* എന്ന രണ്ടു വാല്യമുള്ള മഹത്തായ കൃതി. 1902 ലാണ് ഇതിന്റെ ആദ്യപതിപ്പ് വരുന്നത്. അതിൽ ഭാരതീയ ജനസമൂഹത്തിന്റെ പരിണാമങ്ങളെപ്പറ്റി സൂക്ഷ്മമായ വിശകലനവുമുണ്ട്. ഒടുവിൽ ഞെട്ടിക്കുന്ന ഒരു നിരീക്ഷണം അദ്ദേഹം നടത്തുന്നു: കൈയും തലയും തമ്മിലുള്ള ബന്ധം

വേർപെടുത്തിയതാണ് ഭാരതത്തിന്റെ ശാസ്ത്രാന്വേഷണരംഗത്ത് തുടർച്ച ഇല്ലാതാകാൻ കാരണം. അതായത് ഏതുമേഖലയിലെയും വിദഗ്ദ്ധതൊഴിലാളിക്ക് പാരമ്പര്യമായി കിട്ടിയ അറിവിനപ്പുറം പുതിയ കാര്യം പഠിക്കാൻ അവസരം നിഷേധിച്ചു, ജാതിയുടെ പേരിൽ. അതോടെ പുതിയ അറിവ് കൂട്ടിച്ചേർക്കാനാകാതെ ഗവേഷണത്വര നഷ്ടപ്പെട്ട സമൂഹമായി ഇന്ത്യ അധഃപതിച്ചു.

റേ, ഗാന്ധിയുടെ സന്ന്യാസി

കൽക്കത്ത പ്രസിഡൻസി കോളേജിലെ രസതന്ത്രം പ്രൊഫസറായിരുന്ന പി സി റേയെ സന്ന്യാസിയെന്നാണ് മഹാത്മജി വിശേഷിപ്പിച്ചത്. 1902 ലാണ് ഗാന്ധിജി അദ്ദേഹത്തെ കാണുന്നത്. അവിവാഹിതനായി, കോളേജിലെ ഒരു മുറിയിലായിരുന്നു റേയുടെ ഏകാന്തജീവിതം. ശാസ്ത്രഗവേഷണത്തിൽ അദ്ദേഹത്തിന്റെ സംഭാവനകൾ കണക്കിലെടുത്ത് 1912 ൽ ഇംഗ്ലണ്ടിലെ ഡറാം യൂണിവേഴ്സിറ്റി ഡോക്ടറേറ്റ് നല്കി ആദരിച്ചു. തന്റെ രസതന്ത്ര ഗവേഷണത്തിന്റെ ഫലം നാട്ടുകാർക്ക് പ്രയോജനപ്പെടാനായി റേ സ്ഥാപിച്ചതാണ് ഇന്ത്യയിലെ ആദ്യ ഫാർമസ്യൂട്ടിക്കൽ കമ്പനിയായ ബംഗാൾ കെമിക്കൽസ്. റേയുടെ *ഹിന്ദു കെമിസ്ട്രി* 1930 ൽ അദ്ദേഹത്തിന്റെ ശിഷ്യൻ പി റേ എഡിറ്റു ചെയ്ത് പ്രസിദ്ധീകരിച്ചപ്പോൾ ആദ്യ എഡിഷനിലെ സാമൂഹിക നിരീക്ഷണം മുഴുവൻ നീക്കി. ഇതാണ് ഇപ്പോൾ പ്രചാരത്തിലുള്ളത്. എന്നാൽ ആദ്യ എഡിഷന്റെ ഒരു പകർപ്പ് ഏറെ പണിപ്പെട്ട് ഞാൻ സമ്പാദിച്ചു, വായിച്ചു. അതിൽ പ്രാചീനഭാരതത്തിലെ രസതന്ത്രത്തെപ്പറ്റി അത്ഭുതപ്പെടുത്തുന്ന കാര്യങ്ങളുണ്ട്.

അയിര് സംസ്കരിച്ച് ഇരുമ്പുണ്ടാക്കാനും അത് കൂടുതൽ ശുദ്ധമാക്കി തുരുമ്പെടുക്കാത്ത കരുത്തേറിയ ഉരുക്ക് നിർമ്മിക്കാനുമുള്ള രസതന്ത്രവിദ്യ പ്രാചീനഭാരതത്തിൽ ഉണ്ടായിരുന്നു. ഇന്ന് ഭാരതീയ ആയുർവേദത്തിന്റെ ഭാഗമായി പ്രചാരത്തിലുള്ള ഭസ്മ-ചൂർണ്ണ ചികിത്സാരീതി അറബ് നാടുകളിൽനിന്നും വന്നതാണെന്ന് പി സി റേ ചൂണ്ടിക്കാട്ടുന്നു. ആയുർവേദത്തിന്റെ ആചാര്യന്മാരായ ചരകനോ സുശ്രുതനോ വാഗ്ഭടനോ ഭസ്മചൂർണ്ണ ചികിത്സയെക്കുറിച്ച് പറയുന്നില്ല. ശരീരത്തെ അനശ്വരമാക്കുക എന്ന സ്വപ്നത്തിന്റെ ഭാഗമായിരുന്നു അറബ് നാട്ടിലെ സ്വർണ്ണഭസ്മവും രസസിന്ദൂരവും. രസം (മെർക്കുറി) സംസ്കരിച്ചെടുക്കുന്ന മരുന്ന് മനുഷ്യായുസ്സ് വളരെ നീട്ടുമെന്ന വിശ്വാസം ഒരു കാലത്ത് ലോകത്ത് പ്രചരിച്ചിരുന്നുവെന്ന് നാഗാർജ്ജുനന്റെ രസശാസ്ത്രത്തെപ്പറ്റിയുള്ള പരാമർശത്തിൽ ചൈനീസ് സഞ്ചാരി ഹ്യൂയാൻ സാങ് എഴുതിയിട്ടുണ്ട്. നാഗാർജ്ജുനന്റെ അമരാവതി സന്ദർശിച്ച ശേഷമായിരുന്നു അദ്ദേഹം ഇങ്ങനെ എഴുതിയത്.

ഡമാസ്കസ് വാളിന്റെ ഇന്ത്യൻ കഥ

പ്രാചീന ഇന്ത്യയിലെ ഉരുക്കുനിർമ്മാണം ലോകത്തിന് അത്ഭുത

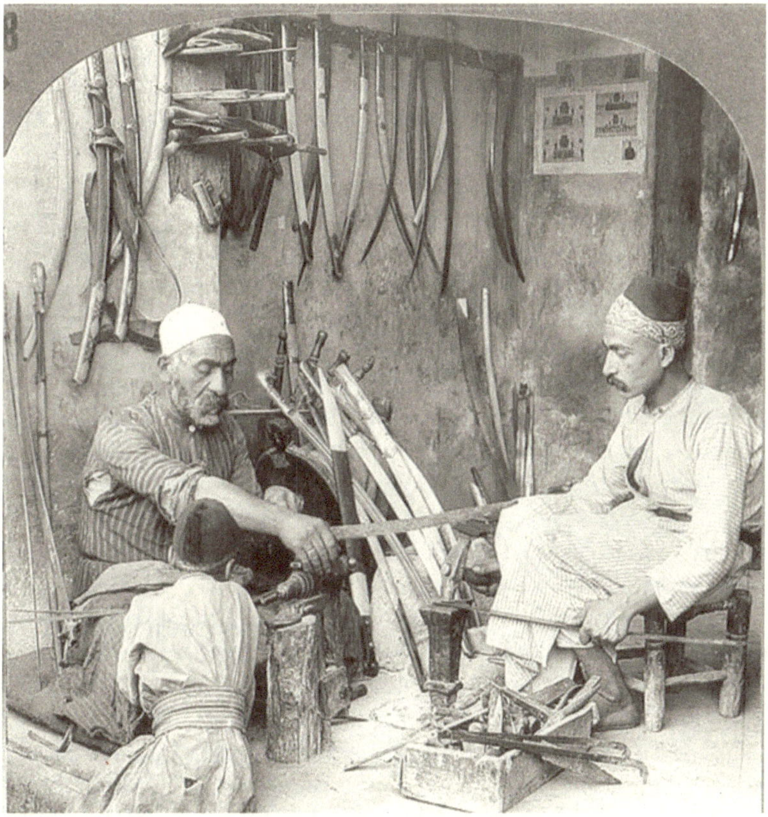

ഡമാസ്കസ് വാൾ നിർമ്മാണം

മായിരുന്നു. സിറിയയിലെ ഡമാസ്കസ് വാൾ നിർമ്മിക്കാനുള്ള ഉരുക്ക് ഉണ്ടാക്കി നല്കുന്നത് ഇന്ത്യയായിരുന്നു. ഒട്ടേറെ നൂറ്റാണ്ടുകൾ ഇതു തുടർന്നു. ഇന്ത്യൻ നിർമ്മിത ഉരുക്കിന്റെ കരുത്ത് അങ്ങനെ ലോകത്തിന് മുന്നിൽ വാളോങ്ങി നിന്നു!

മദ്ധ്യ ഇന്ത്യയും ദക്ഷിണേന്ത്യയും ഉരുക്കുനിർമ്മാണ വിദ്യയിൽ ഒരേ പോലെ മുന്നിലായിരുന്നു. ഇന്ത്യയിൽ ചുവടുറപ്പിച്ച ഈസ്റ്റ് ഇന്ത്യ കമ്പനി 18-ാം നൂറ്റാണ്ടിൽ ഇതേപ്പറ്റി പഠനം നടത്തി. ഫെല്ലോ ഓഫ് റോയൽ സൊസൈറ്റിയിലെ പ്രഗത്ഭ എൻജിനീയറായിരുന്ന ജയിംസ് ഫ്രാങ്ക്ളിനെ ഇതിനായി നിയോഗിച്ചു. മദ്ധ്യപ്രദേശിലെ ജബൽപൂരിലെത്തി അദ്ദേഹം വിശദമായ പഠനം നടത്തി. എങ്ങനെ ഇരുമ്പയിര് ശേഖരിക്കുന്നു, എങ്ങനെ ശുദ്ധീകരിക്കുന്നു എന്നെല്ലാം നേരിൽ കണ്ടു മനസ്സിലാക്കി. അക്കാലത്ത് ഈസ്റ്റ് ഇന്ത്യ കമ്പനിക്ക് നാഗ്പൂരിൽ ഉരുക്കുപരിശോധന ശാല ഉണ്ടായിരുന്നു. ജബൽപൂരിലെ ഉരുക്കിന്റെ മാതൃക ഇവിടെ കൊണ്ടു

വന്ന് പരിശോധിച്ചപ്പോൾ കിട്ടിയ റിപ്പോർട്ട് ഇങ്ങനെ: സ്വീഡനിലെ സ്റ്റീലിനുതുല്യമാണിത്. അത്ര പരിശുദ്ധി, അത്ര കരുത്ത്.

ജയിംസ് ഫ്രാങ്ക്ളിന്റെ റിപ്പോർട്ടിലെ കൗതുകകരമായ കാര്യം, ജബൽപൂരിൽ ഉരുക്കുനിർമ്മിക്കുന്നവർക്ക് സാങ്കേതിക കാര്യങ്ങളൊന്നും അറിയില്ല എന്നതായിരുന്നു. കുടുംബപരമായി പകർന്നുകിട്ടിയ അറിവ് തങ്ങളും പരിപാലിക്കുന്നു എന്നതിനപ്പുറം നവീകരണത്തെപ്പറ്റി ചിന്തിക്കാനൊന്നും അവർക്കറിയില്ലായിരുന്നു! ഗാന്ധിശിഷ്യനും ഗ്രന്ഥകാരനുമായ ധരംപാൽ എഴുതിയ *ഇന്ത്യയുടെ 18-ാം നൂറ്റാണ്ടിലെ സാങ്കേതിക വിദ്യ* എന്ന പുസ്തകത്തിൽ ഫ്രാങ്ക്ളിന്റെ അന്വേഷണ വിവരം അതേപടി ചേർത്തിട്ടുണ്ട്.

പിന്നാക്ക ജാതിക്കാരെന്നുപറഞ്ഞ് സ്ത്രീകളടക്കം 80 ശതമാനം ജനങ്ങളെ അറിവിൽനിന്നും തന്ത്രപൂർവ്വം അകറ്റി നിർത്തിയതോടെ ഭാരതത്തിൽ ശാസ്ത്രാന്വേഷണത്തിനും നവീകരണത്തിനുമുള്ള ജനങ്ങളുടെ ഉത്സാഹം ഇല്ലാതായി. നവീകരണത്തിന് അറിവുസമ്പാദിക്കാൻ അവരുടെ മുന്നിൽ വഴികളില്ലായിരുന്നു. അവർ തലമുറകളിലൂടെ ഗ്രഹിച്ചതു മാത്രം പ്രവർത്തിച്ചുപോന്നു. ശേഷിക്കുന്ന 20 ശതമാനത്തിന് എല്ലാ അറിവും ഉൾക്കൊള്ളാനാകുമോ? ബ്രാഹ്മണനാണെന്നുപറഞ്ഞതുകൊണ്ട് ഉപനിഷത്ത് മനസ്സിലാക്കാനാകുമോ?

*സുശ്രുതസംഹിത*യിൽ ശസ്ത്രക്രിയയെപ്പറ്റി വിശദമായി പറയുന്നുണ്ട്. ശസ്ത്രക്രിയ നടത്താൻ മികച്ച യന്ത്രസാമഗ്രികൾ വേണം. ഇവ നിർമ്മിക്കുന്നവരെ 'കർമ്മകോവിദന്മാർ' എന്നാണ് സുശ്രുതൻ വിശേഷിപ്പിക്കുന്നത്. ഇന്നത്തെ ക്രാഫ്റ്റ്മാന്മാർ. എന്നാൽ പ്രാചീന ഇന്ത്യയിലെ ക്രാഫ്റ്റ്മാന്മാരെക്കുറിച്ചും അവരുടെ കരവിരുതിനെപ്പറ്റിയും രേഖപ്പെടുത്തിയ ഒന്നുംതന്നെ ലഭ്യമല്ല.

യന്ത്രസാമഗ്രികൾ നിർമ്മിക്കുന്നവരും ശസ്ത്രക്രിയ ചെയ്യുന്നവരുമെല്ലാം മോശപ്പെട്ട ജാതിക്കാരാണെന്ന തോന്നൽ ക്രമേണ വളർന്നുവന്നു. അങ്ങനെ ആയുർവേദ ഫിസിഷ്യന്മാർ ശസ്ത്രക്രിയ ചെയ്യാതെയായി. ദേഹത്തുതൊട്ടുള്ള ചികിത്സ അശുദ്ധി ഉണ്ടാക്കുമല്ലോ. അങ്ങനെ ചില ജാതിക്കാർ മാത്രം ശസ്ത്രക്രിയ പഠിക്കാനും നടത്താനും തുടങ്ങി. തമിഴ്നാട്ടിൽ തിമിര ശസ്ത്രക്രിയ നടത്തിയിരുന്ന ആയുർവേദ വൈദ്യന്മാർ മുഹമ്മദീയർ ആയിരുന്നെന്ന് ധരംപാൽ പറയുന്നു. അതുപോലെ മഹാരാഷ്ട്രയിൽ മൂക്കിന്റെ പുനർനിർമ്മാണ ശസ്ത്രക്രിയ ചെയ്യാൻ കൂമർ ജാതിക്കാരേ ഉണ്ടായുള്ളൂ. ഈ സാമൂഹിക ദുരവസ്ഥയാണ് പി സി റേ തുറന്നുകാട്ടിയത്.

മൈജി മസാന ജപ്പാനോടു പറഞ്ഞത്

17-ാം നൂറ്റാണ്ടിന്റെ ഒടുവിലോ 18 ന്റെ തുടക്കത്തിലോ ആണെന്നു തോന്നുന്നു, ജപ്പാനിൽ വ്യാപകമായ ക്രിസ്തുമത പരിവർത്തനം ഉണ്ടായി. ജപ്പാന്റെ പരമാധികാരിയായ രാജാവ് ഇതേത്തുടർന്ന് രാജ്യം അടച്ചിട്ടു.

ജപ്പാൻകാർ പുറത്തേക്ക് പോകരുത്, വിദേശികൾ ഇങ്ങോട്ടുവരികയും വേണ്ട. അങ്ങനെ 200 വർഷം കടന്നുപോയി.

ഒടുവിൽ അമേരിക്കൻ കമാൻഡർ പെറിയാണ് ജപ്പാന്റെ വാതിൽ നിർബ്ബന്ധിച്ച് തുറപ്പിച്ചത്. അമേരിക്കയുടെ സാധനങ്ങൾ വില്ക്കാനായിരുന്നു ഇത്. പെറി വന്നതിനുപിന്നാലെ ലോകത്തിന്റെ മാറ്റം അറിയാനായി കുറേ പ്രതിഭാശാലികളെ രാജാവ് വിദേശത്തേക്ക് അയച്ചു. പ്രത്യേകിച്ച് ജർമ്മനിയിലേക്കും ഫ്രാൻസിലേക്കും. ആ പഠനത്തിനു നേതൃത്വം നല്കിയ മൈജി മസാന പിന്നീട് 10 വോള്യമുള്ള ഒരു റിപ്പോർട്ട് ജപ്പാൻ ഭരണകൂടത്തിന് നല്കി. അതിൽ വികസനത്തിന് മൂന്നു ഘടകങ്ങൾ അനിവാര്യമാണെന്ന് അദ്ദേഹം എഴുതി. ഒന്ന്: മൂലധനം, രണ്ട്: ആസൂത്രണം, മൂന്ന്: ജനങ്ങളുടെ ഉത്സാഹം.

ഒരു മാർക്ക് മൂലധനത്തിനും നാലുമാർക്ക് ആസൂത്രണത്തിനും നല്കിയ അദ്ദേഹം അഞ്ച് മാർക്കാണ് ജനങ്ങളുടെ ഉത്സാഹത്തിന് കൊടുത്തത്. മൂലധനവും ആസൂത്രണവും ചലിക്കാത്ത കാര്യങ്ങളാണ്, ചലിക്കുന്നത് ജനങ്ങളുടെ ഉത്സാഹം മാത്രം. അതുകൊണ്ട് അഞ്ചുമാർക്ക്. ഈ നിരീക്ഷണം ഇപ്പോഴും ഇന്ത്യക്ക് യോജിക്കുന്നു. പണവും ആസൂത്രണവും ഉണ്ടെങ്കിലും ജനങ്ങളുടെ സ്പിരിറ്റ് ഇല്ല. അതിനുകാരണം സഹസ്രാബ്ദങ്ങളോളം അറിവിൽനിന്നും ജനസമൂഹത്തെ അകറ്റി നിർത്തിയതാണ്.

ഇസ്രായേലിന്റെ സരസ്വതീപൂജ

ജനസംഖ്യയിൽ ഭൂരിപക്ഷത്തെയും അറിവിൽനിന്നും അകറ്റി നിർത്തിയതാണ് ഇന്ത്യയുടെ ചരിത്രമെങ്കിൽ ഇസ്രായേലിന്റെ കഥ മറ്റൊന്നാണ്. ലോകത്ത് ഏറ്റവുംകുറഞ്ഞ ജനസംഖ്യയുള്ളവർ ലോകത്തെ ഏറ്റവും നിർണ്ണായകമായി സ്വാധീനിക്കുന്ന അപൂർവ്വതയാണ് ജൂതന്മാരുടേത്. ജൂതന്മാരുടെ സ്വഭാവ സവിശേഷതയിൽ മുന്നിട്ടു നില്ക്കുന്നത് പാരമ്പര്യത്തോടുള്ള അവരുടെ ബഹുമാനമാണ്. രണ്ടാമതായി അറിവിനോടുള്ള ആദരവ്. ഏതു വിഷയത്തിലും അവർക്കുള്ള അന്വേഷണതാല്പര്യം അപാരം. മൂന്നാമതായി സമർപ്പണം. യഥാർത്ഥ സരസ്വതീപൂജ ഇതാണ്.

ഫിഡിലർ ഓൺ ദ റൂഫ്

ധരംപാൽ

ജൂതപാരമ്പര്യത്തിന്റെ കഥ പറയുന്ന രചനയാണ് *ഫിഡിലർ ഓൺ ദ റൂഫ്*. ഇതു പിന്നീട് സിനിമയുമായി. അഞ്ച് പെൺമക്കളുള്ള ഒരു പിതാവ് ജൂത പാരമ്പര്യം നിലനിർത്താൻ കഠിനമായി പ്രയത്നിക്കുന്ന കഥയാണിതിൽ പറയുന്നത്. എത്രയൊക്കെ പീഡനങ്ങൾ ഉണ്ടായിട്ടും ജൂതന്മാർ പാരമ്പര്യം കൈവിട്ടില്ല. ഇന്ത്യ ഒഴികെ അവർ അഭയം തേടിയ രാജ്യങ്ങളിലെല്ലാം കൊടിയ പീഡനങ്ങൾ ഉണ്ടായി. ജർമ്മനിയിൽ കൂട്ടത്തോടെ കൊന്നു. പക്ഷേ, അവിടെയെങ്ങും ജൂതന്മാർ ആരെയെങ്കിലും കൂട്ടക്കൊല നടത്തിയതായി കേട്ടിട്ടില്ല. അവർ ന്യൂനപക്ഷമാണല്ലോ.

അമേരിക്കയിലെ ജനസംഖ്യയിൽ ഒരു ശതമാനം മാത്രമാണ് ജൂതർ. അമേരിക്കയ്ക്ക് ലഭിച്ച നൊബേൽ സമ്മാനങ്ങളിൽ പകുതിയിലേറെയും കൊണ്ടുവന്നത് ജൂതന്മാരായ ശാസ്ത്രജ്ഞരായിരുന്നു. അമേരിക്കയിലെ പ്രമുഖ വ്യവസായങ്ങളിൽ ഏറെയും ജൂതന്മാരുടേതാണ്. ഗവേഷണത്തിൽ മാത്രമല്ല ചിത്രകലയിലും സംഗീതത്തിലും അവർ മുന്നിലാണ്. ഇതിനെല്ലാം കാരണം അറിവിനോടുള്ള ആദരവും സമർപ്പണവും പാരമ്പര്യത്തോടുള്ള കൂറുമാണ്.

ബ്യൂട്ടിഫുൾ ട്രീ

കേരളത്തിന്റെ നാലിലൊന്ന് ജനസംഖ്യയേ ഇസ്രായേലിനുള്ളൂ. മരുഭൂമിയിൽ അവർ കൃഷിയിറക്കിയെന്നു മാത്രമല്ല അമേരിക്കയിലേക്ക് ഓറഞ്ച് കയറ്റി അയയ്ക്കുകയും ചെയ്തു. ഇസ്രായേലിന്റെ ജലസേചനം - ഡ്രിപ്പ് ഇറിഗേഷൻ - ഇന്ന് ലോകം മാതൃകയാക്കുന്നു.

അറിവിനോടുള്ള സമർപ്പണത്തിൽ നിന്നുണ്ടായതാണ് ഇസ്രായേലിന്റെ അഭിവൃദ്ധി.

ബ്രിട്ടീഷുകാർ വരുംമുമ്പുള്ള ഇന്ത്യ

ഇനി ഇവിടെനിന്ന് ബ്രിട്ടീഷുകാർ വരുംമുമ്പുള്ള ഇന്ത്യയിലേക്ക് ഒന്നു

ബ്രിട്ടീഷ് ഇന്ത്യ (1909)

പോകാം. ബ്രിട്ടീഷുകാർ എത്തിയശേഷം ഇന്ത്യയിൽ നിരക്ഷരരുടെ എണ്ണം കൂടിയെന്ന് 1931 ൽ ലണ്ടനിലെത്തിയ മഹാത്മാഗാന്ധി തുറന്നടിച്ചു. ബ്രിട്ടീഷുകാർ വരുംമുമ്പുള്ള ഇന്ത്യയിലെ സാക്ഷരത 20 ശതമാനത്തോളമായിരുന്നു. കൗതുകമുണർത്തുന്ന കാര്യം അന്നത്തെ ബ്രിട്ടനിലെ സാക്ഷരതയും ഏതാണ്ട് 20 ശതമാനമായിരുന്നു എന്ന ധരംപാലിന്റെ നിരീക്ഷണമാണ്.

അന്നത്തെ ബ്രിട്ടീഷ് സ്റ്റേറ്റ് സെക്രട്ടറി, ഗാന്ധിജിയെ എതിർത്തു, കണക്കുകൾ നോക്കാതെയാണ് സംസാരിക്കുന്നതെന്ന് ആക്ഷേപിച്ചു. എന്നാൽ പില്ക്കാലത്ത് ധരംപാൽ എഴുതിയ *ബ്യൂട്ടിഫുൾ ട്രീ* എന്ന കൃതിയിൽ 17, 18 നൂറ്റാണ്ടുകളിലെ ഇന്ത്യയിലെ വിദ്യാഭ്യാസനിലവാരത്തിന്റെ കണക്ക് കൃത്യമായി പറയുന്നുണ്ട്. ഇന്ത്യയിലെ നാട്ടുരാജ്യങ്ങളിലെല്ലാം പാഠശാലകൾ ഉണ്ടായിരുന്നു. രാജകുടുംബത്തിലെയും സമ്പന്നരുടെയും മക്കൾക്ക് പ്രത്യേക സ്കൂളും. രണ്ടിടത്തേയും കണക്കുകൂടി നോക്കുമ്പോൾ സാക്ഷരത 20 ശതമാനത്തിലും ഉയരുന്നു. അങ്ങനെ വരുമ്പോൾ ബ്രിട്ടീഷുകാരേക്കാൾ സാക്ഷരതയുണ്ടായിരുന്നു 17, 18 നൂറ്റാണ്ടുകളിൽ ഇന്ത്യക്ക്. ധരംപാൽ എഴുതുന്നു: സുന്ദരമായൊരു വൃക്ഷമായിരുന്നു ഇന്ത്യ. ബ്രിട്ടീഷുകാർ അത് പിഴുത് തലകീഴാക്കി നാട്ടി!

ബ്രിട്ടീഷുകാർ വരുമ്പോൾ ഭക്ഷ്യസ്വയംപര്യാപ്തമായിരുന്നു.

ചെങ്കൽപേട്ട് തന്നെ ഉദാഹരണമായി ധരംപാൽ ചൂണ്ടിക്കാട്ടുന്നു. അന്ന് ആർക്കോട്ട് നവാബിന്റെ അധീനതയിലായിരുന്നു പ്രദേശം. കൃഷിക്കാർ വിളവിന്റെ പത്തിലൊന്ന് നവാബിന് നല്കണമെന്നായിരുന്നു വ്യവസ്ഥ. ക്ഷേത്രം, സ്കൂൾ തുടങ്ങിയവയ്ക്കും കർഷകർ ഒരു വീതം നല്കണം. കൃഷിപ്പിഴ വന്നാൽ വീതത്തിന് ഇളവുനല്കിയിരുന്നു, നവാബ്. ഗാന്ധി പറഞ്ഞ ഗ്രാമസ്വരാജായിരുന്നു അന്നത്തെ ചെങ്കൽപേട്ട്. പക്ഷേ, ബ്രിട്ടീഷുകാർ വന്നതോടെ വിളവിന്റെ 50 ശതമാനം കമ്പനിക്ക് നല്കണമെന്നായി. ബാക്കിയുള്ളതിൽനിന്നും ക്ഷേത്രത്തിനും മറ്റും നല്കണം. കമ്പനിക്ക് കിട്ടേണ്ടത് പിരിക്കാൻ ആളെ ഏർപ്പെടുത്തി. അയാളാണ് 'കളക്ടർ.' കളക്ടർക്ക് കൃഷിപ്പിഴയൊന്നും അറിയേണ്ട, കമ്പനിയുടെ വീതം കിട്ടിയാൽ മതി! ഇങ്ങനെയാണ് വിദ്യാഭ്യാസരംഗവും കാർഷിക മേഖലയും ബ്രിട്ടീഷ് അധിനിവേശത്തോടെ തകർന്നത്. ഇതു പറയുമ്പോഴും ബ്രിട്ടീഷുകാർ ഇന്ത്യയിൽ നടപ്പാക്കിയ നീതിന്യായ വ്യവസ്ഥ സാമൂഹിക പരിഷ്കരണത്തിന്റെ ഭാഗമായിരുന്നു എന്ന് പറയാതിരിക്കാനാവില്ല. അക്കാലത്ത് ബ്രാഹ്മണർ തെറ്റ് ചെയ്താൽ ശിക്ഷ കിട്ടുന്നത് സംശയമാണ്. ശിക്ഷ മുഴുവൻ കീഴാളർക്കാണ്. മെക്കാളെ എഴുതിയ ഇന്ത്യൻ പീനൽ കോഡുവഴിയാണ് ജാതി നോക്കാതെ, കുറ്റക്കാർക്ക് ശിക്ഷ നിലവിൽ വരുന്നത്.

കേരളത്തിൽ എന്തുകൊണ്ട് ഗവേഷകർ ഉണ്ടായില്ല?

ഇംഗ്ലീഷ് വിദ്യാഭ്യാസം, ആധുനിക ചികിത്സ എന്നിവ ഇന്ത്യയിൽ നടപ്പാക്കുന്ന കാര്യത്തിൽ ബ്രിട്ടീഷുകാർ ആദ്യകാലത്ത് അറച്ചുനിന്നു. ബ്രിട്ടീഷുകാർ താവളമടിച്ച കന്റോൺമെന്റുകളിൽ മാത്രമായി ഒതുങ്ങിനിന്ന ഇംഗ്ലീഷ് ചികിത്സ പിന്നീട് നാട്ടുകാരുടെ നിരന്തര ആവശ്യം കൂടി കണക്കിലെടുത്താണ് പുറത്തേക്ക് അല്പാല്പമായി വ്യാപിപ്പിക്കുന്നത്.

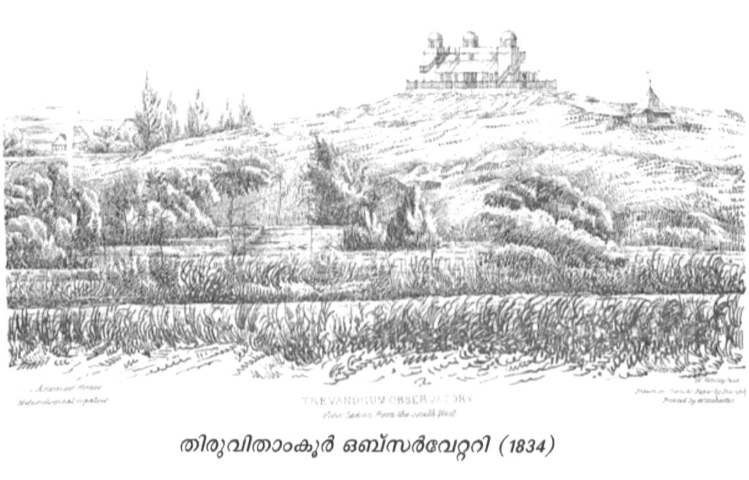

തിരുവിതാംകൂർ ഒബ്സർവേറ്ററി (1834)

ഇംഗ്ലീഷുകാരുടെ വിദ്യാഭ്യാസസമ്പ്രദായം മെല്ലെയാണ് ഇന്ത്യയിൽ കടന്നുവരുന്നത്. 1880 ൽ ഇന്ത്യയിൽ 18 കോളേജുകളാണ് ഉന്നത വിദ്യാഭ്യാസത്തിനായി ഉണ്ടായിരുന്നത്. അതിൽ 12 എണ്ണം ലാ കോളേജുകളായിരുന്നു. മൂന്നുവീതം മെഡിക്കൽ, എൻജിനീയറിങ് കോളേജുകളും. കൽക്കട്ട പ്രസിഡൻസി കോളേജിനു പിന്നാലെ 1866 ൽ ആയില്യം തിരുനാളിന്റെ കാലത്താണ് തിരുവനന്തപുരത്ത് മഹാരാജാസ് ഇംഗ്ലീഷ് സ്കൂൾ (ഇന്നത്തെ യൂണിവേഴ്സിറ്റി കോളേജ്) തുടങ്ങുന്നത്. ബ്രിട്ടീഷുഭരണകൂടം ഉദ്യോഗസ്ഥരെ മാത്രമല്ല മികച്ച അദ്ധ്യാപകരെയും ഗവേഷകരെയും ഇന്ത്യയിലേക്ക് അയച്ചിരുന്നു. മഹാരാജാസിലെ പ്രിൻസിപ്പൽമാരായിരുന്ന റോസും ഹാർവിയും ഇംഗ്ലണ്ടിൽ നിന്നുവന്ന അദ്ധ്യാപകരാണ്. കൽക്കട്ട പ്രസിഡൻസിയിലും അത്തരത്തിൽ മികച്ച അദ്ധ്യാപകർ ഉണ്ടായിരുന്നു.

കാൽഡിക്കോട്ട്

ശ്രദ്ധിക്കേണ്ട ഒരു കാര്യം പ്രസിഡൻസിയിൽനിന്നും പഠിച്ചിറങ്ങിയവരിൽ പലരും പില്ക്കാലത്ത് അറിയപ്പെടുന്ന ശാസ്ത്രജ്ഞരായി. ജെ സി ബോസും പി സി റേയും മറ്റും പ്രസിഡൻസിയിലെ ആദ്യകാല വിദ്യാർത്ഥികളാണ്. അവർ പിന്നീട് അദ്ധ്യാപകരും ലോകപ്രശസ്ത ഗവേഷകരുമായി. എന്നാൽ തിരുവനന്തപുരം മഹാരാജാസ് കോളേജിൽ അങ്ങനെ സംഭവിച്ചില്ല. നല്ല അദ്ധ്യാപകരുണ്ടായിരുന്നു, നന്നായി പഠിപ്പിച്ചു, കഠിനമായ പരീക്ഷയുമായിരുന്നു. പക്ഷേ, വിദ്യാർത്ഥികളാരും ഗവേഷകരായില്ല. മനുഷ്യനന്മയ്ക്കുവേണ്ടി ശാസ്ത്രത്തിന്റെ ഉപയോഗം ജനങ്ങളിലെത്തിക്കാൻ കേരളത്തിൽ അദ്ധ്യാപകർ ഉണ്ടായില്ല. ഇന്നും സ്ഥിതി ഭിന്നമല്ല. ഉന്നതവിദ്യാഭ്യാസം നേടിയവരുടെ വലിയൊരു സംഖ്യ കേരളത്തിൽ ഉണ്ടെങ്കിലും അറിവ് ഉല്പാദിപ്പിക്കുന്നവരായി മാറുന്നില്ല.

തിരുവിതാംകൂറിന്റെ ചരിത്രമൊന്നു നോക്കൂ. ഇന്ത്യയിൽ ആദ്യത്തെ വാനനിരീക്ഷണ കേന്ദ്രം തിരുവിതാംകൂറിൽ സ്വാതിതിരുനാളിന്റെ കാലത്താണ് തുടങ്ങിയത്. ആലപ്പുഴയിൽ ഈസ്റ്റ് ഇന്ത്യാക്കമ്പനിയുടെ ഓഫീസറായിരുന്ന കാൽഡിക്കോട്ടായിരുന്നു അതിന്റെ മേധാവി. ഗണിതത്തിലും വാനശാസ്ത്രത്തിലും പരിശീലനം നേടിയ അദ്ദേഹത്തെ സ്വാതിതിരുനാൾ കണ്ടെത്തി തിരുവനന്തപുരത്തേക്ക് കൂട്ടിക്കൊണ്ടുവന്ന് നക്ഷത്ര ബംഗ്ലാവ് തുടങ്ങുകയായിരുന്നു. വാനനിരീക്ഷണത്തിന് ആവശ്യ

സി പി രാമസ്വാമി അയ്യർ

മായ ഉപകരണങ്ങൾ വാങ്ങാൻ കാൽഡിക്കോട്ടിനെ ഇംഗ്ലണ്ടിലേക്ക് അയച്ചു. ഇതിനെതിരെ റസിഡന്റ് സായ്പ് പ്രതിഷേധിക്കുകയും ഉണ്ടായി. എന്നാൽ അതെല്ലാം മറികടന്ന് ഉപകരണങ്ങൾ വാങ്ങി, നക്ഷത്ര ബംഗ്ലാവ് സ്ഥാപിച്ചു. 1834 ൽ തിരുവനന്തപുരം മഹാരാജാസിലെ വിദ്യാർത്ഥികളുടെ സഹായത്തോടെ കാൽഡിക്കോട്ട് നിരവധി നക്ഷത്രങ്ങളുടെ സ്ഥാനം രേഖപ്പെടുത്തി.

പക്ഷേ, പിന്നീട് ഈ സ്ഥാപനത്തിന് എന്തു സംഭവിച്ചു? കേരളത്തിൽ ഒരു പിന്തുടർച്ച ഉണ്ടായില്ല.

17–ാം നൂറ്റാണ്ടിൽ കടൽ വഴി കൊച്ചിയിൽവന്ന സാഹസികനായിരുന്നു ഡച്ച് ഗവർണറായ വാൻ റീഡ്. അദ്ദേഹം ശാസ്ത്രജ്ഞനൊന്നുമായിരുന്നില്ല. പക്ഷേ, അദ്ദേഹമാണ് പശ്ചിമഘട്ട മലനിരയിലെ ഔഷധസസ്യജാലങ്ങളെപ്പറ്റി 12 വോള്യമുള്ള *ഹോർത്തൂസ് മലബാറിക്കസ്* എന്ന ലാറ്റിൻ പുസ്തക പരമ്പര 30 വർഷംകൊണ്ട് തയ്യാറാക്കി പ്രസിദ്ധീകരിച്ചത്. ഇതിന്റെ മലയാള പരിഭാഷ 1980 ൽ മണിലാൽ നിർവ്വഹിച്ചു. ജീവശാസ്ത്രരംഗത്ത് ഇത്തരമൊരു അന്വേഷണം എന്തുകൊണ്ട് പിന്നീട് കേരളത്തിലുണ്ടായില്ല?

കേരളത്തിൽ ഗണിത ശാസ്ത്രത്തിന്റെ വളർച്ച

എ ഡി 14–ാം നൂറ്റാണ്ടു മുതൽ 17 വരെ കേരളത്തിൽ ഗണിതശാസ്ത്രത്തിന് അത്ഭുതകരമായ വളർച്ചയുണ്ടായി. മദ്ധ്യകേരളത്തിൽ തൃക്കണ്ടിയൂർ മേഖലയിൽ നിളാതീരത്താണ് അക്കാലത്തെ പ്രശസ്ത ഗണിതശാസ്ത്രജ്ഞരെല്ലാം ജീവിച്ചത്. പ്രൊഫ. പി പി ദിവാകരൻ എഴുതിയ *മാത്തമാറ്റിക്സ് ഓഫ് ഇന്ത്യ* എന്ന പുസ്തകത്തിൽ കേരള സ്കൂൾ ഓഫ് മാത്തമാറ്റിക്സ് എന്നതിനുപകരം നിളാ സ്കൂൾ ഓഫ് മാത്തമാറ്റിക്സ് എന്നാണ് വിശേഷിപ്പിക്കുന്നത്. കൊച്ചിയിൽ ഈസ്റ്റ് ഇന്ത്യാ കമ്പനി ഉദ്യോഗസ്ഥനായിരുന്ന ചാൾസ് വിഷ് ആണ് പ്രാചീന കേരളത്തിന്റെ ഗണിതപാരമ്പര്യത്തെപ്പറ്റി

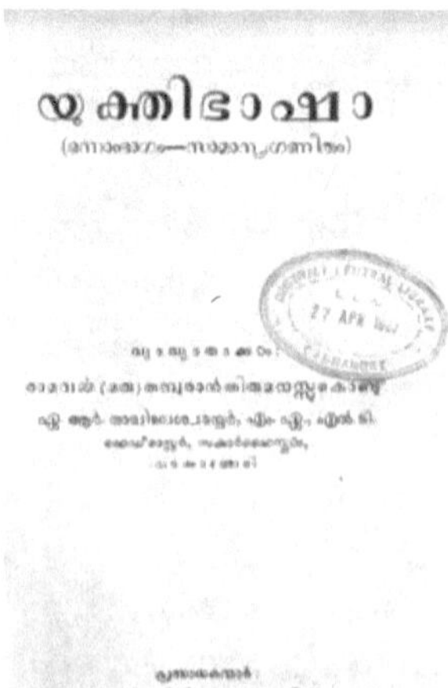

യുക്തി ഭാഷ

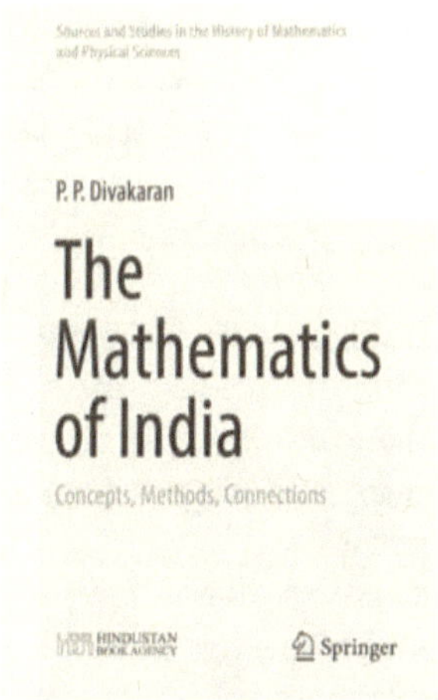

മാത്തമാറ്റിക്സ് ഓഫ് ഇന്ത്യ

ആദ്യമായി ലോകത്തോട് പറയുന്നത്. അദ്ദേഹം കൊച്ചിയിൽ കണ്ടെത്തിയ നാലു താളിയോലകൾ മറ്റുള്ളവരുടെ സഹായത്തോടെ മനസ്സിലാക്കി. ഇക്കാര്യം അദ്ദേഹം മദ്രാസിൽ പോർട്ട് ഓഫീസറായിരുന്ന ഫ്രാൻസിസ് സ്പ്രിങ് എന്ന ഐ സി എസുകാരനെ അറിയിച്ചു. രാമാനുജനെ കണ്ടെത്തിയ ആളാണ് അദ്ദേഹം. ഗണിതശാസ്ത്രത്തിൽ പരിശീലനം നേടിയ സ്പ്രിങ്, ഇക്കാര്യം ഇംഗ്ലണ്ടിലെ റോയൽ സൊസൈറ്റിയെ അറിയിച്ചു.

ചാൾസ് വിഷ് കണ്ടെത്തിയ ഒരു കൃതി നീലകണ്ഠന്റെ തന്ത്രസംഗ്രഹമായിരുന്നു, മറ്റൊന്ന് ജ്യേഷ്ഠദേവന്റെ യുക്തിഭാഷയും. ഇതിനെപ്പറ്റിയെല്ലാം ചാൾസ് വിഷ് എഴുതിയതോടെ ലോകശ്രദ്ധയിലേക്ക് വന്നു. എന്നാൽ പിന്നെയും ഒരു നൂറ്റാണ്ടുകഴിഞ്ഞാണ് ഇന്ത്യക്കാർക്ക് ഇക്കാര്യം പഠിക്കാനായത്. അപ്പോഴും കേരളം അതേപ്പറ്റി കാര്യമായി അന്വേഷിച്ചില്ല.

എന്തുകൊണ്ട്?

ശാസ്ത്രത്തെ നിത്യജീവിതത്തിന്റെ പ്രശ്നപരിഹാരത്തിനുള്ള ഉപാധിയായി വളർത്താൻ, തിരുവിതാംകൂറിന് കഴിയാത്തതിനെപ്പറ്റി ദിവാൻ സി പി രാമസ്വാമി അയ്യർ 1936 ൽ ഒരു പ്രഭാഷണത്തിൽ കൃത്യമായി പരാമർശിച്ചിരുന്നു.

“ജനസാന്ദ്രത കൂടിയ ഡെൻമാർക്കും സ്വിറ്റ്സർലണ്ടും പോളണ്ടും സ്വയം പര്യാപ്തത നേടിയെന്നുമാത്രമല്ല കയറ്റുമതിക്കാരുമായിരിക്കുന്നു. ചെറിയ രാജ്യങ്ങൾ സ്വന്തം ആശയം വികസിപ്പിച്ച് ശാസ്ത്രത്തെ നിത്യജീവിതത്തിന് പ്രയോജനപ്പെടുത്തി. ഈ മാതൃക തിരുവിതാംകൂറിലും പിന്തുടരണം. അല്ലാതെ റഷ്യയെയോ ജർമ്മനിയെയോ ഫ്രാൻസിനെയോ അനുകരിച്ചിട്ട് കാര്യമില്ല.”

സി പിയുടെ നിരീക്ഷണം കേരളത്തിൽ ഇപ്പോഴും പ്രസക്തമാണ്.

പാരമ്പര്യത്തിൽ അഭിമാനിക്കുന്നവർ ആലോചിക്കാൻ

ഭാരതീയർ 5000 വർഷത്തെ പാരമ്പര്യമൊക്കെ പറഞ്ഞ് ഊറ്റം കൊള്ളും. എന്നാൽ 100 വർഷം തിളങ്ങിനിന്ന ഒരു സ്ഥാപനമോ യൂണിവേഴ്സിറ്റിയോ ഇപ്പോൾ ചൂണ്ടിക്കാട്ടാനില്ല. മിക്കവയും 50 വർഷം തികയ്ക്കുംമുമ്പേ താഴോട്ടുപോകുന്നു. 100 വർഷമാകുമ്പോഴേക്കും അന്ത്യശ്വാസം വലിക്കുന്നു. ഇതിന് വിരുദ്ധമായി യൂറോപ്പിലും അമേരിക്കയിലും

നിരവധി നൂറ്റാണ്ടുകൾ പിന്നിട്ട അനേകം സ്ഥാപനങ്ങൾ ലോകത്തിന്റെ നായക സ്ഥാനമലങ്കരിച്ച് ഉജ്ജ്വലമായി മുന്നേറുന്നു. ഈ പ്രതിസന്ധി നമ്മെ ദുഃഖിപ്പിക്കുന്നു. നമ്മൾ തുടങ്ങുന്ന സ്ഥാപനം ഇപ്പോഴേക്ക് മാത്രമോ ഭാവി തലമുറകൾക്കുവേണ്ടിയോ എന്നതാണ് പ്രധാന ചോദ്യം. ഇപ്പോഴത്തേക്ക് മാത്രമെങ്കിൽ നമ്മുടെ സമൂഹം ഒരിക്കലും പുരോഗമിക്കുകയില്ല എന്ന് അടിവരയിട്ടു പറയാം.

ഇന്ന് സാങ്കേതികവിദ്യയുടെ ലോകതലസ്ഥാനമായി വിശേഷിപ്പിക്കുന്ന അമേരിക്ക 90 കൊല്ലംമുമ്പ് ഇന്ത്യയിൽനിന്നും ഉപകരണങ്ങൾ ഇറക്കുമതി ചെയ്തിരുന്നു എന്നുപറഞ്ഞാൽ വിശ്വസിക്കാൻ പ്രയാസമാകും. എന്നാൽ സത്യമിതാണ്. സർവ്വേ ഓഫ് ഇന്ത്യ നിർമ്മിച്ച സർവ്വേ ഉപകരണം 1920 ൽ അമേരിക്ക ഇറക്കുമതി ചെയ്തു.

നമ്മൾ ഒരു സ്ഥാപനം തുടങ്ങുന്നതിലല്ല, തലമുറകളിലൂടെ വളർന്നു മുന്നേറുന്നതാണ് പ്രധാനം. പാശ്ചാത്യ യൂണിവേഴ്സിറ്റികളും ഗവേഷണ കേന്ദ്രങ്ങളും ഇന്നും യൗവനത്തോടെ നിലനില്ക്കുന്നത് എന്തുകൊണ്ടാണ്? ആലോചിക്കണം.

യൂറോപ്പിലെ പ്ലേഗ് മഹാമാരി ചിത്രകാരന്റെ ഭാവനയിൽ (1720)

രോഗങ്ങളുടെ ചരിത്രവും പരിണാമവും

രോഗങ്ങളുടെ ചരിത്രവും പരിണാമവും പഠിക്കുന്നത് എനിക്കിഷ്ടമാണ്. എ ഡി ഒന്നാം നൂറ്റാണ്ടിൽ പഞ്ചാബ്, കാശ്മീർ പ്രവിശ്യയിൽ ജീവിച്ചിരുന്നു എന്ന് കരുതുന്ന ചരകനെഴുതിയ *ചരകസംഹിത*യിൽ ജ്വരത്തെപ്പറ്റി ഗഹനമായി പരാമർശിക്കുന്നുണ്ട്. *ചരകസംഹിത*യിലെ ഏറ്റവും നീണ്ട അദ്ധ്യായവും ജ്വരത്തെപ്പറ്റിയാണ്. ഇന്നത്തെ ഫീവറാണ് ജ്വരം. അതിൽത്തന്നെ മാരകമായ ജ്വരങ്ങളെ വിഷമജ്വരം എന്ന വിഭാഗത്തിലാണ് ചരകൻ വിശദീകരിക്കുന്നത്. ആധുനിക കാലത്തെ ടൈഫോയ്ഡ് (സന്നിപാത ജ്വരം) വിഷമജ്വരമാണെന്ന് പറയാം. ത്രിദോഷങ്ങൾ (വാതം, പിത്തം, കഫം) കോപിച്ച് മൂർദ്ധന്യത്തിൽ എത്തുമ്പോഴാണ് സന്നിപാതജ്വരം ഉണ്ടാകുന്നത്. ഇതിന്റെ ചികിത്സ ഏറെ പ്രയാസമുള്ളതാണ്. ശിവനെ പ്രാർത്ഥിക്കാൻ പറയുന്നുണ്ട്. അതെന്തായാലും ചരകനിൽ നിന്ന് 2000 കൊല്ലം പിന്നിടുമ്പോഴും ലോകത്ത് പകർച്ചവ്യാധിയുണ്ട്. 2000 കൊല്ലം മുമ്പ് ഇല്ലാതിരുന്ന പല പകർച്ചവ്യാധികളും ഇന്ന് കാണാം.

കഴിഞ്ഞ നൂറ്റാണ്ടിന്റെ തുടക്കത്തിൽ ചൈനയിലെ മഞ്ചൂറിയയിൽ പ്ലേഗ് പടർന്ന് രണ്ടുലക്ഷത്തോളംപേർ മരിച്ചു. ആ പ്ലേഗിന്റെ ബാക്ടീരിയ, 'ടെറബാസിം' എന്ന മുയലിനെപ്പോലെയുള്ള വന്യജീവിയിൽനിന്ന് മനുഷ്യനിലേക്ക് പടർന്നതാണ്. പ്ലേഗിന്റെ വാഹകരാണെന്നറിയാതെ മഞ്ചൂറിയക്കാർ ഈ ജീവിയെ പിടികൂടി കുപ്പായം തുന്നാൻ രോമം ശേഖരിച്ചിരുന്നു. കുപ്പായത്തിന് യൂറോപ്പിൽ വലിയ വിപണി തുറന്നതോടെ ചൈനാ

ക്കാർ ഭ്രാന്ത് പിടിച്ച് ഈ വന്യജീവിക്ക് പിന്നാലെ ഓടി. രോമത്തിൽ നിന്നുണ്ടായ പൊടിപടലം ബാക്ടീരിയ പടർത്തി. ഇത് ശ്വസിച്ച തൊഴിലാളികൾ കൂട്ടത്തോടെ രോഗികളായി. അതു മഹാമാരിയായി തീർന്നു. കോവിഡിന്റെ കാര്യത്തിലും വന്യജീവികളാണ് പ്രഭവകേന്ദ്രം എന്നാണ് റിപ്പോർട്ടുകൾ.

ഇൻഫ്ളുവൻസയുടെ രണ്ടാം വരവ്

1900 ത്തിന്റെ ആദ്യപകുതിയിൽ ഇൻഫ്ളുവൻസ ലോക മഹാമാരിയായി പതിനായിരങ്ങളെ കൊന്നൊടുക്കി. 1957 ൽ ഇൻഫ്ളുവൻസയുടെ രണ്ടാംവരവിൽ, 'അമ്പരപ്പിക്കുന്ന കൂട്ടമരണം' ഉണ്ടായില്ല എന്നതാണ് സത്യം. അന്നത്തെ പടർച്ച കോവിഡിനേക്കാൾ കുറവായിരുന്നു എന്നു പറയാം. മരണനിരക്ക് കോവിഡിനെക്കാൾ കൂടുതലായിരുന്നു എന്ന് പറയാൻ നമുക്ക് തെളിവില്ല. 1957 ൽ ഞാൻ തിരുവനന്തപുരം മെഡിക്കൽ കോളേജ് ആദ്യ ബാച്ച് എം ബി ബി എസ് അവസാനവർഷ വിദ്യാർത്ഥിയാണ്. പനിയും ചുമയുമായിരുന്നു ഇൻഫ്ളുവൻസയുടെ ലക്ഷണം. കോവിഡിനും അതേ ലക്ഷണമാണ്. അന്ന് മരുന്നില്ല, ഇന്നും. ഇൻഫ്ളുവൻസ മെല്ലെ പടരുന്ന രോഗമായിരുന്നു. മരണനിരക്ക് കൂടുതലും. കോവിഡ് അതിവേഗം പടരുന്നു, മരണനിരക്ക് കുറവും. അന്ന് മെഡിക്കൽ കോളേജ് ആശുപത്രിക്കടുത്ത് ക്യാൻസർ രോഗികളുടെ ബഹുനില കെട്ടിടത്തിലായിരുന്നു ഇൻഫ്ളുവൻസ ഐസൊലേഷൻ വാർഡ്. മൂന്ന് നിലകളിലായി ജമുക്കാളംപുതപ്പിച്ച് നിലത്ത് കിടത്തിയിരുന്ന നാല്പതോളം രോഗികളെ നോക്കാൻ രണ്ടോ മൂന്നോ നഴ്സുമാർ മാത്രം. ഈ നൂറ്റാണ്ടിലെ മഹാമാരിയായി കോവിഡിനെ വിശേഷിപ്പിക്കുന്നുണ്ട്. എന്നാൽ കഴിഞ്ഞ നൂറ്റാണ്ടുകൾ നോക്കിയാൽ മഹാമാരി (പാൻഡെമിക്) വർഷങ്ങളുടെ ഇടവേളയിൽ ആവർത്തിച്ചിട്ടുണ്ട്. നിരവധി ഭൂഖണ്ഡങ്ങളിലെ ജനങ്ങളിൽ മുമ്പെങ്ങും ഇല്ലാത്തവിധം ഒരു രോഗം പടർന്ന് പിടിക്കുന്ന ഭീതിജനകമായ അവസ്ഥയാണ് പാൻഡെമിക് എന്നാണ് ലോകാരോഗ്യ സംഘടനയുടെ പുതിയ നിർവ്വചനം.

ചരകന്റെ കാലത്തെ രോഗങ്ങൾ

ഹിമാലയത്തിന്റെ താഴ്വാരമായ ചരകന്റെ ജന്മഭൂമിയിൽ അക്കാലത്ത് പടർന്ന രോഗങ്ങൾ ഏതൊക്കെയാകാം? അതിന്റെ വ്യാപ്തി എത്ര? ഇന്നത്തെ പോലെയായിരുന്നോ സ്ഥിതി?. ഇങ്ങനെ രോഗങ്ങളുടെ ചരിത്രം കണ്ടെത്തുന്ന വൈദ്യശാസ്ത്ര ശാഖയാണ് എപ്പിഡമിയോളജി. തിരുവനന്തപുരത്ത് ശ്രീചിത്രയിലെ അച്യുതമേനോൻ സെന്ററിൽ ഈ ശാഖ പ്രവർത്തിക്കുന്നുണ്ട്. ഇന്ത്യയിൽ വളരെ കുറച്ച് കേന്ദ്രങ്ങളിലേ എപ്പിഡമിയോളജി പഠനം ഉള്ളൂ. വളരെ അത്യാവശ്യമുള്ള ശാസ്ത്ര ശാഖയാണിത്.

ചരകന്റെ പ്രതിമ

പകർച്ചവ്യാധികളെപ്പറ്റി *ചരകസംഹിത*യിൽ എത്രമാത്രം പരാമർശമുണ്ടെന്ന് ഞാൻ അന്വേഷിച്ചു. എന്റെ *ചരകസംഹിത* വ്യാഖ്യാനത്തിൽ അത് വ്യക്തമാക്കിയിട്ടുണ്ട്. ഞങ്ങൾ പഠിക്കുമ്പോൾ ഡേവിഡ്സൺ ടെക്സ്റ്റ് ബുക്ക് ഓഫ് മെഡിസിനിൽ ടൈഫോയ്ഡിനെപ്പറ്റി അഞ്ചുപേജ് വിവരണമുണ്ടാകും. പക്ഷേ, ഹൃദ്രോഗത്തെപ്പറ്റി ഒരു പേജ് മാത്രം. അതേ പാഠപുസ്തകത്തിന്റെ ഇപ്പോഴത്തെ എഡിഷനിൽ ടൈഫോയ്ഡിനെപ്പറ്റി ഒരു പേജുതന്നെ കാണില്ല. ഹൃദ്രോഗത്തെപ്പറ്റി പത്തുപേജ് കാണും. വൈദ്യശാസ്ത്ര വിദ്യാർത്ഥികൾ കാലത്തിനനുസരിച്ച് ഏത് രോഗത്തെപ്പറ്റി കൂടുതൽ പഠിക്കണം എന്നു നോക്കിയാണ് ഈ പുസ്തകത്തിന്റെ ഓരോ എഡിഷനും ഇറങ്ങുന്നത്. ഇവിടെ *ചരകസംഹിത*യ്ക്കും ചില സമാനതകൾ കാണാനാകും. ചില രോഗങ്ങളെപ്പറ്റി *ചരകസംഹിത*യിൽ 20 പേജുവരെ വിവരണമുണ്ടാകും. എന്നാൽ പ്രമേഹത്തെപ്പറ്റി ഒരു പേജ് കണ്ടാലായി. കാരണം അക്കാലത്ത് കൂടുതൽ വ്യാപകമായിരുന്ന രോഗത്തെപ്പറ്റി ചരകൻ എഴുതി എന്നാണർത്ഥം. ഈ നിരീക്ഷണം യുക്തിഭദ്രമാണ്. സന്നിപാത ജ്വരത്തെപ്പറ്റി ചരകൻ എത്രതവണ ആവർത്തിച്ച് പരാമർശിച്ചിട്ടുണ്ടെന്ന് ഇക്കാലത്ത് കമ്പ്യൂട്ടർ വഴി കണ്ടെത്താനാകും. ആർക്കിയോ എപ്പിഡമിയോളജി എന്ന് ഞാൻ ഇതിനെ വിളിക്കുന്നു. പഴയകാലം പരാമർശിക്കുന്നതാണല്ലോ ആർക്കിയോ. പകർച്ചവ്യാധികളെപ്പറ്റി ചരകൻ ആയിരത്തോളംതവണ പരാമർശം നടത്തുമ്പോൾ പകരാത്ത രോഗങ്ങളെപ്പറ്റി നാനൂറ്റമ്പതോളം തവണയേ സൂചിപ്പിക്കുന്നുള്ളു. ഇതിൽനിന്നാണ് ചരകന്റെ കാലത്ത് പകർച്ചവ്യാധികൾ വ്യാപകമായിരുന്നു എന്ന നിഗമനത്തിൽ എത്തുന്നത്.

രോഗിയുടെ വീട്ടിൽ ചികിത്സ

ചരകന്റെ കാലത്ത് രോഗികളുടെ വീട്ടിലാണ് ചികിത്സ. രോഗവിവരം വൈദ്യനെ അറിയിക്കാൻ ദൂതനെ അയക്കും. രോഗലക്ഷണങ്ങൾ കൃത്യമായി വിവരിക്കാൻ കഴിവുള്ള ആളാകണം ദൂതൻ. ഇല്ലെങ്കിൽ ആപത്താണ്. ദൂതനിൽനിന്നും വിവരം ധരിച്ച വൈദ്യൻ ശിഷ്യനോടൊത്ത് രോഗിയെ സന്ദർശിക്കും. ആ വേളയിൽ രോഗിയെ മാത്രമല്ല ചുറ്റുവട്ടവും അവർ നിരീക്ഷിക്കും. വൃത്തിയും വെടിപ്പുമുണ്ടോ, കൂട്ടത്തോടെ കഴിയുന്ന കുടുംബമാണോ, ദരിദ്രരാണോ എന്നെല്ലാം. ഇതെല്ലാം രോഗത്തിന് കാരണമാകാം. അക്കാര്യങ്ങൾ അറിഞ്ഞ ശേഷമേ രോഗിയെ നേരിട്ട് പരിശോധിക്കൂ. രോഗിക്ക് ആവശ്യമായ മരുന്ന് വീട്ടിലുണ്ടാക്കാൻ നിർദ്ദേശിക്കുന്നതാണ് അന്നത്തെ രീതി. വൈദ്യന്റെ വീടിനടുത്താണെങ്കിൽ അവിടെ മരുന്ന് കിട്ടും. അല്ലാതെ വിപണിയിൽ ലഭ്യമല്ല.

രോഗിയുടെ നാഡിമിടിപ്പ് (പൾസ്) നോക്കുന്നതിനെപ്പറ്റി ചരകൻ പറയുന്നില്ല. 14-ാം നൂറ്റാണ്ടിലാണ് ആയുർവേദത്തിൽ പൾസ് നോക്കുന്ന സമ്പ്രദായം വരുന്നത്. ശ്വാസോച്ഛ്വാസം, കണ്ണിലെ വിളർച്ച, മൂത്രത്തിന്റെ നിറം ഇതെല്ലാം തിട്ടപ്പെടുത്തിയാണ് പരിശോധന. അല്ലാതെ ലാബറട്ടറി പരിശോധനയൊന്നുമില്ല. ചൈനയിൽനിന്നോ അറേബ്യയിൽനിന്നോ പകർന്നുകിട്ടിയ സമ്പ്രദായമാകാം നാഡിമിടിപ്പ് പരിശോധന എന്ന് കരുതുന്നു.

ചരകന്റെ കാലത്ത് പഥ്യം പ്രധാനമാണ്. ആഹാരനിയന്ത്രണത്തിലൂടെ രോഗം ഭേദമാകുന്ന സാഹചര്യമാണല്ലോ പഥ്യം. പ്രസിദ്ധ ആയുർവേദ ആചാര്യൻ രാഘവൻ തിരുമുൽപ്പാട് വളരെ കുറച്ച് മരുന്നുകൾ നിർദ്ദേശിക്കുകയും ആഹാര നിയന്ത്രണത്തിന് മുൻതൂക്കം നല്കുകയും ചെയ്തിരുന്നു. ആഹാരമാണ് മരുന്നെന്ന് അദ്ദേഹം ആവർത്തിച്ച് ഓർമ്മിപ്പിക്കും. ആധുനിക കാലത്ത് ഫുഡ് ഈസ് മെഡിസിൻ എന്നൊരു വൈദ്യശാസ്ത്ര ശാഖ രൂപപ്പെട്ടിട്ടുണ്ട്. ഓസ്ട്രേലിയയിൽ ഇത്തരമൊരുവിഭാഗം നിലവിലുണ്ട്. ആഹാരം മരുന്നാകുന്ന സമ്പ്രദായം ചരകന്റെ കാലത്തിന് സമാനമാണ്.

ആയുർദൈർഘ്യവും ചികിത്സയുമായി ബന്ധമില്ല

രോഗങ്ങളുടെ ചരിത്രവും ജനങ്ങളുടെ ആയുർദൈർഘ്യവും തമ്മിൽ ബന്ധം കണ്ടെത്താനാകും. ഇന്ത്യക്ക് സ്വാതന്ത്ര്യം കിട്ടുമ്പോൾ 30 വയസ്സിന് താഴെയായിരുന്നു ഇന്ത്യക്കാരന്റെ ആയുർദൈർഘ്യം. ഞാൻ തിരുവനന്തപുരം മെഡിക്കൽകോളേജിൽ എം ബി ബി എസിന് പഠിക്കാനെത്തുമ്പോൾ, ഇതാണ് സ്ഥിതി. ഇന്നു കേരളത്തിലെ ആയുർദൈർഘ്യം 74 കടന്നിരിക്കുന്നു. 19-ാം നൂറ്റാണ്ടിൽ ഇന്ത്യക്ക് സമാനമായിരുന്നു യൂറോപ്പിലെ ആയുർദൈർഘ്യമെന്നത് മറ്റൊരു ചരിത്രകൗതുകം.

ആയുർദൈർഘ്യം കൂടുന്നതും ചികിത്സയും തമ്മിൽ ബന്ധമില്ല. ശുചിത്വം, ശുദ്ധജലം, പോഷകാഹാരം, നല്ല പാർപ്പിടം എന്നിവ കൈവ

രുമ്പോൾ ജീവിതനിലവാരം മെച്ചപ്പെടുന്നു. അതോടെ സാംക്രമിക രോഗങ്ങളും അകലുന്നു. എപ്പിഡെമിയൊളോജിക്കൽ ട്രാൻസിഷൻ എന്നാണ് ഈ പരിണാമഘട്ടത്തെ വിളിക്കുന്നത്. 60 കൊല്ലം മുൻപ് ശിശുമരണനിരക്ക് വളരെ കൂടുതലായിരുന്നു. അഞ്ചുവയസ്സിൽ താഴെയുള്ള കുട്ടികൾക്ക് ജ്വരം ബാധിച്ചാൽ മരണം എന്നായിരുന്നു സ്ഥിതി. കോളറയും ടൈഫോയ്ഡും അന്ന് വളരെ കൂടുതലായിരുന്നു. ഹൃദ്രോഗമോ ക്യാൻസറോ കേട്ടിട്ടില്ല. ജീവിതനിലവാരം കൂടുന്നതോടെ ആയുർദൈർഘ്യവും ഉയരുന്നതാണ് ലോകചരിത്രം. അങ്ങനെയാകുമ്പോൾ പകർച്ചവ്യാധികളുടെ ഭീഷണിയും മെല്ലെ നീങ്ങും. ഇന്ന് ടൈഫോയ്ഡോ കോളറയോ ഉണ്ടെങ്കിൽത്തന്നെ വീട്ടിലിരുന്ന് ചികിത്സിച്ചാൽ മതി. ഞങ്ങൾ മെഡിസിൻ പഠിക്കുന്ന കാലത്ത് മെഡിക്കൽകോളേജിന്റെ വകയായി ആശുപത്രിയില്ല. ജനറൽ ആശുപത്രിയിലേക്കാണ് ഞങ്ങളെ അയക്കുക. അവിടെ രണ്ടു വാർഡുകൾ പനി രോഗികൾക്കുള്ളതാണ്. ഫീവർ വാർഡെന്നാണ് വിളിച്ചിരുന്നത്. ഇവിടെ അനേകം രോഗികൾ എത്തുമെങ്കിലും കാര്യമായ രോഗനിർണ്ണയ മാർഗ്ഗങ്ങളില്ല. ആശുപത്രിക്ക് എതിർവശത്ത് ഡോ. സി ഒ കരുണാകരന്റെ നേതൃത്വത്തിൽ പബ്ലിക് ഹെൽത്ത് ലാബുണ്ട്. അവിടെ ഇത്രയധികം രോഗികളുടെ രക്തസാമ്പിൾ നോക്കാൻ സൗകര്യമില്ല. അതിനാൽ എത്ര രോഗികളുടെ സാമ്പിൾ അയക്കണമെന്ന് പ്രൊഫസർ തീരുമാനിക്കും. അഞ്ചു ദിവസത്തിൽ കൂടുതൽ പനി നീണ്ടാൽ ടൈഫോയ്ഡായി പരിഗണിക്കും. പക്ഷേ, ചികിത്സിക്കാൻ ഇവിടെ മരുന്നില്ല. ക്ലോറോമൈസെറ്റിൻ എന്ന മരുന്ന് അമേരിക്ക കണ്ടുപിടിച്ചെങ്കിലും കിട്ടാനില്ലായിരുന്നു. അതുകൊണ്ട് വയറ്റിൽ ടർപ്പന്റൈൻ തിരുമ്മുക തുടങ്ങിയ ചില രീതികൾ ചികിത്സയെന്ന രൂപേണ ആവർത്തിച്ചുപോന്നു. ഈ സ്ഥിതിയിൽ രോഗികളുടെ മരണനിരക്ക് വളരെ കൂടുതലായിരുന്നു. ചരകൻ പറയുന്ന വിഷമജ്വരം ഇവിടെ അനുഭവിച്ചതിന്റെ ഓർമ്മ ഇതാണ്. 30 വയസ്സ് ആയുർദൈർഘ്യമായിരുന്ന കാലത്താണല്ലോ ഇതെല്ലാം. പിന്നീട് ജീവിതനിലവാരം ഉയർന്നതോടെ ക്യാൻസറും ഹൃദ്രോഗവും ഡയബറ്റിസും തുടങ്ങി പകരാത്ത രോഗങ്ങൾ വ്യാപകമായി. ഇന്ന് ലോകത്ത് കൂടുതൽ മരണവും ഇതിലൂടെയാണ്.

ജീവിതനിലവാരം ഉയരുമ്പോൾ പകർച്ചവ്യാധി കുറയും എന്ന നിഗമനവും ഇപ്പോഴത്തെ കൊറോണ വ്യാപനവും തമ്മിൽ എങ്ങനെ പൊരുത്തപ്പെടും എന്നു സംശയമുണ്ടാകാം. വൈറസ് രോഗങ്ങൾ ചരകന്റെ കാലത്തുമുണ്ട്. ഉദാഹരണം സ്മോൾ പോക്സ്. മനുഷ്യകോശത്തിനെന്നപോലെ വൈറസിനും മ്യൂട്ടേഷനുണ്ടാകുന്നു. ഉദാഹരണമായി ക്ഷയരോഗത്തിന്റെ ബാക്ടീരിയ മ്യൂട്ടേഷന് വിധേയമായി ആന്റി ബയോട്ടിക്കിനെ അതിജീവിക്കുന്നു. വൈറസും ബാക്ടീരിയയും മ്യൂട്ടേഷന് വിധേയമായി പുതുരൂപത്തിൽ നിലവിലുള്ള മരുന്നുകളെ അതിജീവിച്ച് തിരിച്ചുവരുന്നതാണ് ഇപ്പോൾ കാണുന്നത്. കൊറോണ വൈറസ് നേരത്തെയുണ്ടായിരുന്നു. അതിനു മ്യൂട്ടേഷൻ സംഭവിച്ചതാണ് കോവിഡ് 19 വൈ

റസ്. 2019 ൽ കണ്ടെത്തിയ കൊറോണ വൈറസിന്റെ വകഭേദത്തെയാണ് ഇങ്ങനെ വിളിക്കുന്നത്. നിലവിൽ ഇതിന് മരുന്നില്ല.

കോവിഡ് വൈറസിനെ എങ്ങനെ അതിജീവിക്കും എന്നു ചോദിച്ചാൽ ആദ്യത്തേത് വ്യക്തികൾ തമ്മിൽ അകലം പാലിക്കുക എന്നതാണ്. തുമ്മലിലൂടെയും ചുമയിലൂടെയുമാണ് ഇത് പകരുന്നത്. ജീവനുള്ള ഒരു പ്രതലത്തിൽ ചേർന്നാലേ വൈറസിന് ജീവിക്കാനാകൂ. അല്ലെങ്കിൽ നശിച്ചുപോകും. അതായത് സ്വയമേവ വൈറസിന് നിലനില്പില്ല. കൈ കഴുകൽ, അകലം പാലിക്കൽ എന്നിവയിലൂടെ വൈറസിനെ അകറ്റിനിർത്താനാകും. രോഗിയെ ഐസൊലേഷൻ വാർഡിലാക്കി പകരുന്നത് തടയാം. ഇനിയൊരു മാർഗ്ഗം മരുന്ന് കണ്ടെത്തുകയാണ്. അത് എളുപ്പമല്ല. ഏറെക്കാലത്തെ പ്രയത്നം ഇതിനാവശ്യമുണ്ട്.

എല്ലാം അതിജീവിക്കുന്ന മനുഷ്യകുലം

പ്രതിരോധ വാക്സിൻ കണ്ടെത്തിയാൽ അത് കുത്തിവച്ച് കവചം തീർക്കാനാകും. ഇമ്മ്യൂണിറ്റി എന്നു പറയുന്നത് ശരീരം സ്വയം സൃഷ്ടിക്കുന്ന പ്രതിരോധമാണ്. അതില്ലായിരുന്നെങ്കിൽ മനുഷ്യകുലം ഇന്ന് കാണുമായിരുന്നില്ല. മറ്റു ജീവികൾക്കില്ലാത്ത പ്രത്യേകതയാണിത്. അന്യമായ ഒന്നിനെയും മനുഷ്യശരീരം സ്വീകരിക്കില്ല. സഹോദരന്റെ അവയവം തുന്നിച്ചേർത്താലും ശരീരം നിരസിക്കുന്നതിന്റെ കാരണം ഇതാണ്. ഈ പ്രതിരോധ കവചമാണ് മനുഷ്യകുലത്തെ നിലനിർത്തുന്നത്. മൃഗങ്ങൾക്ക് ഇത്രമാത്രം പ്രതിരോധശേഷിയില്ല. എന്നാൽ മൃഗങ്ങളിൽ വാക്സിൻ പരീക്ഷിച്ച് വിജയിച്ച ശേഷമാണ് മനുഷ്യരിൽ പ്രയോഗിക്കുക. ഏത് വാക്സിന്റെ പരീക്ഷണത്തിനും നിരീക്ഷണത്തിനും ഏറെക്കാലമെടുക്കും.

പരീക്ഷണത്തിന് വൈറസിനെ ലാബിൽ വളർത്തണം

ആധുനിക വാക്സിന്റെ പിതാവ് എന്നറിയപ്പെടുന്ന ശാസ്ത്രജ്ഞനാണ് അമേരിക്കക്കാരനായ ജോൺ ഫ്രാങ്ക്ളിൻ എൻഡേഴ്സ് (1897–1985). പോളിയോ വൈറസിനെ കൾച്ചർ ചെയ്ത് വികസിപ്പിച്ചതിന് 1954 ൽ ഇദ്ദേഹത്തിന് നൊബേൽ സമ്മാനം ലഭിച്ചു.

ജോൺ ഫ്രാങ്ക്ളിൻ എൻഡേഴ്സ്

എൻഡേഴ്സിന്റെ കണ്ടെത്തൽ മനുഷ്യകുലത്തിന്റെ മുന്നേറ്റത്തിൽ ഒരു നാഴികക്കല്ലായി. പരീക്ഷണശാലയിൽ വൈറസിനെ കൾച്ചർ ചെയ്ത് വികസിപ്പിക്കാൻ കഴിഞ്ഞത്, പില്ക്കാലത്ത്

പോളിയോവാക്സിൻ ഉല്പാദിപ്പിക്കാനുള്ള വഴിയൊരുക്കലായി പരിണമിച്ചു.

കുത്തിവയ്ക്കുന്ന പോളിയോ വാക്സിനും തുള്ളിമരുന്നായി കൊടുക്കുന്ന പോളിയോ വാക്സിനും പിന്നീട് രണ്ടു ശാസ്ത്രജ്ഞരാണ് കണ്ടുപിടിക്കുന്നത്. അമേരിക്കൻ വൈറോളജിസ്റ്റും വൈദ്യശാസ്ത്ര ഗവേഷകനുമായ ജോനാസ് എൻഡേർഡ് സാൾക്ക് (1914-1995) കുത്തിവയ്ക്കുന്ന പോളിയോ വാക്സിൻ വികസിപ്പിച്ചു. 1950 കളുടെ മദ്ധ്യത്തിൽ ഇത് പ്രയോഗത്തിൽ വന്നു. ഓറൽ പോളിയോ തുള്ളിമരുന്ന് കണ്ടെത്തുന്നത് പോളിഷ് അമേരിക്കൻ വൈദ്യ-ശാസ്ത്ര ഗവേഷകനായ ആൽബർട്ട് ബ്രൂസ് സാബിൻ (1906-1993) ആണ്. 1961 ൽ ഇത് വാണിജ്യാടിസ്ഥാനത്തിൽ നിലവിൽ വന്നു. സാൾക്കിന്റെയും സാബിന്റെയും പേരിലാണ് ഈ വാക്സിനുകൾ അറിയപ്പെടുന്നത്.

ജോനാസ് എൻഡേർഡ് സാൾക്ക്

ആൽബർട്ട് ബ്രൂസ് സാബിൻ

ഇതെല്ലാം സാദ്ധ്യമായത് എൻഡേഴ്സ് കൾച്ചർ ചെയ്തതുകൊണ്ടുമാത്രമാണ്. ഇവിടെ ഒരു കാര്യം ശ്രദ്ധിക്കാനുണ്ട്. ശരീരത്തിന് പുറത്ത് ലാബിൽ വൈറസിനെ വളർത്തിയില്ലെങ്കിൽ ഇത്തരം പരീക്ഷണങ്ങളൊന്നും നടക്കില്ല. ഇക്കാലത്ത് മൃഗങ്ങളിൽ പരീക്ഷിക്കാതെ സെൽ കൾച്ചറിലൂടെ ലാബിൽ തന്നെ വാക്സിൻ സുരക്ഷിതമായി വികസിപ്പിക്കാനാകും. ഇന്ത്യയിൽ പൂനെയിലെ സിറം ഇൻസ്റ്റിറ്റ്യൂട്ടിൽ ഇതിനുള്ള സൗകര്യമുണ്ട്.

കൊറോണ ബാധിച്ച ഒരാൾ നൂറുപേരുമായി സമ്പർക്കത്തിലായി എന്നിരിക്കട്ടെ. അതിൽ കുറച്ചുപേരിലേക്ക് അത് പകർന്നിരിക്കാം. എന്നാൽ രോഗലക്ഷണം കാണില്ല. അതേസമയം അവരുടെ ശരീരം വൈറസിനെതിരായ ആന്റിബോഡി ഉല്പാദിപ്പിക്കുന്നുണ്ടാകും. ഉദാഹരണമായി ടെറ്റനസിന് എതിരായ കുത്തിവയ്പ്പ്. ടെറ്റനസിനെതി

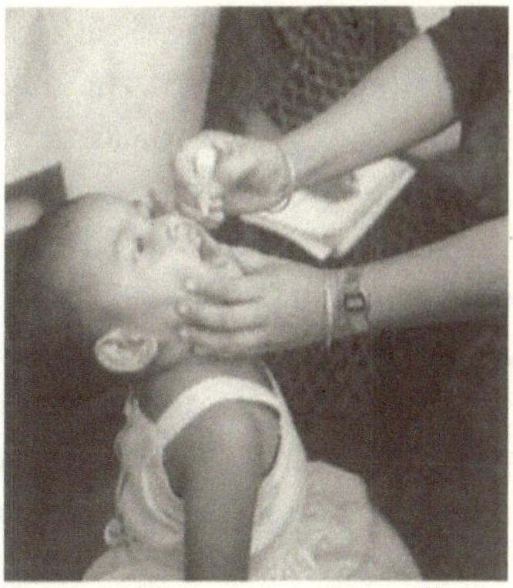

പോളിയോ തുള്ളിമരുന്ന്

രായി മനുഷ്യകോശങ്ങൾ ഉല്പാദിപ്പിക്കുന്ന ആന്റിബോഡി നേർപ്പിച്ചാണ് കുത്തിവയ്ക്കുന്നത്. അപ്പോൾ ശരീരം ഇതിനെതിരെ സ്വയം പ്രതിരോധ കവചം തീർക്കുന്നു.

സ്മോൾ പോക്സ് വാക്സിന്റെ കാര്യത്തിൽ കൗതുകകരമായ ഒന്നുണ്ട്. സ്മോൾ പോക്സിന് ഒരു സഹോദരനുണ്ട് - കൗപോക്സ്. ഇത് പശുക്കളിൽ പടരുന്ന രോഗമാണ്. പശുക്കളിൽ പടർന്ന പോക്സിന്റെ ഘടകമാണ് മനുഷ്യരിൽ കുത്തിവയ്ക്കാൻ ഉപയോഗിക്കുന്ന സ്മോൾ പോക്സ് വാക്സിൻ.

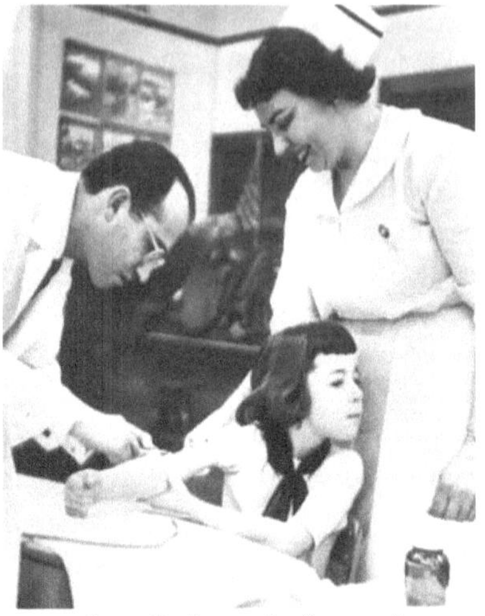

എൻഡ്വേർഡ് സാൾക്ക് പോളിയോ വാക്സിൻ നല്കുന്നു

വസൂരിക്ക് പ്രതിരോധം കണ്ടെത്തിയ കഥ

ലണ്ടനിൽ എം ബി ബി എസ് പഠിച്ച *എഡ്വേർഡ് ജെന്നർ* എന്നൊരു ഡോക്ടർ ഗ്ലോസ്റ്റർ ഷയർ എന്ന സ്ഥലത്ത് പ്രാക്റ്റീസ് ചെയ്യുന്ന സമയം. അവിടെ സ്മോൾ പോക്സ് പടർന്ന് കുറേയേറെ മരണമുണ്ടായി. നിസ്സഹായനായി ഇതൊക്കെ നോക്കിനില്ക്കാനേ അദ്ദേഹത്തിന് കഴിഞ്ഞുള്ളൂ. അങ്ങനെയിരിക്കെ പാൽ വില്ക്കാനായി കുറെ സ്ത്രീകൾ അവിടെയെത്തി. അവർ ഈ രോഗത്തെയൊന്നും ഭയന്നില്ല. ജെന്നറിന് അത്ഭുതം തോന്നി. അവരോട് തന്നെ അത് ചോദിക്കുകയും ചെയ്തു. ഞങ്ങൾക്ക് ഇതൊന്നും പേടിയില്ലെന്നായിരുന്നു അവരുടെ മറുപടി. ഇത് ആരും ചെവിക്കൊണ്ടില്ല. കാരണം ഇവരെ അത്രയ്ക്കും തരംതാഴ്ന്നവരെന്ന് അവിടെയുള്ളവർ വിധിയെഴുതിയിരുന്നു. ജെന്നർ ഉടൻതന്നെ അദ്ദേഹത്തിന്റെ ഗുരുനാഥനായ ജോൺ ഹണ്ടർക്ക് കത്തെഴുതി. ഇവിടെ സ്മോൾ പോക്സ് വന്ന് ഒട്ടേറെ മരണമുണ്ടാകുമ്പോഴും പാല്ക്കാരി പെണ്ണുങ്ങൾ ഈ രോഗത്തെ ഭയക്കാതെ പുറത്തിറങ്ങി നടക്കുന്നു. കത്ത് കിട്ടിയ ഉടൻതന്നെ ജോൺ ഹണ്ടർ ശിഷ്യന് മറുപടി അയച്ചു, വൈ തിങ്ക് മൈ ഡിയർ ജെന്നർ, വൈ നോട്ട് എക്സ്പിരിമെന്റ് എന്നായിരുന്നു കത്തിലെ ഉള്ളടക്കം. ആ അന്വേഷണം കൗപോക്സിലേക്കും അതിലൂടെ സ്മോൾപോക്സ് വാക്സിൻ കണ്ടെത്തുന്നതിലേക്കും എത്തി. കൗപോക്സ് ബാധിച്ച പശുക്കളുടെ ദേഹത്ത് കുമിളപോലെ പൊന്തിവരാറുണ്ട്. ഈ കുമിളകൾ ഉണക്കിയുണ്ടാക്കുന്ന പൊടി ചാലിച്ച് മനുഷ്യരിൽ കുത്തിവയ്ക്കുന്നതായിരുന്നു ജെന്നറുടെ കണ്ടെത്തൽ. വലിയ നേട്ട

മായിരുന്നു അത്. അക്കാലത്ത് ഈ മരുന്ന് ഇന്ത്യയിലേക്ക് എത്തിക്കാൻ ജന്നർ ഏറെ ശ്രമിച്ചു. പല പരാജയങ്ങൾക്ക് ശേഷമാണ് വിജയിച്ചത്. കപ്പലിൽ രണ്ടു മാസമെങ്കിലുമെടുക്കും ഇവിടെയെത്താൻ. അപ്പോഴേക്കും അത് ചീത്തയാകും. ഇംഗ്ലണ്ടിൽ നിന്നുള്ള ജന്നറുടെ വാക്സിൻ ഉപയോഗിച്ച് പത്തൊൻപതാം നൂറ്റാണ്ടിന്റെ തുടക്കത്തിൽ ബോംബെയിൽ ആദ്യ കുത്തിവയ്പ്പു നടത്തിയത് ഡോ. സ്കോട്ട് ആയിരുന്നു. ഇന്ത്യയിൽ മസൂരിക എന്ന പേരിൽ നൂറ്റാണ്ടുകൾക്കു മുമ്പേ സ്മോൾ പോക്സ് അറിയപ്പെട്ടിരുന്നു.

എഡ്വേർഡ് ജെന്നർ

ബംഗാളിലെ ടിക്ക വാക്സിനേഷൻ!

ഈ വാക്സിൻ കണ്ടെത്തുംമുമ്പുതന്നെ ഇന്ത്യയിൽ ഇതു പോലൊരു വാക്സിനുണ്ടായിരുന്നു. ടിക്ക എന്നായിരുന്നു വാക്സിൻ പ്രയോഗത്തിന്റെ പേര്. ബംഗാളിൽ അത് പ്രയോഗത്തിലുണ്ടായിരുന്നു. കൊൽക്കത്തയിൽ താമസിച്ചിരുന്ന പ്രസിദ്ധ ബ്രിട്ടീഷ് ഫിസിഷ്യൻ ഡോ. ഹോൾവെൽ ഇന്ത്യയുടെ പ്രാചീന ചികിത്സാ രീതി അറിയാൻ ഏറെ താല്പര്യമെടുത്തു. ടിക്ക എന്ന പാരമ്പര്യ കുത്തിവയ്പ് സമ്പ്രദായത്തെപ്പറ്റി അദ്ദേഹം ഒരു ലേഖനമെഴുതിയിരുന്നു. ആരോഗ്യമുള്ളവരിൽ നടത്തുന്ന ഒരു പ്രതിരോധ കുത്തിവയ്പ് എന്ന് ഇതിനെ വിശേഷിപ്പിക്കാം. രോഗികളിലോ ആരോഗ്യമില്ലാത്തവരിലോ ഇത് ചെയ്യില്ല. ഈ ലേഖനം ഞാൻ മലയാളത്തിലേക്ക് തർജ്ജമ ചെയ്ത് *മാതൃഭൂമി*യിൽ പ്രസിദ്ധീകരിച്ചു. അന്ന് തിരുവനന്തപുരം ശ്രീചിത്രയിൽ ജോലിചെയ്യുകയാണ്. അധികമാർക്കും ഈ ടിക്കയെക്കുറിച്ച് അറിയുമായിരുന്നില്ല. ലേഖനം വന്ന് രണ്ടു ദിവസം കഴിഞ്ഞപ്പോൾ എനിക്കൊരു ഫോൺ വന്നു. അന്നത്തെ മുഖ്യമന്ത്രി അച്യുതമേനോനായിരുന്നു ലൈനിൽ. 'നിങ്ങളുടെ ലേഖനം കൊള്ളാം, ഇങ്ങനെയുള്ള കാര്യങ്ങളെക്കുറിച്ച് കൂടുതൽ എഴുതണമെന്ന്' അദ്ദേഹം ആവശ്യപ്പെട്ടു.

കൊൽക്കത്തയിൽ ടിക്ക പ്രയോഗിക്കാൻ കാരണമുണ്ട്. അവിടെ എല്ലാ വർഷവും സ്മോൾ പോക്സ് വലിയ ഭീഷണിയാണ്. ഫെബ്രുവരി, മാർച്ച് മാസത്തിലാണ് ഇത് പടരുന്നത്. രണ്ടാഴ്ചയിൽ 50,000 പേരെങ്കിലും മരിക്കുക സാധാരണമായിരുന്നു. കണ്ണിനെപോലും ബാധിക്കുമാ

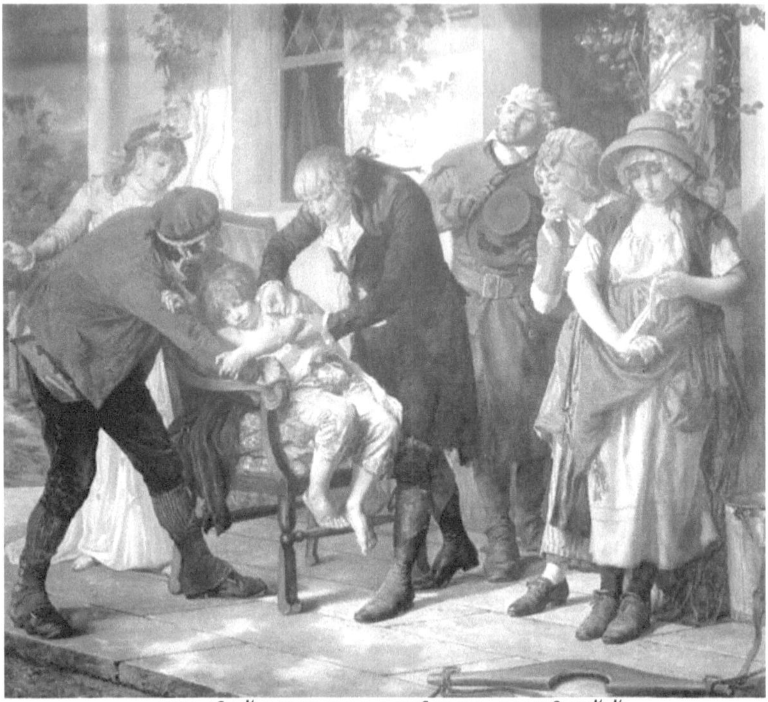

വസൂരിക്ക് ജെന്നറുടെ പ്രതിരോധ കുത്തിവയ്പ്

യിരുന്നു. മരിച്ച് റോഡിൽ കിടന്നാൽപോലും മാറ്റാൻ ആരും വരില്ല. അത്രയ്ക്കും ഭയാനകമായ അവസ്ഥ. രോഗപകർച്ചയുടെ ഒരു മാസം മുമ്പ് ഉത്തർപ്രദേശിൽനിന്നും ഒരു സംഘം ബ്രാഹ്മണർ ചികിത്സകരായി അവിടേക്ക് വരാൻ തുടങ്ങി. വലിയ സംഘമായി വരുന്നവർ നാലുപേരടങ്ങുന്ന ചെറിയ സംഘങ്ങളായി തിരിയും. ഈസമയം ആളുകൾ നിരനിരയായി ഇവരെ കാത്ത് നില്ക്കും. ഉത്തർപ്രദേശ് സംഘങ്ങൾ വരുമ്പോൾ ബംഗാളിലുള്ളവർക്ക് വ്രതം പോലെയാണ്. ഒരുമാസം മുമ്പേ മത്സ്യം, പാല് ഇവ ഒഴിവാക്കണം. ജപങ്ങളൊക്കെ വേണം. നാലുപേരടങ്ങുന്ന സംഘത്തിൽ അഥർവ്വവേദ മന്ത്രങ്ങൾ ചൊല്ലാനൊരാൾ, ഗംഗാജലം തളിക്കാനൊരാൾ എന്നിങ്ങനെയാണ് ക്രമീകരണം. ഇവരെത്തുമ്പോൾ ഗൃഹനാഥൻ കോടി നല്കും. അതിൽനിന്ന് ഒരു കഷണമെടുത്ത് ഗംഗാജലത്തിൽ മുക്കി പുരുഷന്മാർക്കാണെങ്കിൽ കൈമുട്ടിനു താഴെ മന്ത്രം ചൊല്ലിക്കൊണ്ട് വൃത്തിയാക്കും. സ്ത്രീകൾക്കാണെങ്കിൽ ചുമലിനു താഴെ വൃത്തിയാക്കും. തുടർന്ന് ശൂലംപോലുള്ള ചെറിയൊരു വസ്തുകൊണ്ട് കൈയിലെ തൊലിയിൽ ചെറിയ പോറൽ ഉണ്ടാക്കും. ഇവിടെയാണ് ടിക്ക വാക്സിൻ പ്രയോഗം. മുൻവർഷം സ്മോൾ പോക്സ് വന്ന് മരിച്ചവരുടെ ശരീരത്തിലുണ്ടായിരുന്ന കുമിള ഉണക്കിയതിൽ നിന്നെടുത്ത പൊടി ചാ

ലിച്ചെടുത്ത് ആ മുറിവിന് മുകളിൽ വച്ച് കെട്ടും. ഇതു കഴിഞ്ഞാൽ എല്ലാവരും വീടുകളിലെ ടെറസിൽ ഇരിക്കണം, വെയിൽ കൊള്ളണം, കഞ്ഞി കുടിക്കണം. നാലുദിവസം കഴിയുമ്പോൾ കൈയിൽ കെട്ടിവച്ച സ്ഥലത്ത് കുമിള കണ്ടാൽ ചികിത്സ ഫലപ്രദമാണെന്നു പറയാം. ഇതാണ് ടിക്ക എന്ന പേരിൽ അറിയപ്പെട്ടിരുന്ന ചികിത്സാ രീതി.

ഡോ. ഹോൾവെൽ, ബ്രാഹ്മണ സംഘത്തോട് ഇതിന്റെ രഹസ്യം ചോദിച്ചിരുന്നു. അവരുടെ രഹസ്യങ്ങൾ ഒരിക്കലും പറയില്ലെന്നായിരുന്നു മറുപടി. എങ്കിലും ബഹുമാനം തോന്നി അവർ ആ രഹസ്യം അദ്ദേഹത്തോടു പറഞ്ഞു. നമ്മൾ ഭൂതത്തെയോ, മറ്റെന്തെങ്കിലും വസ്തുവിനെയോ ആദ്യമായി കാണുകയാണെങ്കിൽ പേടി തോന്നും. വീണ്ടും വീണ്ടും കാണുമ്പോൾ നമ്മുടെ ഭയം കുറഞ്ഞു വരും. അതേ ഇവിടെയും പ്രയോഗിച്ചുള്ളൂ. അവരുടെ പൂർവ്വികർക്കുണ്ടായിരുന്ന സ്മോൾ പോക്സ് സ്വന്തം ശരീരത്തിൽ വന്നപ്പോൾ അവർക്ക് ഭയമുണ്ടായില്ല. ആദ്യമേ ഭയപ്പെട്ട കാര്യമല്ലേ. പിന്നെ വീണ്ടും ഭയക്കേണ്ട കാര്യമില്ലല്ലോ. അതേ ടെക്നിക്കാണിതെന്നായിരുന്നു മറുപടി. അറിയുന്ന പിശാചാണ് അറിയപ്പെടാത്ത പിശാചിനേക്കാൾ ഭേദം എന്നാണല്ലോ ചൊല്ല്!

ജനക്കൂട്ടത്തിന്റെ പ്രതിരോധം

പുതിയ വൈറസിനും ബാക്ടീരിയയ്ക്കും മുന്നിൽ മനുഷ്യശരീരം ആദ്യം പരിഭ്രമിച്ച് നില്ക്കും. അതാണ് മഹാമാരിയുടെ വൈദ്യശാസ്ത്ര ചരിത്രം പറയുന്നത്. ഇതാണ് ലോകത്തിപ്പോൾ കൊറോണയുടെ കാര്യത്തിൽ കാണുന്ന പരിഭ്രമത്തിന് പിന്നിലും. മനുഷ്യശരീരത്തിൽ വൈറസ് കടന്നാൽ മാത്രമേ അതിനെതിരായ പ്രതിരോധപ്രവർത്തനം ശരീരം സ്വയം ആരംഭിക്കൂ. 70 ശതമാനം ജനങ്ങളിലേക്കും രോഗാണു എത്തിച്ചേ

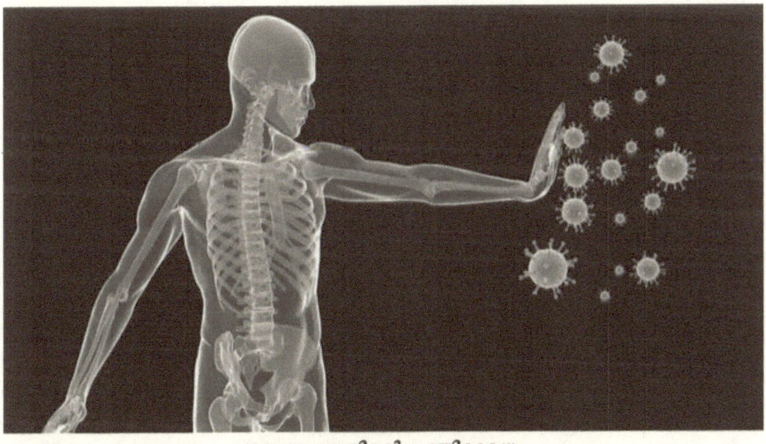

ജനക്കൂട്ടത്തിന്റെ പ്രതിരോധം

രാനുള്ള സാഹചര്യമുണ്ടായാൽ മുഴുവൻ ജനങ്ങൾക്കും പ്രതിരോധത്തിന്റെ കവചമാണ് കിട്ടുക. ഇത്തരമൊരു അവസ്ഥയെ 'ജനക്കൂട്ടത്തിന്റെ പ്രതിരോധം' എന്ന് വിളിക്കുന്നു. മുഴുവൻ ജനങ്ങളിലേക്കും വൈറസ് വ്യാപിക്കുന്നതോടെ മാത്രമേ പ്രതിരോധം സാദ്ധ്യമാകൂ. പക്ഷേ, അത് മെല്ലെ മാത്രമേ സംഭവിക്കാവൂ. അതുകൊണ്ടാണ് മഹാമാരിയുടെ വേഗം കുറയ്ക്കാൻ ബ്രേക്ക് ദ ചെയിൻ എന്ന കൈകഴുകൽ. ഇടവിട്ട് കൈകഴുകുന്നതും ക്വാറന്റൈനും സാമൂഹിക അകലം പാലിക്കുന്നതും ഐസൊലേഷനും വൈറസിന്റെ വ്യാപനത്തിന് ബ്രേക്കിടും. എന്നാൽ ഇതൊന്നും വൈറസിനെ നശിപ്പിക്കില്ല. വ്യക്തിശുചിത്വം വളരെ പ്രധാനമാണ്. പുറത്ത് പോയി വരുന്നവർ ഉടൻ വസ്ത്രം വൃത്തിയാക്കാനും കുളിക്കാനും മറക്കരുത്. വൈറസിനെ ഇല്ലാതാക്കുന്ന മരുന്നും വൈറസ് പകർച്ചവ്യാധി തടയാനുള്ള വാക്സിനും വികസിപ്പിച്ചെടുക്കാൻ സമയമെടുക്കും. രോഗങ്ങളുടെ ചരിത്രം അതാണ് പറയുന്നത്.

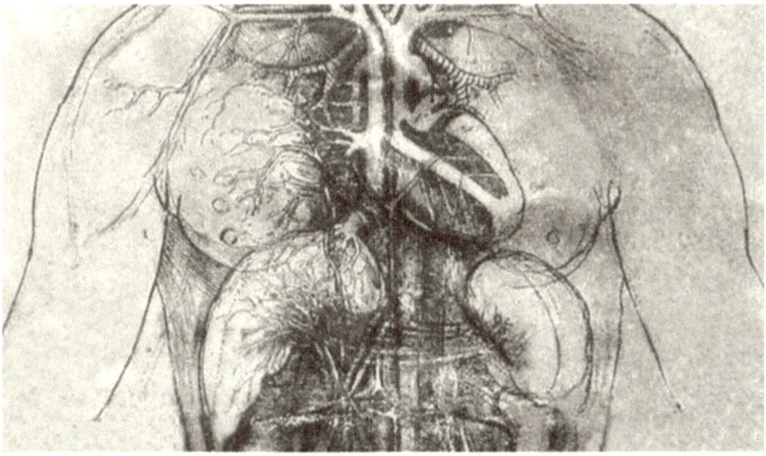

ഡാവിഞ്ചി വരച്ച മനുഷ്യന്റെ ആന്തരാവയവങ്ങളുടെ ചിത്രം

ഡാവിഞ്ചിയുടെ ഹൃദയവും ശ്രീചിത്രവാൽവും

മനുഷ്യഹൃദയം തുറന്ന് നാല് അറകളും ലോകത്തിന് കാട്ടിക്കൊടുത്ത ആദ്യത്തെയാൾ ഡോക്ടർ ആയിരുന്നില്ല, ചിത്രകാരനായിരുന്നു - ലിയനാർഡോ ഡാവിഞ്ചി (1452-1519).

അവസാന അത്താഴം, മൊണാലിസ തുടങ്ങിയ വിശ്രുത പെയിന്റിങ്ങുകളിലൂടെ ആരാധ്യനായ ഇറ്റലിക്കാരൻ.

ഡാവിഞ്ചി വരച്ച ഹൃദയത്തിന്റെ രേഖാചിത്രങ്ങൾ ഇന്നും വൈദ്യശാസ്ത്ര വിദ്യാർത്ഥിക്ക് ചരിത്ര പ്രാധാന്യമുള്ള റഫറൻസാണ്. ഇംഗ്ലണ്ടിലെ വിൻസർ കാസിൽ റോയൽ കളക്ഷനിൽ ഈ അമൂല്യ ചിത്രങ്ങൾ സൂക്ഷിച്ചിട്ടുണ്ട്. മനുഷ്യന്റെ കൈകളുടെയും കാലുകളുടെയും ചലനങ്ങൾ ധ്വന്യാത്മകമായി ആവിഷ്കരിക്കുന്ന 'വിട്രൂവിയൻ മാൻ' വരച്ച ഡാവിഞ്ചിക്ക് അ

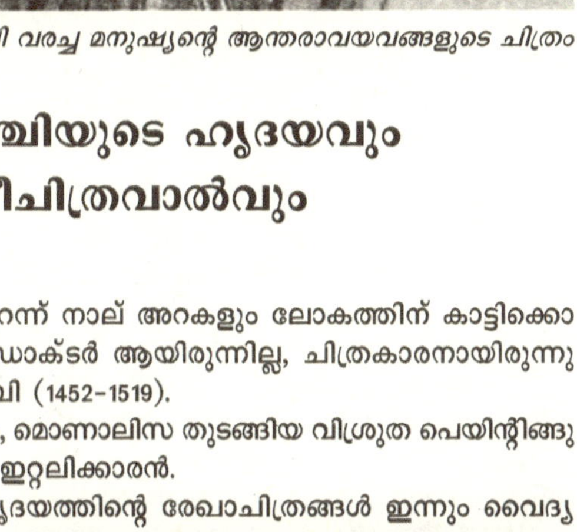

ഡാവിഞ്ചി

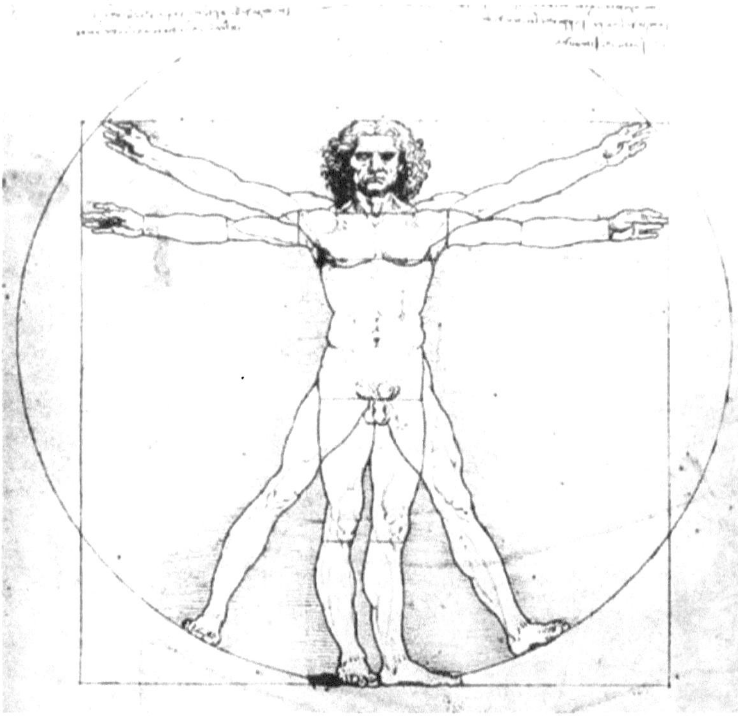

വിട്രൂവിയൻ മാൻ

നാട്ടമി പ്രിയപ്പെട്ട വിഷയമായിരുന്നു. തുടക്കത്തിൽ പന്നിയുടെയും കാളയുടെയും ഹൃദയം കീറിമുറിച്ച് രേഖാചിത്രം തയ്യാറാക്കിയ ഡാവിഞ്ചി പിന്നീട് പ്രത്യേക അനുമതിയോടെ മനുഷ്യജഡം കീറി പഠിക്കാൻ തുടങ്ങി. മുപ്പതോളം ജഡങ്ങൾ ശസ്ത്രക്രിയയ്ക്ക് വിധേയമാക്കിയതായി സൂചനയുണ്ട്. ജഡം ചീഞ്ഞുപോകാതിരിക്കാനായി ശൈത്യകാലത്തിന് തൊട്ടുമുമ്പായിരുന്നു ഡാവിഞ്ചിയുടെ ശസ്ത്രക്രിയ.

അയോർട്ടിക്ക് വാൽവിന്റെ പ്രവർത്തനത്തെപ്പറ്റി ഡാവിഞ്ചിയുടെ വിവരണത്തിലെ കൃത്യത എടുത്തുപറയേണ്ടതാണെന്ന് *ഹാർട്ട് ഓഫ് ലിയനാർഡോ* എന്ന പുസ്തകം എഴുതിയ ഡോ. ഫ്രാൻസിസ് വെൽസ് പറയുന്നു. വില്യം ഹാർവി 1616 ൽ രക്തചംക്രമണം കണ്ടെത്തിയതിന് പരോക്ഷ പ്രേരണ ഡാവിഞ്ചിയുടെ ഹൃദയരേഖാചിത്രങ്ങളാണെന്ന് നിരീക്ഷണമുണ്ട്. പുഴയിലെ വെള്ളം കരയിലേക്ക് തള്ളിക്കയറുന്നതുപോലെ ഹൃദയഭിത്തിയിലേക്ക് രക്തം തള്ളിക്കയറുമെന്ന് ഡാവിഞ്ചി എഴുതി. ഔപചാരിക വിദ്യാഭ്യാസമൊന്നുമില്ലാത്ത ഡാവിഞ്ചിയുടെ നോട്ട്ബുക്ക് നിറയെ ശാസ്ത്രതത്ത്വങ്ങളും കണ്ടുപിടുത്തങ്ങളും തത്ത്വചിന്തയും ഒക്കെയായിരുന്നു. വലത്തുനിന്നും ഇടത്തേക്ക് എഴുതിയിരുന്ന ഡാവിഞ്ചിയുടെ കൈപ്പട വായിക്കാൻ കണ്ണാടിയുടെ സഹായം വേണം. ഡാവിഞ്ചിയുടെ രേഖാ

ചിത്രങ്ങൾ 1632 ൽ ലണ്ടനിലെ തോമസ് ഹോവൽ ഏജൻസിയുടെ പക്ക ലെത്തി. അത് പിന്നീട് ചാൾസ് രാജാവ് വാങ്ങി വിൻസർ കാസിലിൽ സൂക്ഷിച്ചു. ഏകദേശം 300 വർഷങ്ങൾക്ക് ശേഷമാണ് ഈ അമൂല്യശേ ഖരം പുറംലോകം കാണുന്നത്.

ഇംഗ്ലണ്ടിൽ വിദ്യാർത്ഥിയായിരിക്കെയാണ് ഡാവിഞ്ചിയുടെ ഹൃദയ രേഖാചിത്രങ്ങളുടെ പ്രിന്റ് ഞാൻ കാണുന്നത്.

തിരുവനന്തപുരത്ത് ശ്രീചിത്രയിൽ കൃത്രിമ ഹൃദയവാൽവ് നിർമ്മാണ പദ്ധതിയുമായി മുന്നേറുന്ന കാലത്ത് ഡാവിഞ്ചി എന്റെ മനസ്സിൽ അടുത്ത സാന്നിദ്ധ്യമായി. തുടിക്കുന്ന രേഖാചിത്രം, ഹൃദയബന്ധമായ അനുഭവം.

4 അറ 4 വാൽവ്

മനുഷ്യഹൃദയത്തെ ഇടതുവലത് ഭാഗങ്ങളിലായി പ്രകൃതിദത്ത ഭിത്തിയിലൂടെ വേർതിരിച്ചിരിക്കുന്നു. ശുദ്ധരക്തവും അശുദ്ധരക്തവും കൂടിക്കലരാതിരിക്കാനാണിത്. ഓക്സിജൻ കുറഞ്ഞ അശുദ്ധരക്തത്തെ ബ്ളൂ ബ്ലഡ് (നീലരക്തം) എന്നുവിളിക്കുന്നു. മതിയായ തോതിൽ ഓക് സിജൻ ചേർന്ന ശുദ്ധരക്തമാണ് റെഡ് ബ്ലഡ്. ഹൃദയവും ഞരമ്പുകളും ചേർന്ന കാർഡിയോ വാസ്ക്കുലർ സംവിധാനമാണ് ശരീരം മുഴുവൻ രക്തവും ഓക്സിജനും എത്തിക്കുന്നത്. ശുദ്ധരക്തത്തിന്റെ ചംക്രമണ മാണല്ലോ മനുഷ്യായുസ്സിന്റെ ബലം.

അശുദ്ധരക്തം ഹൃദയത്തിന്റെ വലതുഭാഗത്തെ അറയിൽ എത്തി ച്ചേരുന്നു. ഇവിടെനിന്നും ശുദ്ധീകരണത്തിനായി ശ്വാസകോശത്തിലേ ക്ക് പമ്പ് ചെയ്യുന്നു. വലതുഭാ ഗത്ത് രണ്ട് അറകളുണ്ട്- വല ത്തെ എട്രിയവും, വലത്തെ വെൻട്രിക്കിളും. ഇവിടെനിന്നും പൾമണറി ആർട്ടറിയിലൂടെ യാണ് ശ്വാസകോശത്തിലേക്ക് രക്തം പമ്പ് ചെയ്യുന്നത്. ആ ര ക്തത്തെ, ഓക്സിജൻ നല്കി പുനഃസംസ്കരിച്ച് ചുവപ്പ് നിറ മുള്ളതാക്കുകയാണ് ശ്വാസ കോശം. ശ്വാസകോശത്തിൽനി ന്നും ഹൃദയത്തിന്റെ ഇടത് അ റയിലേക്കാണ് ശുദ്ധരക്തം വ രുന്നത്. ഇവിടെയും രണ്ട് അറ കളുണ്ട്. ഇടത് എട്രിയവും ഇ ടത് വെൻട്രിക്കിളും. ഇവിടെനി ന്നും അയോർട്ട ഞരമ്പുവഴി ശരീരത്തിലേക്ക് ശുദ്ധരക്തം പ മ്പുചെയ്യുന്നു.

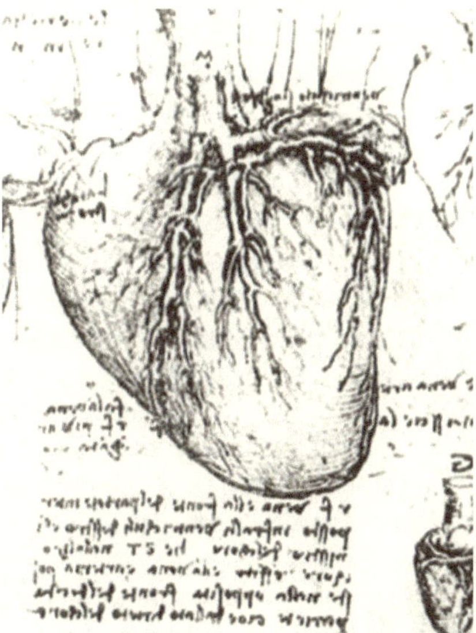

ഡാവിഞ്ചി വരച്ച ഹൃദയം

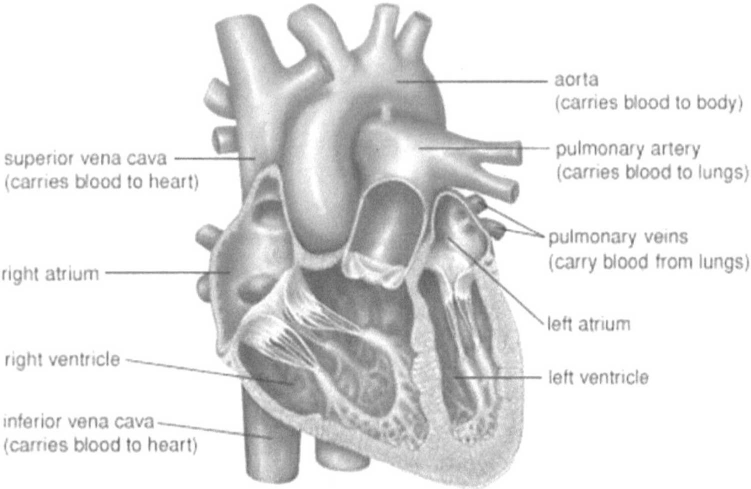

ഹൃദയത്തിന്റെ 4 വാൽവുകൾ

ശരീരത്തിൽ ശരിയായവിധം രക്തചംക്രമണം സാദ്ധ്യമാക്കാൻ ഹൃദയത്തിൽ 4 വാൽവുകളാണുള്ളത്. ട്രൈകസ്പിഡ്, മൈട്രൽ, പൾമണറി, അയോട്ടിക്ക് എന്നിവയാണിവ. നാല് വാൽവുകളും ഒരു വഴിക്കുമാത്രം തുറക്കുന്നതാണ്. ഹൃദയസ്പന്ദനത്തിനനുസരിച്ച് 4 വാൽവുകളും തുറക്കുകയും അടയ്ക്കുകയും ചെയ്യുന്നു. അതായത് ഓരോ സ്പന്ദനത്തിലും തുറക്കുകയും അടയ്ക്കുകയും ചെയ്യുന്നു.

ഹൃദയം ചുരുങ്ങുകയും വികസിക്കുകയും ചെയ്യുന്നതനുസരിച്ചാണ് ഹൃദയത്തിന്റെ വിശ്രമം. ഹൃദയം ചുരുങ്ങുന്നതിനെ സിസ്റ്റൊലി എന്നും വികസിക്കുന്നതിനെ ഡയാസ്റ്റൊലി എന്നുംപറയുന്നു. വികസിപ്പിക്കുമ്പോഴാണ് ഹൃദയത്തിന്റെ വിശ്രമം. ഹൃദയം ചുരുങ്ങുമ്പോഴാണ് ശ്വാസകോശത്തിലേക്കും ശരീരത്തിലേക്കും രക്തം പമ്പ് ചെയ്യുന്നത്. ശുദ്ധരക്തം പമ്പു ചെയ്യുന്നതിന് കൂടുതൽ പ്രയത്നം വേണം. രക്തം ഹൃദയത്തിലേക്ക് മടങ്ങിവരുന്ന സമയത്താണ് ഹൃദയത്തിലെ അറകളും ഭിത്തിയിലെ സ്രോതസ്സുകളും വികസിക്കുന്നതും ഹൃദയം വിശ്രമിക്കുന്നതും. 1/3: 2/3 എന്നതാണ് സങ്കോചന വികസനത്തിന്റെ അനുപാതം. മൂന്നിൽ രണ്ടിന് മൂന്നിലൊന്നിനേക്കാൾ സമയം വേണ്ടിവരും.

ഹൃദയഭിത്തിയുടെ ഉപരിതലത്തിലേക്ക് രക്തം നല്കുന്നതും ഹൃദയമാണല്ലോ. ഈ രക്തക്കുഴലുകളെ കൊറോണറി ആർട്ടറി എന്നുപറയുന്നു.

ഹൃദയത്തിന് ഒരു ഇലക്ട്രിക് വയറിങ് സംവിധാനമുണ്ട്. ഹൃദയസ്പന്ദനത്തെ ക്രമപ്പെടുത്തുന്നത് ഇതാണ്. വലത്തെ ഏട്രിയത്തിൽ നിന്നാരംഭിക്കുന്ന ഇമ്പൾസ് മുൻപറഞ്ഞ വയറിങ്ങിലൂടെ നാല് അറകളിലും എത്തുന്നു. പമ്പിങ്ങിനുള്ള പ്രകൃതിദത്ത സിഗ്നലാണിത്.

ഇടതു ഹൃദയഭാഗത്തിന് കഠിനാദ്ധ്വാനം, രോഗസാദ്ധ്യത

ഹൃദയത്തിന്റെ ഇടതുഭാഗത്താണ് കഠിനാദ്ധ്വാനം കൂടുതൽ. ശരീരം മുഴുവൻ രക്തം പമ്പുചെയ്യുന്നത് ഈ ഭാഗത്തുനിന്നാണല്ലോ. അതുകൊണ്ടുതന്നെ ഇടതുഭാഗത്തെ വാൽവിന് വലതിനെ അപേക്ഷിച്ച് രോഗസാദ്ധ്യതയും കൂടുതലാണ്. 95 ശതമാനം വാൽവ് മാറ്റിവയ്ക്കലും ഇടതുഭാഗത്താണ്. ശ്വാസകോശത്തിലേക്ക് മാത്രം രക്തം പമ്പുചെയ്യുന്ന വലതുഭാഗത്തെ അറകൾക്ക് പൊതുവെ സമ്മർദ്ദം കുറവാണ്. രക്തസമ്മർദ്ദം അളക്കുന്നത് ഹൃദയത്തിന്റെ ഇടതുഭാഗം പരിശോധിച്ചിട്ടാണ്. കൂടിയ രക്തസമ്മർദ്ദം 120 ഉം കുറഞ്ഞത് 70 ഉം ആയി കണക്കാക്കുന്നു. മതിയായ രക്തസമ്മർദ്ദം ഉണ്ടെങ്കിലേ ശരീരംമുഴുവൻ രക്തം എത്തൂ. ശരീരത്തിന് ആവശ്യമായ പോഷകവും ഓക്സിജനും ലഭ്യമാകണമെങ്കിൽ കൃത്യമായ രക്തസമ്മർദ്ദം നിലനില്ക്കണം. പനി, പലതരം രോഗങ്ങൾ, ഭയം ഇങ്ങനെ നിരവധി കാരണങ്ങൾകൊണ്ട് ഹൃദയസ്പന്ദന നിരക്ക് കൂടും, രക്തയോട്ടത്തിനും വ്യതിയാനം വരുന്നു.

ജീവിയുടെ പരിണാമത്തിനനുസരിച്ച് ഹൃദയസ്പന്ദന നിരക്ക് രൂപപ്പെടുന്നു. കുരുവിക്ക് മിനിട്ടിൽ 500 പ്രാവശ്യം ഹൃദയമിടിക്കും. ആമയ്ക്ക് 15 പ്രാവശ്യം മാത്രം. മനുഷ്യന് 70–75. കുരുവിയുടെ ആയുസ്സ് മാസങ്ങളിൽ ഒതുങ്ങുമ്പോൾ ആമ 250 വർഷംവരെ ജീവിക്കുന്നു. ജീവിതത്തിന്റെ ദൈർഘ്യം ഹൃദയമിടിപ്പുമായി ബന്ധപ്പെട്ടിരിക്കുന്നു.

വാൽവിന്റെ വ്യാസം അടിസ്ഥാനമാക്കി കൃത്രിമ ഹൃദയവാൽവ് സ്റ്റാന്റേർഡ് സൈസായി നിർമ്മിക്കുന്നു. റെഡിമെയ്ഡ് ഷർട്ടിനും പാന്റിനുമൊക്കെ സൈസ് ഉള്ളതുപോലെ.

1972: മടങ്ങിവരവിന്റെ കഥ

അമേരിക്കയിൽ ജോൺസ് ഹോപ്കിൻസ് യൂണിവേഴ്സിറ്റിയിലെ ഡോ. ഗോട്ട്, ജോർജ് ടൗൺ യൂണിവേഴ്സിറ്റിയിലെ ഡോ. ഹഫ്നഗൽ എന്നീ പ്രശസ്ത ഹൃദയശസ്ത്രക്രിയാവിദഗ്ദ്ധരുടെ കീഴിലായിരുന്നു എന്റെ ഉപരിപഠനവും പരിശീലനവും. ലോകത്ത് ആദ്യ കൃത്രിമവാൽവ് വികസിപ്പിച്ച് ആഗോളശ്രദ്ധ നേടിയിരുന്നു ഡോ. ഹഫ്നഗൽ.

ഡോ. ഗോട്ടിന് കീഴിൽ എന്റെ ആദ്യകാല പരിശീലനം കഴിഞ്ഞ് ഡോ. ഹഫ്നഗലിന്റെ ശിഷ്യനായി 1966 ൽ എത്തുമ്പോൾ പുതിയ ഹൃദയവാൽവിന്റെ രൂപകല്പനയിലായിരുന്നു അദ്ദേഹം. അക്കാലത്ത് 'ഹഫ്നഗൽ വാൽവ്' എന്നപേരിൽ അദ്ദേഹത്തിന്റെ കൃത്രിമ വാൽവ് വിപണിയിൽ പേരെടുത്തിരുന്നു. ഈ പശ്ചാത്തലം എന്റെ മനസ്സിലും ഗവേഷണ വികസനത്വര ഉണർത്തി. 1972 ലാണ് ഞാൻ ഇന്ത്യയിൽ മടങ്ങിവന്നത്. ഇവിടെ ജോലിയും ഗവേഷണവും നടത്തണമെന്ന ആഗ്രഹമാണ് മടങ്ങാനുള്ള പ്രേരണ. ഗവേഷണവും കണ്ടുപിടുത്തവുമൊന്നും ഇവിടെ നടക്കില്ലെന്നും എല്ലാം വിദേശികൾക്ക് മാത്രം കഴിയുന്ന കാര്യമാണെന്നും ഇന്ത്യക്കാരിൽ ഭൂരിപക്ഷവും ഉറച്ച് വിശ്വസിച്ചിരുന്ന കാലമായിരുന്നു അത്.

ഒരു കത്തും ചർച്ചകളും

ഡോ. എസ് രാമശേഷൻ

ഇന്ത്യയിൽ ഒരു ഹാർട്ട് സെന്ററും ഹാർട്ട് വാൽവ് ഗവേഷണ പദ്ധതിയും തുടങ്ങേണ്ട ആവശ്യകത ചൂണ്ടിക്കാട്ടി ഞാൻ സി എസ് ഐ ആറിന്റെ അന്നത്തെ ഡയറക്ടർക്ക് ഒരു കത്തെഴുതി. ഇറക്കുമതി ചെയ്ത ഹൃദയവാൽവാണ് ഇന്ത്യയിലെ രോഗികൾക്ക് ആശ്രയം. അതിന്റെ വിലയാകട്ടെ സാധാരണ രോഗികൾക്ക് താങ്ങാനുമാവില്ല. ഡൽഹി സഫ്ദർജംഗ് ആശുപത്രിയിൽ തൊറാസിക്ക് സർജനായി ജോലിയിൽ പ്രവേശിച്ച് വൈകാതെ തന്നെ ഈ ദയനീയാവസ്ഥ എനിക്ക് മനസ്സിലാക്കാനായി. നേരിട്ടുള്ള അനുഭവം കൂടിയായപ്പോൾ ഹൃദയവാൽവ് വികസനപദ്ധതി നടപ്പിൽ വരാനായി എന്റെ ഹൃദയം തുടിച്ചുകൊണ്ടേയിരുന്നു എന്നത് ആലങ്കാരികമല്ല. സി എസ് ഐ ആർ ഡയറക്ടർക്ക് എഴുതിയ കത്തിന്റെ പകർപ്പ് 4 പ്രമുഖ ശാസ്ത്രജ്ഞർക്ക് ഡയറക്ടർ അയച്ചുകൊടുത്തിരുന്നു. അങ്ങനെയാണ് എസ് രാമശേഷൻ എന്നെ ബന്ധപ്പെടുന്നത്. അന്ന് അദ്ദേഹം ബാംഗ്ലൂർ

ഡോ. വല്യത്താനും ഡോ. ഹഫ്നഗലും

ഇന്ത്യൻ ഇൻസ്റ്റിറ്റ്യൂട്ട് ഓഫ് സയൻസിലാണ്. താൻ വൈകാതെ ഡൽഹിക്ക് വരുമെന്നും അപ്പോൾ കാണാമെന്നും അദ്ദേഹം അറിയിച്ചു. സി എസ് ഐ ആറിന്റെ ഓഫീസിൽ, മണിക്കൂറുകൾ നീണ്ട ആ കൂടിക്കാഴ്ചയിൽ എന്റെ ആശയങ്ങൾ അദ്ദേഹവുമായി പങ്കിട്ടു. ഏറെ താല്പര്യത്തോടെ കേട്ട രാമശേഷൻ വലിയ പ്രോത്സാഹനമാണ് തന്നത്. സി വി രാമന്റെ അനന്തരവനാണ് ബാംഗ്ലൂർ ഇന്ത്യൻ ഇൻസ്റ്റിറ്റ്യൂട്ട് ഓഫ് സയൻസിന്റെ ഡയറക്ടറായിരുന്ന എസ് രാമശേഷൻ. ശ്രീചിത്രയുടെ ഹൃദയ വാൽവ് വികസനപദ്ധതിയിൽ ഏറെ തല്പരനും ഉപദേശകനുമായിരുന്നു അദ്ദേഹം. പ്രതിസന്ധിഘട്ടങ്ങളിൽ മാർഗ്ഗദർശിയുമായി. തിരുവനന്തപുരത്തെ ബ്ലഡ്ബാഗ് നിർമ്മാണ കമ്പനിയായ പെൻപാളിന്റെ തുടക്കകാലത്ത് രാമശേഷനെയാണ് മേധാവിയായി, സ്ഥാപകൻ ബാലഗോപാൽ നിയോഗിച്ചത്. അദ്ദേഹത്തിന്റെ ൮൦ ാം പിറന്നാളിന് കറന്റ് സയൻസ് മാഗസിൻ പ്രസിദ്ധീകരിച്ച പതിപ്പിൽ ആ വലിയ മനുഷ്യനെപ്പറ്റി ഞാൻ എഴുതിയിരുന്നു.

മദ്രാസ് ഐ ഐ ടിയിലേക്ക്

എന്നാൽ ഹാർട്ട് വാൽവ് നിർമ്മാണ പദ്ധതിയിലേക്ക് എത്തിച്ചേരാൻ പിന്നെയും രണ്ടുമൂന്നു വർഷം വേണ്ടിവന്നു. അത് തികച്ചും യാദൃച്ഛികമായിരുന്നുതാനും.

സഫ്ദർജംഗ് ആശുപത്രിയിൽനിന്നും മദ്രാസ് ഐ ഐ ടി ബയോമെഡിക്കൽ വിഭാഗത്തിൽ വിസിറ്റിങ് പ്രൊഫസറായി എനിക്ക് നിയമനം കിട്ടുന്നത് 1973 ലാണ്. ഇതോടൊപ്പം മദ്രാസ് റെയിൽവെ ആശുപത്രിയിൽ ഹാർട്ട് സർജനായും പ്രവർത്തിച്ചു. അന്ന് ഹൃദയശസ്ത്രക്രിയാരംഗത്ത് പ്രശസ്തനായിരുന്ന ഡോ. ടി ജെ ചെറിയാന്റെ നേതൃത്വത്തിലായിരുന്നു റെയിൽവെ ആശുപത്രി പ്രവർത്തിച്ചിരുന്നത്. അദ്ദേഹത്തിന്റെ താല്പര്യം കൊണ്ടുമാത്രം അവിടെ ഹൃദയശസ്ത്രക്രിയാവിഭാഗം ആരംഭിക്കുകയും തിരക്കേറിയ യൂണിറ്റായി അത് മാറുകയും ചെയ്തു. ചെറിയാന്റെ ആശുപത്രി എന്ന നിലയിൽപ്പോലും റെയിൽവെ ആശുപത്രി അറിയാൻ തുടങ്ങി. ഐ ഐ ടിയിൽ പഠിപ്പിക്കാമെന്നല്ലാതെ പരിശീലനമൊന്നുമില്ല. ഹൃദയശസ്ത്രക്രിയയെക്കുറിച്ച് ക്ലാസ് എടുക്കാം, മനുഷ്യഹൃദയം തുറന്നു കാണാൻപോലും വഴിയില്ല. അതായിരുന്നു ആ ഉന്നതവിദ്യാഭ്യാസ സ്ഥാപനത്തിലെ വൈരുദ്ധ്യം. അപ്പോഴും എന്റെ സ്വപ്നപദ്ധതി എങ്ങുമെത്തിയില്ലല്ലോ എന്ന സങ്കടം തുടർന്നു. രാമശേഷനുമായി ഇടയ്ക്കിടെ ആശയവിനിമയം നടത്തുകയും അദ്ദേഹം പ്രോത്സാഹനം തുടരുകയും ചെയ്തത് മാത്രമായിരുന്നു ആശ്വാസം. അങ്ങനെയിരിക്കെയാണ് ഡോ. ടി ജെ ചെറിയാന് കേരളസർക്കാരിന്റെ ഒരു ക്ഷണം കിട്ടുന്നത്. തിരുവനന്തപുരത്ത് തുടങ്ങാൻപോകുന്ന ശ്രീചിത്ര മെഡിക്കൽ സെന്ററിന്റെ ഡയറക്ടർ പദവി. അന്ന് കേരളത്തിന്റെ പ്ലാനിങ് ബോർഡ് സെക്രട്ടറിയായിരുന്ന ഡോ. പി കെ ഗോപാലകൃഷ്ണൻ മദ്രാസിലെത്തിയാണ് ചെറിയാനെ ക്ഷണിച്ചത്. ചെറിയാൻ സർവ്വീസിൽനിന്നും വിരമിക്കു

ന്നു എന്നറിഞ്ഞായിരുന്നു വരവ്. ക്ഷണം സ്വീകരിച്ച ചെറിയാൻ, സ്റ്റാഫ് നിയമനകാര്യത്തിലുള്ള ചില താല്പര്യങ്ങൾകൂടി ഗോപാലകൃഷ്ണനെ അറിയിക്കുകയും അദ്ദേഹം വേണ്ടത് ചെയ്യാമെന്ന് പറയുകയും ചെയ്തു. ചെറിയാൻ എന്നെയും ശ്രീചിത്രയിലേക്ക് ക്ഷണിച്ചു. എനിക്ക് സമ്മതമായിരുന്നു. ചെറിയാൻ ഇവിടം വിട്ടാൽ എനിക്ക് ആ ആശുപത്രിയിൽ പ്രത്യേകിച്ച് ഒന്നും ചെയ്യാൻ കഴിയില്ലായിരുന്നു. ഐ ഐ ടിയും റെയിൽവെ ആശുപത്രിയിലെ ജോലിയും എനിക്ക് മടുത്തുതുടങ്ങിയിരുന്നു.

ഡോ. ചെറിയാൻ പിന്മാറുന്നു

എം ബി ബി എസ് പൂർത്തിയാക്കി കേരളം വിട്ടിട്ട് 17 വർഷമായിരിക്കുന്നു. ഒരു മടങ്ങിവരവാണല്ലോ എന്ന് കരുതിയിരിക്കുമ്പോൾ അപ്രതീക്ഷിതമായി ഒരു സംഭവമുണ്ടായി. ഡോ. ചെറിയാൻ, ശ്രീചിത്രയിലേക്കില്ലെന്ന് പെട്ടെന്ന് നിലപാട് മാറ്റി. കേരളത്തിൽ കടുത്ത രാഷ്ട്രീയമത്സരമാണെന്നും ഒന്നും നടക്കില്ലെന്നും വന്നാൽ ഭാവി നഷ്ടമാകുമെന്നുമൊക്കെ നാട്ടിൽനിന്നും ബന്ധുക്കളും സുഹൃത്തുക്കളും അറിയിച്ചതിനെത്തുടർന്നായിരുന്നു ചെറിയാന്റെ മനംമാറ്റം.

ഒരാൾക്ക് വാക്കുകൊടുത്താൽ പിന്മാറുന്ന രീതി എനിക്ക് ഇല്ലാത്തതിനാൽ രണ്ടാമതൊന്ന് ആലോചിക്കാനില്ലായിരുന്നു. പക്ഷേ, അന്വേഷിക്കാനും അറിയാനും പലതും ശേഷിക്കുന്നുണ്ടായിരുന്നു. ശ്രീചിത്ര ആശുപത്രി എന്ന പദ്ധതി എന്താണെന്ന് വ്യക്തമായി അറിയണം. ഡോ. പി കെ ഗോപാലകൃഷ്ണനെ, ചെറിയാന്റെ അടുത്തുവച്ച് ഒരിക്കൽ മാത്രമാണ് കണ്ടിട്ടുള്ളത്. എന്നെ കേരളത്തിൽ ആർക്കും അറിയില്ലല്ലോ.

ഡോ. പി കെ ഗോപാലകൃഷ്ണൻ

വീണ്ടും മദ്രാസിലെത്തിയ ഗോപാലകൃഷ്ണനോട് ചെറിയാൻ വിവരം അറിയിച്ചപ്പോൾ അദ്ദേഹം വല്ലാതെ ഉലഞ്ഞു. ചെറിയാന്റെ ഡിമാന്റുകളെല്ലാം നടപ്പാക്കാമെന്ന് സർക്കാരിൽനിന്നും ഉറപ്പ് നേടിയ ശേഷമാണല്ലോ ഗോപാലകൃഷ്ണന്റെ വരവ്. ചെറിയാന്റെ മുറിയിൽ നിന്നിറങ്ങിയ ഗോപാലകൃഷ്ണൻ നേരെ ഐ ഐ ടി ക്വാർട്ടേഴ്സിൽവന്ന് എന്നെ കണ്ടു. ഇപ്രാവശ്യം താങ്കളെ നേരിട്ടു വിളിക്കാനാണ് വന്നിരിക്കുന്നത്. ശ്രീചിത്രയുടെ ഡയറക്ടർ പദവി ഏറ്റെടുക്കണം. സർക്കാരിന്റെ പ്രസ്റ്റീജ് സ്ഥാപനമാണിത്, ഉപേക്ഷ വിചാരിക്കരുത് എന്നൊക്കെയായി അദ്ദേഹം. ധർമ്മസങ്കടത്തിലായ ഞാൻ ഒന്നാലോചിക്കട്ടെ എന്നുപറഞ്ഞു. ഡയറക്ടറായി ഒരു സ്ഥാപനം നടത്തുന്നതിന്റെ ഭരണപരി

ചയമൊന്നുമില്ലല്ലോ.

ഇന്ത്യാ ഗവണ്മെന്റിന്റെ ഹെൽത്ത് സർവ്വീസസ് ഡയറക്ടർ ജനറലായിരുന്ന കേണൽ ഡോ. ആർ ഡി അയ്യരെ ഞാൻ സമീപിച്ചു. നെഹ്രുവിന്റെ പേഴ്സണൽ ഫിസിഷ്യനായിരുന്ന ഇദ്ദേഹമാണ് ന്യൂഡൽഹി സഫ്ദർജംഗ് ആശുപത്രി തുടങ്ങാൻ സർക്കാരിന് മുഖ്യ പ്രചോദനമായത്. ശ്രീ ചിത്രയുടെ കാര്യത്തിൽ അയ്യർ രണ്ടു കാര്യങ്ങളാണ് ചൂണ്ടിക്കാട്ടിയത്. വൈദ്യശാസ്ത്ര ഗവേഷണ കേന്ദ്രം തുടങ്ങാൻ കേരള സർക്കാർ നീക്കിവച്ചതിനപ്പുറം തുക വേണ്ടിവരും. ഇക്കാര്യത്തിൽ സർക്കാരിന് താല്പര്യം ഉണ്ടോ എന്നറിയണം. ഗവേഷണ കേന്ദ്രത്തിനാവശ്യമായ സാങ്കേതിക വിദഗ്ദ്ധരെ കേരളത്തിൽ കിട്ടിയെന്നുവരില്ല, അവരെ അഖിലേന്ത്യാ തലത്തിൽ റിക്രൂട്ട് ചെയ്യേണ്ടിവരും. അവർക്ക് ഉയർന്ന ശമ്പളവും കൊടുക്കണം. ഇതിനെല്ലാം സർക്കാർ സന്നദ്ധമാണോ? അച്യുതമേനോനെ നേരിൽ കണ്ട് സംസാരിക്കൂ എന്നായിരുന്നു ഉപദേശം.

തിരുവനന്തപുരത്തെ പ്രസിദ്ധ ഫിസിഷ്യനായിരുന്ന ഡോ. ശങ്കരരാമന്റെ അനുജനാണ് ഡോ. അയ്യർ. പീഡിയാട്രിക്ക് സർജൻ എന്ന നിലയിലും അയ്യർ പേരെടുത്തിരുന്നു. ബാലനായ രാജീവ് ഗാന്ധിക്ക് അപ്പൻഡിസൈറ്റിസ് സർജറി നടത്തിയ കഥ അദ്ദേഹം തന്നെ പറഞ്ഞിട്ടുണ്ട്.

അച്യുതമേനോനുമായി 5 മിനിട്ട്; പ്രശ്നം തീരുന്നു

എന്റെ മുന്നിൽ പ്രധാനമായി രണ്ട് സംശയങ്ങളായിരുന്നു. ഒരു സൂപ്പർ സ്പെഷ്യാലിറ്റി ആശുപത്രി ലക്ഷ്യമിട്ട സർക്കാർ 30 ലക്ഷം രൂപമാത്രമാണ് വക കൊള്ളിച്ചിരിക്കുന്നത്. ഇത്തരമൊരു ആശുപത്രിക്ക് ഇതിന്റെ പത്തുമടങ്ങെങ്കിലും വേണം. അനുവദിച്ച തുക നോക്കിയാൽ, പദ്ധതിയെപ്പറ്റി ധാരണയില്ലെന്ന് വ്യക്തം. രണ്ടാമതായി കാർഡിയാക്ക് സർജറി വിഭാഗം വിപുലമായി നടപ്പാക്കണമെങ്കിൽ സർജൻ മാത്രം പോരാ. പരിചയസമ്പന്നരായ കാർഡിയോളജിസ്റ്റും സാങ്കേതിക വിദഗ്ദ്ധനും നഴ്സും മറ്റും വേണം. ഇവരെയൊന്നും കേരളത്തിൽ അന്നു കിട്ടാനില്ല. രാജ്യത്തെ പ്രധാന ആശുപത്രികളിൽനിന്നും കണ്ടെത്തുകയേ മാർഗ്ഗമുള്ളൂ. അപ്പോൾ നിയമവും അ

അച്യുതമേനോൻ

ഖിലേന്ത്യാ ശമ്പള സ്കെയിലുമൊക്കെ പ്രശ്നമാകും. ഇക്കാര്യത്തിൽ മുഖ്യമന്ത്രിയുടെ നിലപാട് അറിഞ്ഞശേഷം ബാക്കികാര്യം എന്നുറപ്പിച്ചു.

ഡോ. പി കെ ഗോപാലകൃഷ്ണൻ വഴി മുഖ്യമന്ത്രിയെ കാണാനുള്ള സമയം തരപ്പെടുത്തി. മുഖ്യമന്ത്രിയുടെ ഔദ്യോഗിക വസതിയിൽ വച്ചായിരുന്നു കൂടിക്കാഴ്ച. ആദ്യമായി ഒരു മന്ത്രിയെ, അതും മുഖ്യമന്ത്രിയെ തന്നെ നേരിൽ കാണുകയാണ്. ഔപചാരികതയൊന്നുമില്ലാതെ, വീട്ടുകാരണവരെപ്പോലെ ഒരു ബനിയൻ ധരിച്ചാണ് അച്യുതമേനോൻ മുന്നിലെത്തിയത്. എന്റെ സംശയങ്ങൾക്ക് 5 മിനുട്ടിനുള്ളിൽ അദ്ദേഹം മറുപടി പറഞ്ഞു: ശ്രീചിത്ര സെന്ററിന് 30 ലക്ഷം രൂപയെന്നത് അവസാന കണക്കല്ല. എത്ര പണം വേണമെന്ന് ആരും പറഞ്ഞിട്ടില്ല. ബജറ്റിൽ അങ്ങനെ ഒരു തുക എഴുതി. ഇപ്പോൾ തന്നെ 6 മാസം പിന്നിട്ടിരിക്കുന്നു. തുക ചെലവായിട്ടില്ല. സ്ഥാപനത്തിന്റെ പ്രവർത്തനങ്ങളിൽ ഫലം കണ്ടാൽ കൂടുതൽ തുക അനുവദിക്കും.

നിയമനകാര്യത്തിൽ മറ്റ് സംസ്ഥാനങ്ങളിൽനിന്നും റിക്രൂട്ട്മെന്റ് ആകാം. കേരളശാസ്ത്ര സാങ്കേതിക കൗൺസിലിനു കീഴിലുള്ള സെന്റർ ഫോർ ഡെവലപ്മെന്റ് സ്റ്റഡീസിൽ (സി ഡി എസ്) ഈ രീതിയിൽ നിയമനത്തിന് അനുമതിയുണ്ട്. കൗൺസിലിന് കീഴിൽ തന്നെ ആരംഭിച്ച ശ്രീചിത്രയിലും ഇതുതന്നെ മാർഗ്ഗരേഖയെന്ന് അച്യുതമേനോൻ സ്പഷ്ടമാക്കി.

ആശുപത്രികൾ സാധാരണയായി ആരോഗ്യവകുപ്പിന് കീഴിലാണല്ലോ. എന്നാൽ ശ്രീചിത്ര, കേരള ശാസ്ത്രസാങ്കേതിക ഗവേഷണ കൗൺസിലിന് കീഴിൽ തുടങ്ങാനായിരുന്നു തീരുമാനം. അതൊരു പുതിയ ദിശാസൂചനയുടെ ചുവടുവയ്പായിരുന്നു.

1974 ഒക്ടോബറിൽ ശ്രീചിത്രയിൽ

ശ്രീചിത്തിരതിരുനാളിന്റെ ഷഷ്ടിപൂർത്തിയോടനുബന്ധിച്ച് രാജകുടുംബം നിർമ്മിച്ച് സംഭാവന നല്കിയതാണ് ശ്രീചിത്ര മെഡിക്കൽ സെന്ററിന്റെ കെട്ടിടം. മെഡിക്കൽ കോളേജ് കാമ്പസിലായിരുന്നു അത്. വിയന്നയിലെ എല്ലുരോഗാശുപത്രി സന്ദർശിച്ച ശ്രീചിത്തിരതിരുനാളിന് ഇതേപോലൊരു സ്പെഷ്യാലിറ്റി ആശുപത്രി ഇവിടെയും വേണമെന്ന ആഗ്രഹമായിരുന്നു ഇതിന് പിന്നിൽ. 1974 ഒക്ടോബർ ഒന്നിനാണ് ഞാൻ ജോയിൻ ചെയ്യുന്നത്. എന്റെ നിയമനത്തിനെതിരെ പ്രതിഷേധ പ്രമേയം അവതരിപ്പിച്ചുകൊണ്ടാണ് മെഡിക്കൽ കോളേജ് ടീച്ചേഴ്സ് അസോസിയേഷൻ സ്വാഗതം ആശംസിച്ചത്. മെഡിക്കൽ കോളേജിന് അടുത്തായിരുന്നു എന്നല്ലാതെ സ്വയംഭരണ സ്ഥാപനമായ ശ്രീചിത്രയ്ക്ക് മെഡിക്കൽ കോളേജുമായി ഒരു ബന്ധവും ഉണ്ടായിരുന്നില്ല.

ജോയിൻ ചെയ്യുമ്പോൾ അവിടെ അതുവരെ ഒരു പ്രവർത്തനവും

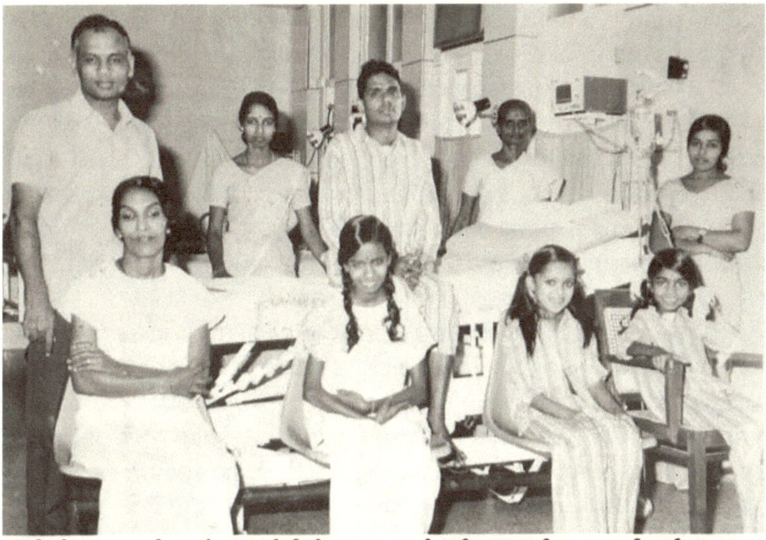

ശ്രീചിത്ര മെഡിക്കൽ സെന്ററിൽ ആദ്യ സർജറി നടത്തിയ രോഗികൾക്കൊപ്പം ഡോ. വല്യത്താൻ

നടന്നിരുന്നില്ല. ഓഫീസോ ഫർണിച്ചറോ ഒന്നുമില്ല. ഒരു കെട്ടിടം മാത്രമുണ്ട്. കേരള സർക്കാരിൽനിന്നും ഡെപ്യൂട്ടേഷനിൽ എത്തിയ 5 ജീവനക്കാരാണ് ആകെ ഉണ്ടായിരുന്നത്. എന്റെ സെക്രട്ടറിയായി പിന്നീട് പ്രവർത്തിച്ച നാരായണസ്വാമി, ഡ്രൈവർ അശോകൻ തുടങ്ങിയവർ. മെല്ലെ പ്രവർത്തനം തുടങ്ങി 6 മാസം പിന്നിടുംമുമ്പേ ഗവേഷണപദ്ധതിക്കായുള്ള കേന്ദ്രസർക്കാരിന്റെ ഗ്രാന്റിന് അപേക്ഷിച്ചു. ഒരു ആശുപത്രിക്ക് ഗവേഷണത്തിനായി കേന്ദ്രശാസ്ത്ര സാങ്കേതിക വകുപ്പ് പണം അനുവദിക്കണമെങ്കിൽ തക്കതായ കാരണം വേണം. ഹൃദയവാൽവ് വികസിപ്പിക്കണമെങ്കിൽ ആശുപത്രി സംവിധാനം ഉണ്ടാകണം. മെഡിസിനും സാങ്കേതികവിദ്യയും ഒന്നിച്ചു എന്നതാണ് ശ്രീചിത്രയുടെ പ്രത്യേകത. ഈ യോജിപ്പ് ഇല്ലാത്തതിനാലാണ് പല ഗവേഷണസ്ഥാപനങ്ങളും മുന്നോട്ട് പോകാത്തത്. അപേക്ഷപ്രകാരം 8 ലക്ഷം രൂപയുടെ ഗ്രാന്റ് കേന്ദ്രം തന്നു. തുടർന്ന് വാൽവ് വികസന പദ്ധതിക്കായി വിവിധ മേഖലകളിലെ സാങ്കേതിക വിദഗ്ദ്ധരെ റിക്രൂട്ട് ചെയ്തു. വാൽവിന്റെ പ്രധാന ശില്പികളിൽ ഒരാളായ എൻജിനീയർ ഭുവനേശ്വർ ശ്രീചിത്രയിലേക്ക് വരുന്നത് അങ്ങനെയാണ്. അദ്ദേഹത്തെ മദ്രാസ് ഐ ഐ ടിയിൽ ഞാൻ പഠിപ്പിച്ചിരുന്നു. വാൽവ് ഗവേഷണ, വികസന പദ്ധതിക്ക് ആദ്യ ചുവട് വയ്ക്കുമ്പോൾ ആശുപത്രി പ്രവർത്തനം തുടങ്ങിയിരുന്നില്ല. സർജനായ ഞാനും എൻജിനീയറായ ഭുവനേശ്വറും വെറ്ററിനറി ഡോക്ടറായ ആർതർ വിജയൻ ലാലുമായിരുന്നു ആദ്യ ടീമിലെ അംഗങ്ങൾ. പിന്നീട് എൻജിനീയർ

മാരായ രമണി, വെങ്കിടേഷ്, മുരളി എന്നിവർ ചേർന്നു (രമണി ഇപ്പോൾ ടി ടി കെയുടെ വൈസ് പ്രസിഡന്റാണ്. ശ്രീചിത്ര വിട്ട വെങ്കിടേഷ് വിദേശത്ത് പോയി. മുരളി ശ്രീചിത്രയിൽ പ്രധാന പദവിയിൽ തുടരുന്നു). അന്ന് വാൽവ് വികസനം എന്നൊക്കെ പറഞ്ഞാൽ ആളെ കിട്ടില്ല. പോരാത്തതിന് ഡോക്ടർമാരുടെയും സഹപ്രവർത്തകരുടെയും ഒക്കെ പുച്ഛവും. 'ഇതൊക്കെ ഒരു പടം' എന്ന് കളിയാക്കും. മെഡിക്കൽ രംഗത്തുള്ളവർ ഇത്തരം ഗവേഷണത്തെ പിന്തുണയ്ക്കില്ല. ഇതൊന്നും ഇന്ത്യയിൽ നടക്കില്ലെന്നാണ് അവരുടെ ഉറച്ച വിശ്വാസം. അത്യാവശ്യമാണെങ്കിൽ വിലയ്ക്ക് വാങ്ങാമല്ലോ എന്നാണ് നിലപാട്.

പൂജപ്പുരയിലെ സതൽമൗണ്ട് പാലസിലായിരുന്നു ഗവേഷണത്തിന്റെ ആദ്യചുവടുകൾ. ഇപ്പോൾ ശ്രീചിത്രയുടെ ബയോ മെഡിക്കൽ ഗവേഷണ കേന്ദ്രമായി വളർന്നു. അവിടെയും ഔട്ട് ഹൗസിലുമായിരുന്നാണ് ആദ്യ ഡ്രോയിങ്ങുകൾ പൂർത്തിയാക്കിയത്. കൃത്യം 5 ഗ്രാമാണ് വാൽവിന്റെ തൂക്കം. കുറയാനോ കൂടാനോ പാടില്ല. മൂന്ന് ഭാഗങ്ങളാണ് വാൽവിനുള്ളത്. കൂട്, അടയ്ക്കാനും തുറക്കാനുമുള്ള ഡിസ്ക്, ഹൃദയത്തിൽ തുന്നിച്ചേർക്കാനുള്ള ഭാഗം. ഇതിനാവശ്യമായ മെറ്റീരിയൽ ഇന്ത്യയിൽ ലഭ്യമായിരുന്നതിനാൽ ഗവേഷണത്തിന്റെ ആവശ്യമൊന്നും വേണ്ടിവന്നില്ല. വിവിധതരം ലബോറട്ടറി പരിശോധനകൾക്ക് രാജ്യത്തെ പ്രധാന ലാബുകളെ ആശ്രയിച്ചു. പരീക്ഷണാടിസ്ഥാനത്തിൽ നിർമ്മിച്ച വാൽവിന് തകരാറുണ്ടായെങ്കിൽ അതിന്റെ കാരണം മനസ്സിലാക്കാൻ ബാംഗ്ലൂരിലെ നാഷണൽ എയ്റോനോട്ടിക്കൽ ലാബിൽ പോയി. ഫാബ്രിക്കേഷൻ ആവശ്യത്തിനും ബാംഗ്ലൂർ ആയിരുന്നു ആശ്രയം. വാൽവ് ഹൃദയത്തിൽ തുന്നി

പൂജപ്പുരയിലെ സതൽമൗണ്ട് പാലസ്

ച്ചേർക്കണമല്ലോ. സർജൻ അങ്ങനെ ചെയ്യണമെങ്കിൽ അതിന് പറ്റിയ പ്രതലം വാൽവിൽ വേണം. അതിനാവശ്യമായ മെറ്റീരിയലിന് ആശ്രയിച്ചത് കോയമ്പത്തൂരിലെ സൗത്ത് ഇന്ത്യൻ ടെക്സ്റ്റൈയിൽ റിസർച്ച് ലാബിനെയാണ്. പോളിയസ്റ്റർ ആണ് ശ്രീചിത്ര വാൽവിൽ ഉപയോഗിച്ചത്. പൂനയിലെ നാഷണൽ കെമിക്കൽ ലബോറട്ടറിയെയും ആശ്രയിച്ചിട്ടുണ്ട്. അങ്ങനെ നോക്കുമ്പോൾ ഇന്ത്യയിലെ പ്രധാന ലബോറട്ടറികൾ ചേർന്നു വികസിപ്പിച്ചതാണ് ശ്രീചിത്ര വാൽവ് എന്ന് ഉറപ്പിച്ചുപറയാം.

'ഏറ്റവും സംഘർഷഭരിതം'

ആദ്യത്തെ മൂന്ന് മോഡലും ലാബിൽത്തന്നെ പരാജയപ്പെട്ടിരുന്നു. മൂന്നാമത്തെ മോഡലിന്റെയും പരാജയം ഹൃദയഭേദകമായിരുന്നു എന്നുതന്നെ പറയാം. 1988ലാണിത്. വളരെയേറെ വിമർശനങ്ങൾ ഉണ്ടായി. ശ്രീചിത്രയിൽനിന്നുതന്നെ രൂക്ഷമായ ആക്ഷേപവും കളിയാക്കലും വന്നു. പണവും സമയവും മുടക്കുന്നു എന്നുപറഞ്ഞ് മാധ്യമങ്ങളിൽ റിപ്പോർട്ട് വന്നു. *ദ വീക്ക്* എന്ന ഇംഗ്ലീഷ് പ്രസിദ്ധീകരണം 4 പേജ് റിപ്പോർട്ട് എഴുതി. എല്ലാ വിമർശനങ്ങളുടെയും ഉന്നം ഞാനായിരുന്നു. 7 വർഷം രാവും പകലുമായി ഒരേ ലക്ഷ്യത്തോടെ പ്രവർത്തിക്കുകയായിരുന്നു ഞങ്ങൾ. പരാജയം തുറന്നുപറയാൻ ഞങ്ങൾ തയ്യാറായിരുന്നു. ലോകത്ത് ഏത് ഗവേഷണപദ്ധതിയുടെ കാര്യം എടുത്താലും തുടർച്ചയായ പരാജയ ശേഷം ലക്ഷ്യം കൈവരിച്ചതായി കാണാം. പരാജയ കഥ തുറന്നുപറയുന്നത്, പിന്നാലെ വരുന്ന ഗവേഷകർക്ക് വഴികാട്ടിയാകും. ഇന്ത്യയുടെ കന്നി റോക്കറ്റായ എസ് എൽ വിയുടെ ആദ്യ പരാജയത്തെപ്പറ്റി അതിന്റെ ശില്പിയായ ഡോ. എ പി ജെ അബ്ദുൾ കലാം തുറന്നുപറഞ്ഞിട്ടുണ്ട്. ആ പരാജയം വിശകലനം ചെയ്ത കലാമിന് അടുത്ത വിക്ഷേപണം വിജയിപ്പിക്കാനും ഇന്ത്യയുടെ അഭിമാനം അന്താരാഷ്ട്രതലത്തിൽ ഉയർത്തിക്കാട്ടാനുമായി.

മൂന്നാം മോഡലിന്റെ പരാജയവേളയിൽ ധൈര്യം പകർന്ന് ഒപ്പം നില്ക്കാൻ ഡോ. രാമശേഷനും ശ്രീചിത്ര ഇൻസ്റ്റിറ്റ്യൂട്ട് പ്രസിഡന്റായിരുന്ന പാർത്ഥസാരഥിയും ഉണ്ടായിരുന്നു എന്നത് ഏറെ ആഹ്ലാദത്തോടെ ഇപ്പോഴും ഓർക്കുന്നു.

മൃഗങ്ങളിലെ പരീക്ഷണം

വാൽവ് വികസനത്തിലെ ഏറ്റവും സംഘർഷഭരിതമായ ഘട്ടം മൃഗങ്ങളിൽ അവ പരീക്ഷിക്കുന്നതാണ്. വാൽവിന്റെ വികസനത്തിനും പരീക്ഷണത്തിനും അന്തർദ്ദേശീയ ചട്ടങ്ങൾ ഉണ്ട്. അതനുസരിച്ച് മാത്രമേ പ്രവർത്തിക്കാനാകൂ. വാൽവ് വികസന പദ്ധതി തുടങ്ങി ഏഴാം വർഷമാണ് മൃഗങ്ങളിൽ പരീക്ഷിച്ചത്. മൃഗങ്ങളിൽ പരീക്ഷിച്ച് പ്രവർത്തന

ക്ഷമത ഉറപ്പാക്കിയ ശേഷമേ മനുഷ്യരിൽ പാടുള്ളൂ. ആടിലോ പന്നിയിലോ പരീക്ഷിക്കാൻ അനുമതിയുണ്ട്. ആടിന്റെയും മനുഷ്യന്റെയും ഹൃദയത്തിന്റെ പമ്പിങ് ഏതാണ്ട് സമാനമാണ്. ഒരു മിനുട്ടിൽ 5 ലിറ്റർ രക്തമാണ് മനുഷ്യഹൃദയം പമ്പു ചെയ്യുന്നത്. കോയമ്പത്തൂരിൽനിന്നും കൊണ്ടുവന്ന 40 കിലോ തൂക്കമുള്ള 4 ആടുകളിലാണ് ശ്രീചിത്ര വാൽവിന്റെ മൂന്നാമത്തെ മോഡൽ പരീക്ഷിച്ചത്. മൂന്നുമാസം ആരോഗ്യത്തോടെ കഴിയണം എന്നതാണ് അന്താരാഷ്ട്ര മാനദണ്ഡം. രണ്ടു മാസത്തിനുശേഷം ഒരെണ്ണം അപ്രതീക്ഷിതമായി ചത്തു. ശേഷിച്ചവ ഉത്സാഹത്തോടെ ജീവിച്ചിരുന്നു. അതോടെ മൂന്നാം മാതൃക മനുഷ്യരിൽ പരീക്ഷിക്കാൻ പറ്റില്ല എന്നുറപ്പായി. അതേസമയം എൻജിനീയർ ഭുവനേശ്വർ കടുത്ത പ്രതിഷേധത്തിലായിരുന്നു. മൃഗങ്ങളിൽ വാൽവ് പരീക്ഷിച്ച് വിജയിപ്പിക്കുക വളരെ പ്രയാസമാണ്. 4 എണ്ണത്തിൽ 3 ഉം ജീവിച്ചിരിക്കുമ്പോൾ വാൽവ് വികസനം വിജയിച്ചു എന്നല്ലേ അർത്ഥമെന്ന് അദ്ദേഹം വാദിച്ചു. അത് ശരിയാണെന്ന് സമ്മതിച്ച ഞാൻ, മെഡിക്കൽ എത്തിക്സിനെപ്പറ്റി അദ്ദേഹത്തോട് വിശദീകരിച്ചു. മൃഗങ്ങളിൽ പരീക്ഷിച്ച് പരാജയപ്പെട്ടത് മനുഷ്യരിൽ പറ്റില്ല, മരണകാരണമാകും. അതിന്റെ ഉത്തരവാദിത്വത്തിൽ നിന്ന് ആർക്കും ഒഴിഞ്ഞു മാറാനാകില്ല. സങ്കടത്തോടെയാണെങ്കിലും ആ വാദം ഭുവനേശ്വർ സ്വീകരിച്ചു.

ചത്ത ആടിന്റെ വാൽവ് പരിശോധിച്ചപ്പോൾ ഡിസ്കിനുണ്ടായ ഒടിവാണ് കാരണമെന്ന് വ്യക്തമായി.

സഫയർ (സിന്തറ്റിക്ക് പവിഴം) കൊണ്ടു നിർമ്മിച്ച ഡിസ്കായിരുന്നു അത്. ആഭരണം നിർമ്മിക്കാൻ ഉപയോഗിക്കുന്ന പവിഴം തന്നെയാണ് ഇവിടെയും ഉപയോഗിച്ചത്. സാധാരണ നിലയിൽ അതു പൊട്ടാറില്ല. 24 മണിക്കൂറിൽ ഒരുലക്ഷം പ്രാവശ്യം അടയ്ക്കുകയും തുറക്കുകയും ചെയ്യുന്നതാണ് ഹൃദയവാൽവ്. ആ പ്രവർത്തനസമ്മർദ്ദം അതിജീവിക്കാനാവാതെയാണ് ഡിസ്ക് പൊട്ടിയത്. ഒരു അത്ഭുതപ്രതിഭാസമാണല്ലോ ഹൃദയം. ഒരു വർഷം 360 ലക്ഷം പ്രാവശ്യം ഹൃദയവാൽവ് അടയ്ക്കുകയും തുറക്കുകയും ചെയ്യുന്നു. അന്താരാഷ്ട്ര മാനദണ്ഡമനുസരിച്ച് കൃത്രിമ ഹൃദയവാൽവ് 10 വർഷം പ്രവർത്തിക്കണം. ഇത് ഉറപ്പാക്കാൻ വേഗംകൂട്ടി കൃത്രിമവാൽവ് പരീക്ഷിക്കാറുണ്ട്.

സഫയർ ഡിസ്ക് ഒടിഞ്ഞതിനെത്തുടർന്ന് പ്ലാസ്റ്റിക് ഡിസ്ക് നിർമ്മിച്ച് പരീക്ഷിച്ചു. റബ്ബറിന് അടുത്ത് നില്ക്കുന്ന പ്ലാസ്റ്റിക്കാണ് ഇതിന് ഉപയോഗിച്ചത്. ഇതിനായി നാഷണൽ കെമിക്കൽലാബിന്റെ സഹായം തേടിയിരുന്നു. വിള്ളൽ വീഴാത്ത നാലഞ്ച് പ്ലാസ്റ്റിക്കിന്റെ പേരുവിവരം വേണമെന്ന് ലാബിന്റെ ഡയറക്ടർ ഡോ. മഷേൽക്കറോട് ഞാൻ അഭ്യർത്ഥിച്ചപ്പോൾ അടുത്ത പ്രഭാതത്തിൽ 5 പട്ടിക എന്റെ മുന്നിലെത്തി.

പ്ലാസ്റ്റിക്ക് ഡിസ്കുള്ള വാൽവ് നിർമ്മിക്കുന്നു

പ്ലാസ്റ്റിക്ക് ഡിസ്കുള്ള മോഡലിന്റെ വികസനവും പരീക്ഷണവും വേഗത്തിലായിരുന്നു. മൂന്നാമത്തെ പരാജയം കഴിഞ്ഞ് ഒരു വർഷത്തിനകം നാലാം മോഡൽ വികസിപ്പിക്കാനായി എന്നുമാത്രമല്ല അത് ജന്തുക്കളിലും തുടർന്ന് മനുഷ്യരിലും പരീക്ഷിക്കാനുമായി. 1990 ൽ രോഗികളിൽ പരീക്ഷിക്കാൻ കഴിഞ്ഞു. ശ്രീചിത്രയിലെ ഒരു കൂട്ടം മനുഷ്യരുടെ വിജയകഥയായി ഇത് രേഖപ്പെടുത്തുമ്പോൾ പരീക്ഷണ ജീവികളായി ജീവൻ ബലിനല്കിയ ആടുകളെയും നാം നന്ദിയോടെ ഓർക്കണം. ഹൃദയവാൽവ് പരീക്ഷണത്തിൽ വിജയിച്ച ആടുകളെ ഓട്ടോപ്സി ചെയ്തു. വാൽവ് ഘടിപ്പിച്ച ശേഷം കരളിനും വൃക്കയ്ക്കും മറ്റ് ആന്തരാവയവങ്ങൾക്കും എന്ത് മാറ്റമുണ്ടായി എന്നറിയാനായിരുന്നു ഇത്. പൂജപ്പുര ക്യാമ്പസിലെ ആടുകളുടെ ദീനരോദനം തീരാസങ്കടമായി ഇന്നും മനസ്സിൽ ഉയരുന്നുണ്ട്. റീയൽ അൺസങ് ഹീറോസ്.

ഹൃദയവാൽവ് നിർമ്മാണത്തിന്റെ ലോകചരിത്രത്തിൽ ശ്രീചിത്ര വാൽവിന് പ്രത്യേകസ്ഥാനം ഉണ്ട്. വിദേശപരിശീലനമില്ലാത്ത ഒരുകൂട്ടം ചെറുപ്പക്കാരുടെ വിജയഗാഥയാണത്. 30 വർഷമായി യാതൊരു തകരാറുമില്ലാതെ അത് പ്രവർത്തിക്കുന്നു. ആദ്യ മോഡൽ തന്നെയാണ് ടി ടി കെ കമ്പനി നിർമ്മിച്ചുവരുന്നത്. ഈ മോഡൽ വിജയത്തിലിരിക്കെ പുതിയത് പരീക്ഷിക്കുന്നത് എന്തിന് എന്ന ചോദ്യം സ്വാഭാവികം. പുതിയ മോഡലിനുള്ള പരീക്ഷണം, ഞാൻ ശ്രീചിത്ര വിടുന്നതിന് മുമ്പുതന്നെ അവിടെ തുടങ്ങിയിരുന്നു.

വില മൂന്നിലൊന്ന്

ശ്രീചിത്രവാൽവ് ആദ്യം വിപണിയിലെത്തുമ്പോൾ ഏകദേശം 15,000 രൂപയാണ് വില. ഇറക്കുമതി ചെയ്തതിന് മൂന്നിരട്ടിയും. ഇറക്കുമതി വിലയുടെ മൂന്നിലൊന്ന് നിരക്കിൽ ശ്രീചിത്ര വാൽവ് രോഗികളിൽ നല്കാനായത് രാജ്യത്തിന് തന്നെ അഭിമാനം പകർന്നതായി. ഒരു ചെറു സംഘത്തിന്റെ ഏഴരവർഷത്തെ രാപകലില്ലാത്ത അദ്ധ്വാനത്തിന്റെ ഫലം ഇന്ത്യയുടെ സാങ്കേതികവിദ്യാമുന്നേറ്റമായി അന്തർദ്ദേശീയതലത്തിൽ അംഗീകരിക്കപ്പെട്ടത് ചെറിയ കാര്യമല്ലല്ലോ.

വാൽവ് വികസനത്തിന്റെ ഭാഗമായി ശ്രീചിത്രയിൽ ആരംഭിച്ച 'ടെക്നോ പ്രൂവ്' വിഭാഗം കേരളത്തിലെ ആദ്യത്തെ ടെക്നോളജി ഇങ്കുബേഷൻ സെന്റർ ആണെന്ന കാര്യവും ഓർമ്മിക്കാം. വാൽവ് സാങ്കേതികവിദ്യ വ്യാവസായികാടിസ്ഥാനത്തിലുള്ള ഉല്പാദനത്തിനായി തമിഴ്നാട്ടിലെ ടി ടി കെ കമ്പനിക്ക് കൈമാറിയെങ്കിലും ആദ്യഘട്ടത്തിലെ പൈലറ്റ് പ്രൊഡക്ഷന് നേതൃത്വം നല്കിയത് 'ടെക്നോ പ്രൂവ്' ആയിരുന്നു.

തിരുവനന്തപുരത്തെ പരീക്ഷണം വിജയിച്ചതോടെ അഖിലേന്ത്യാതലത്തിൽ വാൽവ് പരീക്ഷണത്തിന് തീരുമാനിച്ചു. ഇതിനായി ജസ്റ്റിസ്

ഡോ.കൃഷ്ണമനോഹർ, ഡോ. വല്യത്താൻ, ഹൃദയവാൽവ് സ്വീകരിച്ച മുരളി, എൻജിനീയർ ഭുവനേശ്വർ, നഴ്സ് ജാനറ്റ്, അനസ്തീഷ്യ നല്കിയ ഡോ. റാഥോഡ്, ഹാർട്ട് ലങ് മെഷീൻ പ്രവർത്തിപ്പിച്ച തോമസ്സ്

സുകുമാരന്റെ നേതൃത്വത്തിൽ എത്തിക്സ് കമ്മിറ്റി രൂപീകരിച്ചു. ബോംബെ കെ ഇ എം ആശുപത്രി, പൂന ആർമി ഹോസ്പിറ്റൽ, പുതുച്ചേരി ജവഹർലാൽ ഇൻസ്റ്റിറ്റ്യൂട്ട്, കോയമ്പത്തൂരിലെയും കൽക്കട്ടയിലെയും ആശുപത്രികൾ എന്നിവിടങ്ങളിലായി 250 വാൽവുകൾ പരീക്ഷിച്ചു.

ആദ്യരോഗി തൃശൂർക്കാരൻ മുരളി

മുരളി

തൃശൂരിൽനിന്നുള്ള മുരളി ആയിരുന്നു ശ്രീചിത്ര വാൽവ് സ്വീകരിച്ച ആദ്യ രോഗി. ഞാൻ തന്നെയാണ് ശസ്ത്രക്രിയ നടത്തിയത്. സൗജന്യമായിരുന്നു വാൽവ്. പുറത്തുനിന്നുള്ള വാൽവ് വാങ്ങാനോ ഇവിടെ നിന്നുള്ളത് സ്വീകരിക്കാനോ ഉള്ള സ്വാതന്ത്ര്യം രോഗിക്ക് വിട്ടുനല്കി. ശ്രീചിത്ര വാൽവിന്റെ വികസനത്തെപ്പറ്റിയും അതിന്റെ ജയപരാജയ സാദ്ധ്യതകളെപ്പറ്റിയും മുരളിയോടും ബന്ധുക്കളോടും ഏറെ വിശദീകരിച്ചിരുന്നു. 'എനിക്ക് ഒരു പ്രയാസവുമില്ല' എന്നുപറഞ്ഞാണ് മുരളി ശ്രീചിത്ര വാൽവ് സ്വീകരിച്ചത്. 1990 ഡിസംബർ ആറിനായിരുന്നു

ശസ്ത്രക്രിയ. ഇപ്പോൾ 30 വർഷമാകുന്നു. എല്ലാ ഡിസംബർ ആറിനും മുരളിയുമായി ഫോണിൽ സംസാരിക്കും. ശ്രീചിത്രയുടെ വാൽവ് ആദ്യത്തെ 40 രോഗികളിൽ ഞാൻ തന്നെ ഘടിപ്പിച്ചിട്ടുണ്ട്. നിലവിൽ 1.6 ലക്ഷം ശ്രീചിത്ര വാൽവ് രോഗികളിൽ ഉപയോഗിച്ചിട്ടുണ്ട്. വാൽവ് ഘടിപ്പിച്ച ഹൃദയവുമായി വിവിധ രാജ്യങ്ങളിൽ ആരോഗ്യത്തോടെ കഴിയുന്നവരുടെ ഹൃദയസ്പന്ദനം ശ്രീചിത്രയുടെ അഭിമാന കഥകൂടിയാണ് ലോകത്തോട് പറയുന്നത്.

മണിപ്പാൽ ലൈഫ് സയൻസ് വിഭാഗത്തിനുമുന്നിൽ ഡോ. വല്യത്താൻ

ഗവേഷണം സർഗ്ഗാത്മകം; സർജൻ ധൈര്യശാലി

ഗവേഷണം, പാശ്ചാത്യരുടെ മനസ്സിൽ എഴുത്തുകാരന്റെ സർഗ്ഗാത്മക പ്രക്രിയപോലെ അനുസ്യൂത പ്രവാഹമാണ്. വിദ്യാർത്ഥികൾക്ക് വേണ്ടിയുള്ള ഒരു പ്രോജക്ട് അല്ല അവരുടെ മുന്നിൽ ഗവേഷണ വികസനപ്രക്രിയ. വിദ്യാർത്ഥികൾ വരികയും പോവുകയും ചെയ്യും. പക്ഷേ, ഗവേഷണം സ്വന്തം താല്പര്യപ്രകാരം ദശാബ്ദങ്ങൾ നീളും. ലോകത്ത് ആദ്യമായി കൃത്രിമ ഹൃദയ വാൽവ് വികസിപ്പിച്ച് രോഗികളിൽ വിജയകരമായി പരീക്ഷിച്ച ഡോ. ചാൾസ് ഹഫ്നഗലിന്റെ ഗവേഷണം 20 വർഷത്തോളം നീണ്ടതായിരുന്നു.

മികച്ച കൃഷിക്കാരന്റെ കൂടെ പണിയെടുത്താൽ കൃഷിരീതികളെല്ലാം നന്നായി മനസ്സിലാക്കി മികച്ച കർഷകനാകാം. അതുപോലെ നേരിട്ട് നിരീക്ഷിച്ച് പഠിച്ചാൽ ഒരു വിഷയവും മറക്കില്ല. തിരുവനന്തപുരം മെഡിക്കൽ കോളേജിൽ ഞങ്ങളുടെ അദ്ധ്യാപകനായിരുന്ന ഡോ. തങ്കവേലു ഒരു ദിവസം ക്ലാസിൽ ചോദിച്ചു: പഴുപ്പിന്റെ റിയാക്ഷൻ എന്താണ്?

ആസിഡ്, ആൽക്കലൈൻ എന്നൊക്കെ മാറിമാറി മറുപടി വന്നു. എല്ലാം ക്ഷമയോടെ കേട്ട അദ്ദേഹം തുടർന്നു. ഈ ചോദ്യത്തിനുത്തരം ലൈബ്രറിയിൽ പോയി പുസ്തകം മറിച്ച് നിങ്ങൾക്ക് കണ്ടെത്താൻ

ഹാർട്ട് ലങ് മെഷീൻ

ശ്രമിക്കാം. എന്നാൽ അതല്ല വേണ്ടത്. നിങ്ങൾ നാളെ ലിറ്റ്മസ് പേപ്പറുമായി ആശുപത്രി വാർഡിൽ പോകുക. രണ്ടുതരം പേപ്പറുണ്ട്, ചുവപ്പും നീലയും. രോഗികളുടെ പഴുപ്പിൽ അത് മുക്കുക. ചുവന്ന നിറമുള്ള ലിറ്റ്മസ് പേപ്പർ മുക്കുമ്പോൾ നീലനിറമായാൽ അത് ആൽക്കലൈൻ. ഇനി നീല നിറമുള്ളത് മുക്കിയപ്പോൾ ചുവപ്പായെങ്കിൽ ആസിഡ്. ഇക്കാര്യത്തിൽ സംശയം വേണ്ടാ.

ഡോക്ടറുടെ അസാമാന്യ ഉൾക്കാഴ്ചയുള്ള മറുപടി എന്നിൽ അഗാധമായ താല്പര്യം ജനിപ്പിച്ചു. ശാസ്ത്രഗവേഷണത്തിൽ അടിസ്ഥാന തത്ത്വവും ഇതുതന്നെയാണ്. സ്വയം പരീക്ഷണവും നിരീക്ഷണവും നടത്തി ഉത്തരം കണ്ടെത്തുക. ഇംഗ്ലണ്ടിലും അമേരിക്കയിലുമായി ഉപരിപഠനം നടത്തുമ്പോൾ ഇക്കാര്യം എനിക്ക് നേരിട്ട് ബോദ്ധ്യമായി. ഹാർട്ട് ലങ് മെഷീൻ വികസിപ്പിച്ച അമേരിക്കക്കാരനായ ഡോ. ജോൺ ഗിബ്ബൺ (1903 - 1973), ലോകത്ത് ആദ്യത്തെ കൃത്രിമഹൃദയവാൽവ് നിർമ്മിക്കുകയും രോഗിയിൽ പരീക്ഷിച്ച് വിജയിക്കുകയും ചെയ്ത അമേരിക്കക്കാരൻ ഡോ. ചാൾസ് ഹഫ്നഗൽ (1916-1989) എന്നിവരുടെ കീഴിൽ ഗവേഷണ വിദ്യാർത്ഥിയായി പഠിക്കാൻ എനിക്ക് അപൂർവ്വ ഭാഗ്യമുണ്ടായി.

ഡോ. ജോൺ ഗിബ്ബൺ

1961 - 62 കാലത്താണ് അമേരിക്കയിലെ ഫിലാഡൽഫിയയിൽ, ഡോ. ജോൺ ഗിബ്ബണിന്റെ ശിഷ്യനായിരുന്നത്. ഇംഗ്ലണ്ടിലെ ലിവർ പൂളിൽ മാസ്റ്റേഴ്സ് ഡിഗ്രിക്ക് പഠിക്കുമ്പോൾ അവിടെ തീ

ഡോ. ചാൾസ് ഹഫ്നഗൽ

സിസ് സമർപ്പിക്കണമായിരുന്നു. അതിനുള്ള ഗവേഷണ സൗകര്യം അവിടെ ഇല്ലായിരുന്നു. പ്രൊഫസർ ചാൾസ് വെൽസ് എനിക്ക് ഫിലാഡൽഫിയയിൽ ഡോ. ജോൺഗിബ്ബണിന് കീഴിൽ പഠിക്കാനുള്ള സൗകര്യം ഫെല്ലോഷിപ്പിലൂടെ തരപ്പെടുത്തിത്തന്നു. അന്ന് എനിക്ക് ഗിബ്ബണെപ്പറ്റി ഒന്നും അറിയില്ല. പുസ്തകങ്ങൾ വായിച്ചാണ് ആ വലിയ മനുഷ്യനെപ്പറ്റി അറിയുന്നത്. അപ്പോഴേക്കും അദ്ദേഹം ഓപ്പൺഹാർട്ട് സർജറിയൊക്കെ നിർത്തിയിരുന്നു. തൊറാസിക് സർജറി മാത്രമായിരുന്നു അദ്ദേഹം ചെയ്തിരുന്നത്. യോഗങ്ങളിലൊക്കെ പങ്കെടുത്ത് സംസാരിക്കുമായിരുന്നതിനാൽ അദ്ദേഹത്തിന്റെ ചിന്താഗതി മനസ്സിലാക്കാനായി. തൊറാസിക് സർജറി വിദ്യാർത്ഥികൾ പഠിച്ചത് ജോൺഗിബ്ബൺ എഴുതിയ പാഠപുസ്തകമായിരുന്നു. ഹാർട്ട് ലങ് മെഷീനിന്റെ കണ്ടുപിടുത്തം ശസ്ത്രക്രിയാരംഗത്ത് സർജന് വലിയ സ്വാതന്ത്ര്യം നല്കി. സർജറി നടക്കുമ്പോൾ രോഗിയുടെ ഹൃദയവും ശ്വാസകോശവും പ്രവർത്തിക്കില്ല. അതേസമയം ജീവൻ നിലനിർത്താൻ രോഗിയുടെ ശ്വാസകോശത്തിന്റെയും ഹൃദയത്തിന്റെയും പ്രവർത്തനം ഹാർട്ട് ലങ് മെഷീൻ ഏറ്റെടുക്കും. രോഗിയുടെ അശുദ്ധരക്തക്കുഴൽ ഈ യന്ത്രത്തിൽ ഘടിപ്പിക്കും. രക്തം ശുദ്ധി ചെയ്തശേഷം ഇത് പമ്പ് വഴി ശരീരത്തിലേക്ക് അയക്കും. ശുദ്ധരക്തം ശരീരത്തിലേക്ക് അയക്കുന്നത് 'അയോർട്ട' എന്ന രക്തക്കുഴൽ വഴിയാണ്.

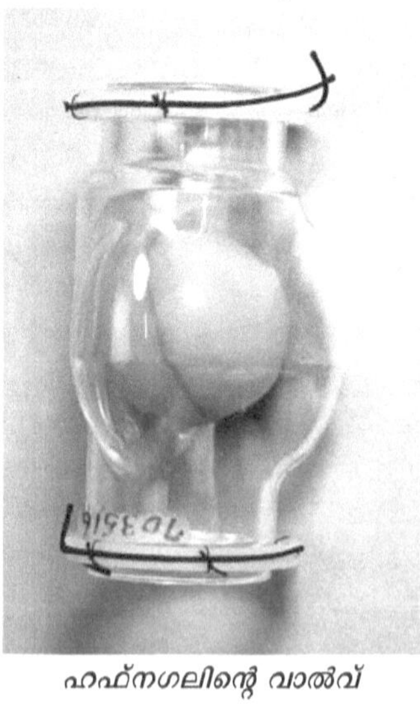
ഹഫ്നഗലിന്റെ വാൽവ്

ഹഫ്നഗലിന്റെ വാൽവ്

ഹാർട്ട് ലങ് മെഷീൻ വരുന്നതിന് മുമ്പാണ് ഡോ. ചാൾസ് ഹഫ്നഗൽ കൃത്രിമ ഹൃദയവാൽവ് നിർമ്മിക്കുന്നതും രോഗികളിൽ പരീക്ഷിക്കുന്നതും. ഹൃദയം രക്തം പമ്പുചെയ്യുന്ന വേള

യിൽത്തന്നെ 3 മിനിട്ടിൽ വാൽവ് ഘടിപ്പിക്കുന്ന അമ്പരപ്പിക്കുന്ന സർജറിയാണ് അദ്ദേഹം തുടങ്ങിയത്. ഹഫ്നഗലിന്റെ അസാധാരണ ധൈര്യം, കർമ്മശേഷി എല്ലാം ഇതിൽനിന്ന് വ്യക്തമാകും. വാൽവ് തുന്നിപ്പിടിപ്പിക്കാൻ സമയം വേണം. സമയം ചുരുക്കാൻ ഹഫ്നഗൽ അതിസമർത്ഥമായ ഒരുവഴി കണ്ടുപിടിച്ചു. തുന്നലില്ലാതെ 3 മിനിട്ടിനുള്ളിൽ പ്ലാസ്റ്റിക് വാൽവ് അയോർട്ടയിൽ സ്ഥാപിക്കുന്നതായിരുന്നു ആ അത്ഭുത പ്രക്രിയ. പക്ഷേ, ഒരുകാര്യം, ഈ ശസ്ത്രക്രിയയോടുകൂടി അയോർട്ടിക്ക് വാൽവിന്റെ സ്ഥാനം ഹൃദയത്തിനുള്ളിൽനിന്ന് അല്പം അകലെ അയോർട്ട എന്ന രക്തക്കുഴലിനുള്ളിലേക്ക് മാറും. പ്രകൃതിദത്തമായ ഹൃദയഘടന ഇതോടുകൂടി അല്പം മാറും.

ലോകത്ത് ആദ്യത്തെ ഹാർട്ട് വാൽവ് മാറ്റിവയ്ക്കൽ ശസ്ത്രക്രിയ ഡോ. ഹഫ്നഗൽ നിർവ്വഹിച്ചത് ജോർജ്ജ് ടൗൺ യൂണിവേഴ്സിറ്റിയിലായിരുന്നു. അദ്ദേഹത്തിന്റെ ഖ്യാതിക്ക് കാരണം ഇതായിരുന്നു. 1950 കളിലാണിത്. അന്ന് ഞാൻ തിരുവനന്തപുരത്ത് എം ബി ബി എസ് വിദ്യാർത്ഥിയാണ്.

ഹഫ്നഗൽ ആദ്യം ഹാർവാർഡ് യൂണിവേഴ്സിറ്റിയിൽ ജോലി ചെയ്യുകയായിരുന്നു. ഹൃദയവാൽവ് മാറ്റിവയ്ക്കാനുള്ള ശസ്ത്രക്രിയ നടത്താൻ അവിടെ അനുവാദം ലഭിച്ചില്ല. അവർ യാഥാസ്ഥിതിക സ്വഭാവക്കാരായിരുന്നു. അങ്ങനെയെങ്കിൽ നിങ്ങളുടെ ജോലി വേണ്ട എന്നുപറഞ്ഞ് ജോർജ്ജ് ടൗൺ യൂണിവേഴ്സിറ്റിയിലേക്ക് വരികയായിരുന്നു. അത് കാത്തലിക് യൂണിവേഴ്സിറ്റിയാണ്. ജർമ്മനിയിലെ ജൂതവിരുദ്ധ വികാരംപോലെ അമേരിക്കയിൽ കത്തോലിക്കർക്ക് എതിരായൊരു വികാരം ഒരുകാലത്ത് നിലനിന്നിരുന്നു. കത്തോലിക്കനായ ഡോ. ഹഫ്നഗലിന് ഹാർവാർഡ് യൂണിവേഴ്സിറ്റിയിൽ വാൽവ് മാറ്റ ശസ്ത്രക്രിയയ്ക്ക് തടസ്സമുണ്ടായത് ഈ പശ്ചാത്തലത്തിലായിരുന്നു.

ഡോ. ബർണന്റ്

ഹൃദ്രോഗം കാരണം ആസന്നമരണരായ അനേകം രോഗികൾക്ക് ചികിത്സ ഹൃദയം മാറ്റിവയ്ക്കലാണ്. അതിൽ ഹൃദയം വളരെ അപൂർവ്വമായേ ലഭ്യമാകുകയുള്ളൂ. ഈ പ്രശ്നം പരിഹരിക്കാൻ 1969 ൽ ഹഫ്നഗൽ ഒരു പദ്ധതി സ്വപ്നം കണ്ടു. പന്നിയെ ജൈവശാസ്ത്രഗവേഷണത്തിലൂടെ ഒരു 'നരസൂകര'മായി മാറ്റി അതിന്റെ ഹൃദയം ഒരു രോഗിക്ക് നല്കിയാൽ അത് സ്വീ

കൃതമാകാൻ സാദ്ധ്യതയുണ്ട്. അതിൽ പ്രവർത്തിക്കാൻ എന്നോട് ആവശ്യപ്പെട്ടു. ആ പദ്ധതിരേഖ വായിച്ചപ്പോൾ അത് പ്രായോഗികമല്ല എന്ന് എനിക്ക് തോന്നി. നൊബേൽ പ്രൈസ് നേടിയ ആസ്ട്രേലിയൻ ബയോളജിസ്റ്റ് ഡോ. മക്ഫർ ലെയിൻ ബർണറ്റ് അവയവമാറ്റ ശസ്ത്രക്രിയയിൽ ശരീരം അത് നിരസിക്കുന്നതിനെപ്പറ്റി ഗവേഷണം നടത്തിയിരുന്നു. ശരീരത്തിലെ ആന്റിജനുകൾ തീർത്തും വ്യക്തിഗതമാണ്. അത് മറ്റൊരാൾക്ക് സ്വീകരിക്കാനാവില്ല. ഇതാണ് ഉറ്റവരുടെ അവയവംപോലും ശരീരം നിരസിക്കുന്നത്.

ഡോ. ബർണറ്റിന്റെ
ആൻ എടിപ്പിക്കൽ ബയോഗ്രഫി

പന്നിയുടെ ഹൃദയം മനുഷ്യനിൽ ഘടിപ്പിച്ചാൽ 'നരസൂകരം' എന്ന് വിശേഷിപ്പിക്കാം - മനുഷ്യനും പന്നിയും. മനുഷ്യനും സിംഹവും ചേർന്ന നരസിംഹം എന്ന് പറയുന്നപോലെ.

മനുഷ്യന്റെയും പന്നിയുടെയും ഡി എൻ എ കലർത്തിയ ജന്തുവിനെപ്പറ്റി അറിയാൻ ഞാൻ കൂടുതൽ വായിച്ചുകൊണ്ടിരുന്നു. ആ സമയത്താണ് ഡോ. ബർണറ്റിന്റെ ജീവചരിത്രം ആൻ എടിപ്പിക്കൽ ഓട്ടോബയോഗ്രഫി (An Atypical Autobiography) പുറത്തുവരുന്നത്. അതിൽ അദ്ദേഹം പറയുന്നു, 'ഒരാളുടെ ശരീരത്തിലെ പ്രോട്ടീനും ഡി എൻ എയും മറ്റൊരാൾക്ക് ഉപയോഗിക്കാനാവില്ല. ഇതിന്റെ പേരാണ് വ്യക്തിത്വം. ലക്ഷക്കണക്കിന് വർഷങ്ങളുടെ പരിണാമ ഫലമായാണ് ഈ വ്യക്തിത്വം രൂപപ്പെടുന്നത്. അങ്ങനെയുള്ള വ്യക്തിത്വം ഒരു മരുന്നു കൊടുത്തോ, ശസ്ത്രക്രിയയിലൂടെയോ ഇല്ലാതാക്കാമെന്ന് വിചാരിക്കുന്നത് മൗഢ്യമാണ്.'

ഈ ചിന്ത വളരെ യുക്തിപ്രദമാണ് എന്ന് എനിക്ക് ബോദ്ധ്യമായി.

ജീവിതത്തിലെ ഒരു പ്രധാനഘട്ടം ഇത്തരത്തിൽ പാഴാക്കണോ എന്ന ചിന്ത എന്റെ മനസ്സിൽ ഉദിച്ചു. മാത്രമല്ല ഒരു ജന്തുവിനെ കൊന്നിട്ട് മറ്റൊരാൾ ജീവിക്കുക എന്ന തത്ത്വശാസ്ത്രത്തോട് എനിക്ക് യോജിപ്പുമില്ലായിരുന്നു. അവയവം കിട്ടാൻ വേണ്ടി മറ്റൊരാൾ മരിക്കുന്നത് കാത്തിരിക്കുന്ന മാനസികാവസ്ഥ ഒരു പരിഷ്കൃത സമൂഹത്തിനും ചേർന്നതല്ല. ആവശ്യമുള്ള അവയവത്തിനായി ഒരു യന്ത്രം വികസിപ്പിക്കുന്നതല്ലേ

യഥാർത്ഥ സാങ്കേതിക മുന്നേറ്റവും വിജയവും? ഹൃദയത്തിന് പകരം യന്ത്രഹൃദയം, കിഡ്നിക്ക് പകരം യന്ത്ര കിഡ്നി ഇത്തരത്തിലാണ് സാങ്കേതിക വിജയം കൈവരിക്കേണ്ടത്.

അന്ന് ഒരു വൈകുന്നേരം ഹഫ്നഗലിനെ കണ്ടപ്പോൾ എന്റെ ചിന്താഗതി പറഞ്ഞു. അമ്പരപ്പോടെ അദ്ദേഹത്തിന്റെ മറുപടി ഇങ്ങനെ: 'വല്യത്താൻ ആവശ്യത്തിലധികം വായിക്കുന്നതാണ് പ്രശ്നം. നോക്കൂ നിങ്ങൾ സർജനാണെങ്കിൽ വെല്ലുവിളി നേരിടാൻ ധൈര്യമുള്ളവനാകണം. മൂന്ന് മിനിട്ടുകൊണ്ട് വാൽവ് മാറ്റി വയ്ക്കാൻ ഞാൻ ഒരുങ്ങുമ്പോൾ പിന്തുണയ്ക്കാൻ ആരുമില്ലായിരുന്നു. പക്ഷേ, അത് ഫലവത്തായി. സ്വന്തം കഴിവിനെപ്പറ്റി സ്വയം ബോദ്ധ്യപ്പെടുകയാണ് ആദ്യം ചെയ്യേണ്ടത്.' ഹഫ്നഗലിന്റെ വാക്കുകൾ ഇന്നും മുഴങ്ങുന്നു.

അറിവും അനുഭവപരിചയവും പിൻബലമായുള്ളപ്പോഴാണ് വെല്ലുവിളിക്കാൻ ധൈര്യം ഉണ്ടാവുക.

ഹഫ്നഗൽ പില്ക്കാലത്ത് എന്റെ ക്ഷണം സ്വീകരിച്ച് തിരുവനന്തപുരത്ത് ശ്രീചിത്ര വികസിപ്പിച്ച ഹൃദയവാൽവ് കാണാൻ വന്നു. വിമാനത്താവളത്തിൽനിന്നും കോവളത്തെ താമസസ്ഥലത്തേക്ക് കാറിൽ പോകുമ്പോൾ, റോഡരികിൽ ഓലയുടെ മറവിലിരുന്ന് മെറ്റലടിക്കുന്ന സ്ത്രീകളെ അദ്ദേഹം കണ്ടു. ചുറ്റിക കൈയിലെടുത്ത് പാറ പൊട്ടിക്കുന്നത് പ്രാചീന രീതിയാണല്ലോ. അത് നടക്കുന്ന സ്ഥലത്തുതന്നെ കൃത്രിമ ഹൃദയവാൽവ് നിർമ്മിക്കുകയും ചെയ്യുന്നതിലായിരുന്നു അദ്ദേഹത്തിന് അത്ഭുതം!.

അന്ന് വൈകിട്ട് ശ്രീചിത്ര സന്ദർശിച്ച അദ്ദേഹം കൃത്രിമ ഹൃദയവാൽവ് കണ്ടിട്ട് പറഞ്ഞത് അതിനേക്കാൾ രസകരം: 'താങ്കൾ അയച്ച എല്ലാ റിപ്പോർട്ടും ഞാൻ കണ്ടിരുന്നു. വായിച്ചതൊന്നും ഞാൻ വിശ്വസിച്ചില്ല. ഇപ്പോൾ ഞാൻ ശ്രീചിത്രയിൽവന്ന് എല്ലാം കണ്ടു. ഇപ്പോഴും വിശ്വസിക്കുന്നില്ല.'

ശ്രീചിത്രയിലെ വാൽവ് നിർമ്മാണ പുരോഗതി ഞാൻ കത്തിലൂടെ ഇടയ്ക്കിടെ അറിയിച്ചിരുന്നു. തിരുവനന്തപുരത്ത് മൂന്ന് നാല് ദിവസം തങ്ങിയശേഷമാണ് ഹഫ്നഗൽ മടങ്ങിയത്.

1970 ൽ ഹാർട്ട് സർജറിയിൽ ഉപരിപഠനം കഴിഞ്ഞ എനിക്ക് ഡോ. ഹഫ്നഗലിന്റെ ഡിപ്പാർട്ടുമെന്റിൽതന്നെ ഇൻസ്ട്രക്ടർ ആയി ജോലി കിട്ടി. അവിടെനിന്നാണ് 1972 ൽ ഇന്ത്യയിലേക്ക് മടങ്ങി വരുന്നത്. 'ഇന്ത്യൻ വൈറസ് ബാധിച്ചു' എന്നാണ് ഹഫ്നഗൽ അന്ന് എന്നെപ്പറ്റി നിരീക്ഷിച്ചത്.

ഡോ. ജോൺ ഗിബ്ബണിന്റെ ശിഷ്യനായെത്തുന്ന കാലത്ത് എനിക്ക് ഹാർട്ട് സർജറി പഠിക്കണം എന്നൊന്നുമില്ലായിരുന്നു. ജനറൽ സർജറിയായിരുന്നു ലക്ഷ്യം. അക്കാലത്ത് കരൾ വീക്കം വന്ന് രക്തം ഛർദ്ദിക്കുന്ന

നിരവധി രോഗികൾ കേരളത്തിലുണ്ടായിരുന്നു. മദ്യപാനികൾക്കും അല്ലാത്തവർക്കും ഈ രോഗം വരാം. എം ബി ബി എസിന് പഠിക്കുന്ന കാലത്തൊക്കെ ഇവരെ ശ്രദ്ധിച്ചിട്ടുണ്ട്. അതുകൊണ്ടുതന്നെ ഇത്തരം രോഗികളെ അടക്കം സർജറി ചെയ്യുന്ന ജനറൽ സർജറി പഠിക്കണമെന്ന ഒരു മോഹം മനസ്സിലുണ്ടായി. ഇംഗ്ലണ്ടിലെ ലിവർപൂളിൽ ഗവേഷണം നടത്തിയതൊക്കെ ഈ രംഗത്താണ്. ഈ സർജറിയുടെ അനുബന്ധമായി ചെയ്യേണ്ട കാര്യങ്ങൾ പഠിക്കാനാണ് എന്നെ പ്രൊഫസർ ഫിലാഡൽഫിയയിലേക്ക് അയച്ചത്.

1962 ൽ ഫിലാഡൽഫിയയിൽനിന്നും ഇന്ത്യയിലേക്ക് മടങ്ങി ചണ്ഡിഗഢിലെ പി ജി ഇൻസ്റ്റിറ്റ്യൂട്ടിൽ ജോയിൻ ചെയ്തു. അന്ന് അവിടെ ഹാർട്ട് സർജറി തുടങ്ങിയിട്ടില്ല. പിന്നീട് ഒരു സർജൻ ജോയിൻ ചെയ്ത് ഹാർട്ട് സർജറി ആരംഭിച്ചപ്പോൾ അദ്ദേഹത്തെ സഹായിക്കാൻ കൂടെ പോകുമായിരുന്നു. ജനറൽ സർജറിയും തൊറാസിക് (thoracic) സർജറിയുമായിരുന്നു അന്ന് എന്റെ മേഖല. അങ്ങനെ മൂന്ന് വർഷത്തോളം ചണ്ഡീഗഡിൽ കഴിഞ്ഞു. അപ്പോൾ എനിക്ക് തോന്നി ഹാർട്ട് സർജറി സ്പെഷ്യലൈസ് ചെയ്യണമെന്ന്. ജനറൽ സർജറിയെ അപേക്ഷിച്ച് ശാസ്ത്രത്തിന്റെ കൂടുതൽ സ്വാധീനം ഹൃദയശസ്ത്രക്രിയാ രംഗത്തുണ്ട്. അത് പഠിക്കണമെന്ന് തീരുമാനിച്ചാണ് 1965 ൽ ഞാൻ അമേരിക്കയിലേക്ക് മടങ്ങുന്നത്. അന്ന് ജോൺസ് ഹോപ്കിൻസ് യൂണിവേഴ്സിറ്റിയിലാണ് ചേർന്നത്. അങ്ങനെയാണ് ഡോ. വിൻസന്റ് ഗോട്ടിന്റെ ശിഷ്യനാകുന്നത്.

വില്യം ഓസ്‌ലർ

ഗവേഷകർക്ക് അമേരിക്കയുടെ വലിയ പിന്തുണ

ലോകത്തെ ആദ്യ കൃത്രിമ ഉപഗ്രഹം സ്പുട്നിക് 1957 ൽ റഷ്യ ശൂന്യാകാശത്തേക്ക് വിക്ഷേപിക്കുമ്പോൾ ഞാൻ ഇംഗ്ലണ്ടിൽ പഠിക്കുകയാണ്. ഇതേത്തുടർന്ന് 'സ്പുട്നിക് മൊമന്റ്' എന്നൊരു പ്രയോഗം തന്നെ ഇംഗ്ലീഷിലുണ്ടായി. നമ്മൾ ഉറങ്ങിക്കിടന്നപ്പോൾ എതിരാളി ഉണർന്നിരുന്ന്

സാങ്കേതികവിദ്യ വികസിപ്പിച്ച് മുന്നോട്ട് പോയി. അത് പെട്ടെന്ന് തിരിച്ചറിയുന്ന നിമിഷമാണ് സ്പുട്നിക് മൊമന്റ്. സാങ്കേതികവിദ്യയിൽ അമേരിക്ക മുന്നിലായിരുന്നെങ്കിലും ബഹിരാകാശ വിദ്യ ശ്രദ്ധിച്ചിരുന്നില്ല. അങ്ങനെയിരിക്കെയാണ് റഷ്യ സ്പുട്നിക് പേടകം വിക്ഷേപിക്കുന്നതും അമേരിക്ക ഞെട്ടി ഉണരുന്നതും.

ഗവേഷണരംഗത്തെ മുന്നേറ്റമാണ് രാജ്യത്തിന്റെ യഥാർത്ഥ പുരോഗതി. ഗവേഷണത്തിന്റെയും വികസനത്തിന്റെയും പ്രാധാന്യം മനസ്സിലാക്കാൻ ചൈനയെ ശ്രദ്ധിച്ചാൽ മതി. ഒരുകാലത്ത് ഗവേഷണത്തിൽ ഏറെ പിന്നോക്കമായിരുന്ന ഇന്ത്യയെപ്പോലെ തന്നെയാണ് ചൈനയെയും പാശ്ചാത്യർ കണക്കിലെടുത്തിരുന്നത്. ഇന്ന് ചൈനയെ ലോകരാജ്യങ്ങൾ ഗൗരവത്തോടെ കാണുന്നതിന് കാരണം ഗവേഷണ വികസന രംഗത്തെ അവരുടെ കുതിപ്പാണ്. അത് ആരോഗ്യരംഗത്തും വ്യവസായ രംഗത്തുമെല്ലാം കരുത്തോടെ പ്രതിഫലിക്കുന്നു.

ഗവേഷകരെ പിന്തുണയ്ക്കുന്നതിൽ ഇംഗ്ലണ്ടിനെ അപേക്ഷിച്ച് അമേരിക്കയാണ് ഏറെ മുന്നിൽ. യൂണിവേഴ്സിറ്റികളിലെ ഗവേഷണത്തെ സ്വകാര്യമേഖല ഫണ്ട് നല്കി സഹായിക്കുന്നു. റോക്ക് ഫെല്ലർ ഫൗണ്ടേഷൻപോലെ സ്വകാര്യഫണ്ടിങ് സ്ഥാപനങ്ങൾ ഗവേഷണത്തിന് ലോ

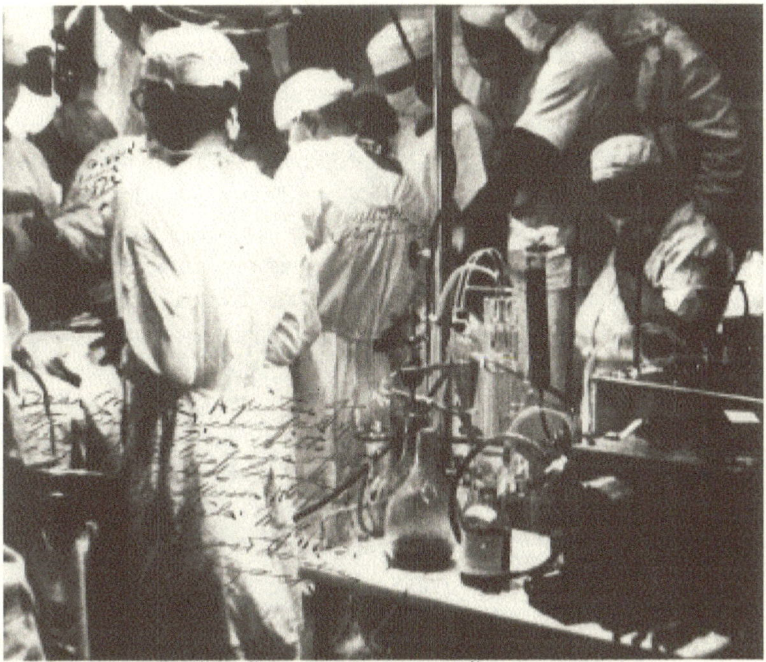

ഹാർട്ട് ലങ് മെഷീൻ ഉപയോഗിച്ച് ആദ്യ സർജറി

കമൊട്ടാകെ സഹായം നല്കുന്നു. ഇന്ത്യയിൽ പൂനയിലെ നാഷണൽ വൈറോളജി ഇൻസ്റ്റിറ്റ്യൂട്ട്, റോക്ക് ഫെല്ലർ ഫൗണ്ടേഷന്റെ ധനസഹായ ത്തോടെ 1950 കളിൽ സ്ഥാപിച്ചതാണ്. ലോകത്ത് എവിടെയും ഉല്പാദി പ്പിക്കുന്ന പുതിയ അറിവുകൾ സ്വാംശീകരിക്കാനും അമേരിക്ക മുന്നിലാ ണ്. രണ്ടായിരം കൊല്ലംമുമ്പ് ആയുർവേദത്തിന്റെ അടിസ്ഥാന പ്രമാണ ഗ്രന്ഥമെഴുതിയ ചരകന്റെ പേരിൽ ആധുനിക ലോകത്ത് ആദ്യമായി ഒരു വേദി ഉയരുന്നത് അമേരിക്കയിലാണ്. 19-ാം നൂറ്റാണ്ടിന്റെ അവസാനം ന്യൂയോർക്കിൽ ചരക ക്ലബ് എന്ന പേരിൽ അലോപ്പതി ഡോക്ടർമാർ ക്ലബ് തുടങ്ങി. ആധുനിക മെഡിസിന്റെ സ്ഥാപകരിലൊരാളായ വില്യം ഓസ്‌ലർ ക്ലബ് രൂപീകരിച്ചവരിൽ പ്രധാനിയാണ്.

ചിത്രയിലെ അവസാന ശസ്ത്രക്രിയ

വൈദ്യശാസ്ത്രമേഖലയ്ക്ക് പുറമെയുള്ള വായന അമേരിക്കയിലും ഞാൻ മുടക്കിയില്ല. കൂടുതൽ വായിക്കുന്നതാണ് കുഴപ്പം എന്ന് എന്നോട് പറഞ്ഞ ഡോ. ഹഫ്നഗലും മികച്ച വായനക്കാരനായിരുന്നു. നൊബേൽ പ്രൈസ് നേടിയ ഫ്രഞ്ചുകാരൻ ഡോ. അലക്സിസ് കാരൽ തന്റെ പുസ് തകശേഖരം മരണാനന്തരം അമേരിക്കയിലെ ജോർജ്ജ് ടൗൺ യൂണി വേഴ്സിറ്റിക്ക് സംഭാവന നല്കി. അത് ഫ്രാൻസിൽ ചെന്ന് ഏറ്റുവാങ്ങി യത് ഹഫ്നഗൽ ആയിരുന്നു.

ഞാൻ ആദ്യമായി ഓപ്പൺ ഹാർട്ട് സർജറി ചെയ്യുന്നത് അമേരിക്ക യിൽവച്ച് ജോർജ് വാഷിങ്ടൺ യൂണിവേഴ്സിറ്റി ഹോസ്പിറ്റലിൽ ആണ്. ഒന്നരമണിക്കൂർ നീണ്ട ആ ശസ്ത്രക്രിയയ്ക്ക് വിധേയനായത് 40 വയ സ്സുള്ള രോഗിയായിരുന്നു. എല്ലാ ഓപ്പൺ ഹാർട്ട് ഓപ്പറേഷനും ഒരുപോ ലെയല്ല; പ്രായം, രോഗം, ഹൃദയത്തിന്റെ പ്രവർത്തനം എന്നിവയെ ആശ്ര യിച്ചിരിക്കും ഫലം. ശ്രീചിത്രയിൽ കുട്ടികളുടെ ഹൃദയശസ്ത്രക്രിയയ്ക്ക് ഞാൻ ഏറെ താല്പര്യമെടുത്തു. ഏറ്റവും ഒടുവിലത്തെ ശസ്ത്രക്രിയ 1994 ൽ ശ്രീചിത്രയിൽനിന്നും വിരമിക്കുന്നതിന് മൂന്നുദിവസം മുമ്പായി രുന്നു. അതിനുശേഷം രോഗികളെ പരിശോധിച്ചിട്ടില്ല, ഓപ്പറേഷൻ തിയേ റ്ററിൽ പോയിട്ടുമില്ല.

അച്ഛന്റെ ചിത്രത്തിനരികെ വല്യത്താൻ

തിരുവിതാംകൂറിന്റെ വൈദ്യശാസ്ത്ര ചരിത്രവും വലിയമ്മാവനും

ഡോ. വി എസ് വല്യത്താൻ

പ്രാചീനഭാരതത്തിലെ പഠനസമ്പ്രദായവും ആയുർവേദത്തിന്റെ ചരിത്രവുമൊക്കെ അന്വേഷിച്ചു തുടങ്ങുന്നത് ഔദ്യോഗികജീവിതത്തിൽനിന്നും പടിയിറങ്ങിയ ശേഷമാണ്. എന്തിനേറെ, ഇരുപതാം നൂറ്റാണ്ടിന്റെ തുടക്കത്തിൽ എഡിൻബറോയിൽനിന്നും എം ഡി നേടിയ വലിയമ്മാവനെക്കുറിച്ചുള്ള അന്വേഷണം ആരംഭിക്കുന്നതുപോലും എത്രയോ വൈകിയാണ്. രക്തബന്ധം തേടിയായിരുന്നു ആ അന്വേഷണത്തിന്റെ ആരംഭമെങ്കിലും എത്തിച്ചേർന്നത് 19-ാം നൂറ്റാണ്ടിൽ തിരുവിതാംകൂറിലുണ്ടായ ആധുനിക ചികിത്സാ സമ്പ്രദായത്തിന്റെ വളർച്ചയുടെ വലിയ ചരിത്രത്തിലേക്കാണ്.

ലക്ഷ്മീബായ് തുടക്കമിട്ട ആരോഗ്യരാജപാത

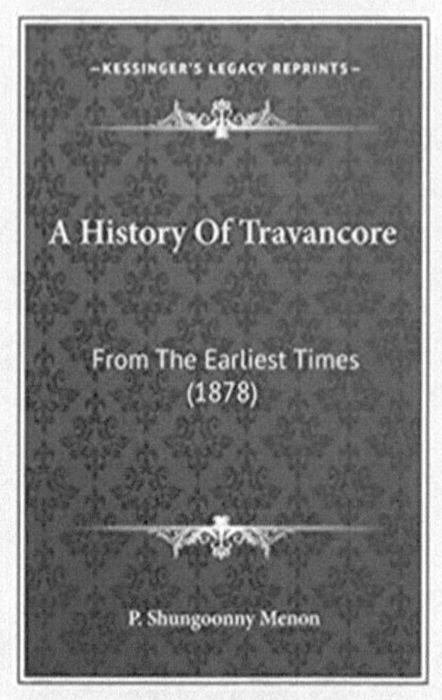

ട്രാവൻകൂർ ഹിസ്റ്ററി

ടി കെ വേലുപ്പിള്ളയുടെ തിരുവിതാംകൂർ സ്റ്റേറ്റ് മാനുവൽ നാലാംഭാഗത്ത് തിരുവിതാംകൂറിലെ ആധുനിക ചികിത്സാരംഗത്തിന്റെ വളർച്ചയുടെ രേഖാചിത്രം തന്നെയുണ്ട്. 19-ാം നൂറ്റാണ്ടിൽ ആധുനിക വൈദ്യശാസ്ത്രത്തെ ദത്തെടുക്കുന്നതിനും പ്രചരിപ്പിക്കുന്നതിനും മറ്റ് നാട്ടുരാജ്യങ്ങൾക്ക് മുന്നിലായിരുന്നു തിരുവിതാംകൂർ. സേതു ലക്ഷ്മീബായിയുടെ ഭരണകാലത്ത് (1811-1815) ആണ് ഇവിടെ വാക്സിനേഷൻ സമ്പ്രദായം വരുന്നതും ഡിസ്പെൻസറികൾ തുടങ്ങുന്നതും. അത് ആരോഗ്യരംഗത്തേക്കുള്ള രാജപാതയുടെ തുടക്കമായി. പിന്നാലെ വന്ന ഉത്രം തിരുനാൾ, ആയില്യം തിരുനാൾ തുടങ്ങിയ ഭരണാധികാരികളെല്ലാം ആധുനിക വൈദ്യശാസ്ത്ര സമ്പ്രദായത്തെ പരിപോഷിപ്പിച്ചു.

സ്വാതിതിരുനാളിന്റെ അനുജനും ഇളയരാജാവുമായിരുന്ന ഉത്രം തിരുനാൾ (1847-1860) കെമിസ്ട്രിയിൽ ഏറെ താല്പര്യമുള്ള ആളായിരുന്നു. ആധുനിക തിരുവിതാംകൂറിന്റെ ചരിത്രമെഴുതിയ ശങ്കുണ്ണിമേനോൻ ഇദ്ദേഹത്തിന്റെ അസിസ്റ്റന്റായിരുന്നു. ശങ്കുണ്ണിമേനോൻ രചിച്ച *എ ഹിസ്റ്ററി ഓഫ് ട്രാവൻകൂർ* എന്ന കൃതിയിൽ ഉത്രം തിരുനാളിന്റെ ശാസ്ത്ര പഠന താല്പര്യത്തെപ്പറ്റി വിശദമായി പറയുന്നുണ്ട്. പുഷ്പസുഗന്ധത്തിന്റെ രസതന്ത്ര രഹസ്യം തേടിയായിരുന്നു അദ്ദേഹത്തിന്റെ ഗവേഷണം. അതിനായി ഇംഗ്ലണ്ടിൽനിന്നും പരീക്ഷണ വസ്തുക്കൾ ഇറക്കുമതി ചെയ്തു. അങ്ങനെ വരുത്തിയ retort എന്ന പരീക്ഷണ ഉപകരണം ശങ്കുണ്ണിമേനോന്റെ കൈയിൽനിന്ന് വീണുപൊട്ടി. ഇളയരാജാവ് ശിക്ഷിക്കുമെന്ന് ഭയപ്പെട്ട സംഭവത്തെപ്പറ്റി ശങ്കുണ്ണി മേനോൻ പറയുന്നുണ്ട്. എന്നാൽ ശിക്ഷയൊന്നും ഉണ്ടായില്ല. പുഷ്പങ്ങളിലെ താല്പര്യം ക്രമേണ ഇംഗ്ലീഷ് മരുന്നുകളിലേക്ക് തിരിഞ്ഞു. അക്കാലത്ത് തിരുവിതാംകൂർ റസിഡന്റിന് ഇംഗ്ലീഷുകാരനായ ഒരു ഡോക്ടർ ഉണ്ടായിരുന്നു. അദ്ദേഹത്തിൽനിന്നും മരുന്ന് നിർമ്മാണരീതിയും ചികിത്സാ മാർഗ്ഗവും ഒക്കെ ഉത്രം തിരുനാൾ പരിശീലിച്ചു. 19-ാം നൂറ്റാണ്ടിൽ ഇവിടെ ലഭ്യമായ ഇംഗ്ലീഷ് മരുന്നുകളിൽ 'മിക്സ്ചറുകൾ' മുന്നിലുണ്ടായിരുന്നു. അതായത് ഒന്നിലധികം മരുന്നുകൾ കൂട്ടിച്ചേർത്ത് നല്കുന്ന ലായനി.

പരിശീലനം കുറെ മുന്നേറിക്കഴിഞ്ഞപ്പോൾ ഇനി ചികിത്സിക്കാം എന്നൊരു ആത്മവിശ്വാസം ഉത്രം തിരുനാളിന് കൈവന്നു. അങ്ങനെ കൊട്ടാരത്തിലെ സ്വന്തം മുറിയിൽ കൺസൾട്ടേഷൻ തുടങ്ങി. അക്കാലത്ത് കൊട്ടാരത്തിലുള്ളവരടക്കം സമൂഹത്തിന്റെ ഉന്നത ശ്രേണിയിലുള്ളവർ ഇംഗ്ലീഷ് മരുന്ന് സ്വീകരിക്കാൻ മടിച്ചുനിന്നു. എന്നാൽ കൊട്ടാരത്തിൽ തന്നെ ഇളയരാജാവ് ചികിത്സ തുടങ്ങിയപ്പോൾ അതിന് സ്വീകാര്യത കൈവന്നു. അങ്ങനെ തിരുവിതാംകൂർ കൊട്ടാരത്തിലെ കൺസൾട്ടേഷൻ മുറി, പാലസ് ഡിസ്പെൻസറിയായി മാറി. കുറച്ചുകൂടി കഴിഞ്ഞപ്പോൾ ഇംഗ്ലീഷ് മരുന്ന് സ്വീകരിക്കാൻ വരുന്ന രോഗികളുടെ എണ്ണം കൂടി. അതോടെ ആശുപത്രി സംവിധാനമെന്ന നിലയിൽ കൊട്ടാരത്തിന് പുറത്തേക്ക് മാറ്റി. അതാണ് തിരുവനന്തപുരത്തെ ഫോർട്ട് ആശുപത്രിയുടെ തുടക്കം.

ഉത്രം തിരുനാളിന്റെ പിൻഗാമിയായ ആയില്യം തിരുനാൾ (1860-1880) തുറന്നതാണ് ഇപ്പോൾ ജനറൽ ആശുപത്രി എന്നറിയപ്പെടുന്ന തിരുവനന്തപുരം സിവിൽ ആശുപത്രി. പുത്തൻ കച്ചേരി എന്ന സെക്രട്ടറിയേറ്റ് പണികഴിപ്പിച്ച ഇദ്ദേഹം ഒരു വർഷത്തിനിടെ 10 ഹൈസ്കൂളുകൾ തുടങ്ങി മറ്റൊരു ചരിത്രവും രേഖപ്പെടുത്തി. ഇദ്ദേഹത്തിന്റെ പിന്നാലെ ഭരണമേറ്റ ശ്രീമൂലം തിരുനാളും ആരോഗ്യരംഗത്തിന്റെ ആധുനികവല്ക്കരണത്തിന് ഉചിതമായ സംഭാവന നല്കി. അങ്ങനെയാണ് എന്റെ വലിയമ്മാവൻ അടക്കം 2 ചെറുപ്പക്കാരെ ആധുനിക വൈദ്യശാസ്ത്രപഠനത്തിന് എഡിൻബറോയിലേക്കും രണ്ട് ഫിസിഷ്യന്മാരെ പബ്ലിക് ഹെൽത്തിൽ വിദഗ്ദ്ധ പരിശീലനം നേടുന്നതിന് ജോൺ ഹോപ്കിൻസ് യൂണിവേഴ്സിറ്റിയിലേക്കും അയച്ചത്.

എഡിൻബറോയിലെ ഡോ. വി എസ് വല്യത്താൻ

വലിയമ്മാവനെപ്പറ്റി ആദ്യം അറിയുന്നത് അച്ഛൻ പറഞ്ഞാണ്. അഞ്ചോ ആറോ വയസ്സുള്ളപ്പോഴാണ് എന്നെ മാവേലിക്കര സ്കൂളിൽ ചേർക്കുന്നത്. അന്ന് അച്ഛൻ പറഞ്ഞു: നിന്റെ പേര് മാർത്താണ്ഡവർമ്മ ശങ്കരൻ വല്യത്താൻ എന്നാണ്. ശങ്കരൻ വല്യത്താൻ വലിയമ്മാവനാണ്. വലിയ ഡോക്ടറായിരുന്നു. അമ്മയുടെ അമ്മയുടെ അമ്മാവനാണ്. (വലിയമ്മാവന്റെ ഔദ്യോഗിക രേഖകളിലെ പേര് വട്ടപ്പറമ്പിൽ ശങ്കര വല്യത്താൻ എന്നായിരുന്നു. ശങ്കരൻ എന്നല്ല, ശങ്കര എന്നായിരുന്നു അക്കാലത്ത് ഇംഗ്ലീഷിൽ എഴുതിയിരുന്നത്. പില്ക്കാലത്താണ് 'എൻ' കൂട്ടിച്ചേർത്ത് പേരെഴുതുന്നരീതി വന്നത്. ഡോ. വി എസ് വല്യത്താൻ എന്നാണ് വലിയമ്മാവൻ അറിയപ്പെട്ടത്.)

അദ്ദേഹത്തെപ്പറ്റി കൂടുതലൊന്നും വീട്ടുകാർക്കും അറിയില്ലായിരുന്നു. തിരുവനന്തപുരം മെഡിക്കൽ കോളേജിൽ പഠിക്കുമ്പോഴും പിന്നീട് ഇംഗ്ലണ്ടിലും അമേരിക്കയിലും ഉപരിപഠനം നടത്തുമ്പോഴുമൊന്നും ഞാൻ അദ്ദേഹത്തെപ്പറ്റി അന്വേഷിച്ചില്ല. പില്ക്കാലത്ത് ശ്രീചിത്ര ഡയറക്ടറായിരിക്കെ 80 കളിലാണ് വലിയമ്മാവനെപ്പറ്റി അന്വേഷണം തുടങ്ങുന്നത്.

അതിന് നിമിത്തമായത് എഡിൻബറോ യൂണിവേഴ്സിറ്റി തന്നെയായിരുന്നു. എഡിൻബറോയിൽ പഠിച്ച ഏത് വിദ്യാർത്ഥിയെപ്പറ്റിയുള്ള വിവരങ്ങളും 24 മണിക്കൂറിനുള്ളിൽ ലഭ്യമാകും എന്നൊരു അറിയിപ്പ് യൂണിവേഴ്സിറ്റിയുടേതായി കണ്ടു. 400 വർഷം പഴക്കമുള്ള യൂണിവേഴ്സിറ്റി ഇത്തരമൊരു പ്രഖ്യാപനം നടത്തുമ്പോൾ എനിക്ക് വിശ്വസിക്കാനായില്ല. എങ്കിലും ഒന്ന് ശ്രമിക്കാമെന്ന് കരുതി. 1902 ൽ ആണ് വലിയമ്മാവൻ എഡിൻബറോയിൽ പഠിച്ചതെന്ന് അറിയാമായിരുന്നു. ആ വിവരം അറിയിച്ച് വിശദാംശങ്ങൾ ചോദിച്ച് ഞാൻ കത്തെഴുതി, അത്ഭുതം, ഒട്ടും വൈകാതെ മറുപടി കിട്ടി. അതെ അദ്ദേഹം ഇവിടെ പഠിച്ചിട്ടുണ്ട്. 1905 ൽ എം ബി സി എച്ച് ബി ബിരുദവും 1915 ൽ എം ഡിയും നേടി. അദ്ദേഹത്തിന്റെ ബയോഡാറ്റയ്ക്കും എം ഡി തീസിസിന്റെ പകർപ്പിനും 30 പൗണ്ട് വീതം അടയ്ക്കണം. ആ തുക അടച്ചപ്പോൾ, വലിയമ്മാവനെപ്പറ്റിയുള്ള വിവരങ്ങളുടെ നിധിശേഖരം തന്നെ എഡിൻബറോയിൽനിന്നും ദിവസങ്ങൾക്കുള്ളിൽ കിട്ടി.

വലിയമ്മാവൻ ജനിച്ചത് തിരുവല്ലയിലാണെന്ന വിവരം യൂണിവേഴ്സിറ്റി രേഖകളിൽനിന്നാണ് ആദ്യമായി അറിഞ്ഞത്. അക്കാര്യം കുടുംബക്കാർക്കും അറിയില്ലായിരുന്നു. അവിടെ സ്കൂൾ പഠനശേഷം തിരുവനന്തപുരത്ത് മഹാരാജാസ് കോളേജിൽനിന്നും ബി എ നേടി. പില്ക്കാലത്ത് യൂണിവേഴ്സിറ്റി കോളേജായി പെരുമ നേടിയ സ്ഥാപനം അന്ന് മദ്രാസ് യൂണിവേഴ്സിറ്റിയുടെ ഭാഗമായിരുന്നു. അക്കാലത്ത് ബി എസ് സി ഡിഗ്രിയില്ല. തുടർന്ന് കോട്ടയത്തെ ദിവ്യനാസാസ് സെമിനാരിയിൽ ടീച്ചറായി ജോലി നേടി. യജമാനന്മാരായി ശമ്പളംപറ്റി പണിയെടുക്കുന്നതൊക്കെ മാനക്കേടായി പ്രഭുക്കന്മാർ കരുതിയ കാലം. വലിയമ്മാവൻ ഒരു പുതിയവഴി തേടുകയായിരുന്നു. ടീച്ചറായിരിക്കെ തന്നെ മദ്രാസിൽ മെഡിസിൻ പ്രവേശനത്തിന് ശ്രമിച്ചുകൊണ്ടിരുന്നു. 1890 കാലമാണെന്ന് ഓർക്കുക. ഒടുവിൽ മദ്രാസ് മെഡിക്കൽ കോളേജിൽ 4 വർഷ മെഡിസിൻ പഠനത്തിന് പ്രവേശനം കിട്ടി. വലിയമ്മാവൻ മൂന്നാം വർഷം വിദ്യാർത്ഥിയായിരിക്കെ, തിരുവിതാംകൂർ സർക്കാരിന്റേതായി ഒരു തീരുമാനം വന്നു: ആശുപത്രിരംഗം ശക്തമാക്കാൻ രണ്ട് ഡോക്ടർമാരെ ഇംഗ്ലണ്ടിൽ ഉപരിപഠനത്തിന് അയയ്ക്കുന്നു.

തിരുവിതാംകൂർ മെഡിക്കൽ സർവ്വീസ്

ഭാഗ്യത്തിന് നറുക്കുവീണവരിൽ ഒരാൾ വലിയമ്മാവനായിരുന്നു. അന്ന് ശ്രീമൂലം തിരുനാളാണ് തിരുവിതാംകൂറിന്റെ ഭരണാധികാരി. അഞ്ച് വർഷത്തെ ശമ്പള അവധിയോടുകൂടിയാണ് പഠനത്തിന് അയച്ചത്. പഠനം കഴിഞ്ഞെത്തുമ്പോൾ തിരുവിതാംകൂർ മെഡിക്കൽ സർവ്വീസിൽ നിയമനം എന്നതായിരുന്നു സർക്കാരിന്റെ വ്യവസ്ഥ. എഡിൻബറോയിലേക്ക് അയച്ച രണ്ടാമൻ ആരെന്ന് അറിയില്ല. അങ്ങനെ മൂന്നാം വർഷ വിദ്യാർത്ഥി

എഡിൻബറോ യൂണിവേഴ്സിറ്റി

ആയിരിക്കെ അമ്മാവൻ ഇംഗ്ലണ്ടിൽ ഉപരിപഠനത്തിന് യാത്രതിരിച്ചു. ഒന്നേകാൽ നൂറ്റാണ്ടോളം മുമ്പാണ് അക്കഥ നടക്കുന്നത് എന്നോർക്കുമ്പോൾ അത് ആവേശസ്മരണയായി തീരുന്നു.

മൂന്ന് വർഷം മാത്രം എം ബി ബി എസ് പഠിച്ചതിനാൽ ഇംഗ്ലണ്ടിൽ ഫുൾക്രഡിറ്റ് കിട്ടില്ല. അതുകൊണ്ട് എഡിൻബറോയിൽ ഒരുവർഷം അടിസ്ഥാനശാസ്ത്രപഠനശേഷമാണ് എം ബി സി എച്ച് ബിക്ക് ചേരുന്നത്. എം ബി ബി എസിന് തുല്യമാണിത്. 1905 ൽ എം ബി സി എച്ച് ബി നേടി. എഡിൻബറോയിൽ പഠിച്ചതിന് പുറമേ അവിടുത്തെ പ്രൊഫസറുടെ മേൽനോട്ടത്തിൽ അവിടെയും മടങ്ങിവന്ന് തിരുവിതാംകൂറിലും നടത്തിയ പഠനങ്ങളുടെയും അടിസ്ഥാനത്തിൽ എഴുതിയ തീസിസിന് 1915 ൽ എം ഡി ബിരുദം എഡിൻബറോ യൂണിവേഴ്സിറ്റി നല്കി. എം ബി ബി എസ് പോലെ ക്ലാസിലിരുന്നുള്ള പഠന സമ്പ്രദായത്തിലൂടെയല്ല എം ഡി നേടുന്നത്. ഞാൻ ലിവർപൂളിൽ പഠിക്കുമ്പോഴും ഇതേ സമ്പ്രദായമായിരുന്നു. എം ഡി കോഴ്സിന് മുഴുവനായി ക്ലാസിൽ ഇരിക്കേണ്ട; പ്രഭാഷണങ്ങളിൽ കൃത്യമായി ഹാജരാകണം. ഇംഗ്ലണ്ടിലോ ജന്മനാട്ടിലോ പ്രാക്ടീസ് തുടങ്ങാം. പിന്നീട് തീസിസ് എഴുതി സമർപ്പിക്കുക. ഈ മാർഗ്ഗമാണ് വലിയമ്മാവനും പിന്തുടർന്നത്. തിരിച്ചെത്തിയ വലിയമ്മാവൻ തിരുവനന്തപുരം ജനറൽ ആശുപത്രിയിലും കൊല്ലം, ആലുവ, മാവേലിക്കര ജില്ലാതല ആശുപത്രികളിലും സേവനമനുഷ്ഠിച്ചു. കൊല്ലത്ത് രണ്ടുതവണ സർവ്വീസിലിരുന്നു.

കേരളവർമ്മയെ ചികിത്സിച്ച ഡോക്ടർ

വലിയമ്മാവനെക്കുറിച്ചുള്ള അന്വേഷണം കേരളസാഹിത്യ ചരിത്രത്തിലെ അവിസ്മരണീയ ഏടുകളിലേക്കും എത്തിച്ചു. കാറപകടത്തിൽ പരിക്കേറ്റ കേരളവർമ്മ വലിയ കോയിത്തമ്പുരാനെ ചികിത്സിച്ചത് വലി

കേരളവർമ്മ വലിയകോയിത്തമ്പുരാൻ

യമ്മാവനായിരുന്നു. അന്ന് മാവേലിക്കരയിലായിരുന്നു വലിയമ്മാവന് ജോലി. തിരുവനന്തപുരത്ത് താമസിച്ചിരുന്ന വലിയകോയിത്തമ്പുരാൻ, അനന്തരവനായ എ ആർ രാജരാജവർമ്മയുടെ മാവേലിക്കരയിലെ കൊട്ടാരത്തിൽ വന്ന് മടങ്ങുമ്പോഴായിരുന്നു അപകടം. എ ആറിന്റെ സ്വന്തം കാറിലായിരുന്നു യാത്ര. കായംകുളത്തുവച്ച് ഒരു നായ കുറുകെ ചാടി നിയന്ത്രണം തെറ്റിയ കാർ മറിഞ്ഞു. അക്കാലത്ത് മേല്ക്കൂരയില്ലാത്ത, തുറന്ന കാർ ആണ്. വലിയ കോയിത്തമ്പുരാനും എ ആറും കാറിൽനിന്നും തെറിച്ചുവീണു. വലിയകോയിത്തമ്പുരാന്റെ നെഞ്ചിലേക്ക് കൂറ്റനൊരു പെട്ടി വന്നുപതിച്ച് ഗുരുതരമായി പരിക്കേറ്റു. എ ആറിന് കാര്യമായ പരിക്കുണ്ടായില്ല. അവിടെനിന്നും വലിയകോയിത്തമ്പുരാനെ ഒരു പല്ലക്കിൽ മാവേലിക്കരയിലേക്ക് കൊണ്ടുവന്നു. ആ സമയത്ത് വലിയമ്മാവൻ വന്ന് പരിശോധിച്ചു. ഇക്കാര്യങ്ങളൊക്കെ എ ആറിന്റെ ജീവചരിത്രത്തിൽ വിവരിക്കുന്നുണ്ട്. എ ആറിന്റെ മക്കളായ രാഘവവർമ്മരാജയും ഭാഗീരഥി തമ്പുരാനും ചേർന്നാണ് അതെഴുതിയത്.

ഞാൻ എപ്പോഴും ആലോചിക്കാറുണ്ട്, അന്ന് വലിയകോയിത്തമ്പുരാനെ പരിശോധിച്ച വല്യമ്മാവൻ എന്ത് ചികിത്സ ചെയ്തിട്ടുണ്ടാവും? അന്ന് എക്സ് റേയോ, നെഞ്ചിന്റെ ശസ്ത്രക്രിയയോ, രക്തം കൊടുക്കാനുള്ള സംവിധാനങ്ങളോ ഇവിടെയില്ല. പ്രാഥമിക ശുശ്രൂഷയ്ക്കുള്ള മരുന്നുകൾ നല്കിയിരിക്കും. അടുത്തദിവസം കടുത്ത ശ്വാസംമുട്ടലിനെതുടർന്ന് തമ്പുരാൻ യാത്രയായി.

എ ആർ രാജരാജവർമ്മ

ക്ഷയരോഗ ചികിത്സയിൽ തീസിസ്

ക്ഷയരോഗ ചികിത്സയെപ്പറ്റിയായിരുന്നു എഡിൻബറോ യൂണിവേഴ്സിറ്റിയിൽ വലിയമ്മാവൻ സമർപ്പിച്ച പ്രബന്ധം. അതിന്റെ കോപ്പി എനിക്ക് കിട്ടിയിരുന്നു. അത് പഠിക്കാൻ മൂന്ന് മാസത്തോളമെടുത്തു. അതേപ്പറ്റി ഒരു ലേഖനം എഴുതുകയും ചെയ്തു. വലിയമ്മാവൻ പരാമർശിച്ച പുസ്തകങ്ങളും വായിച്ചു. അക്കാലത്ത് കൊല്ലത്ത് ക്ഷയരോഗ ചികിത്സയ്ക്ക് വിധേയരായ രോഗികളെപ്പറ്റി പ്രബന്ധത്തിൽ പറയുന്നുണ്ട്. ക്ഷയരോഗത്തിന് ചികിത്സ കണ്ടെത്തിയ ജർമ്മൻ ശാസ്ത്രജ്ഞൻ റോബർട്ട് കോക്കിന്റെ (1843–1910) സമ്പ്രദായത്തെ അധികരിച്ചായിരുന്നു വലിയമ്മാവന്റെ പ്രബന്ധം. 19–ാം നൂറ്റാണ്ടിൽ ക്ഷയരോഗത്തെപ്പറ്റി അറിയാമെങ്കിലും രോഗകാരണം വ്യക്തമായിരുന്നില്ല. രോഗകാരിയായ അണുവിനെ കണ്ടെത്തിയ റോബർട്ട് കോക്ക്, ആ അണുവിനെ നേർപ്പിച്ച് ക്ഷയരോഗ പ്രതിരോധനത്തിന് പ്രായോഗികമാക്കാമെന്നും തെളിയിച്ചു. ആധുനിക ബാക്ടീരിയോളജിയുടെ സ്ഥാപകരിൽ ഒരാളായ കോക്കിന് 1905 ൽ നൊബേൽ സമ്മാനം ലഭിച്ചു. വാക്സിൻ നിർമ്മാണത്തിലെ മുൻഗാമികളായി റോബർട്ട് കോക്കിനെയും ഫ്രഞ്ച് ശാസ്ത്രജ്ഞൻ ലൂയി പാസ്ചറെയും (1822–1895) കണക്കാക്കുന്നു.

റോക്ക്ഫെല്ലർ ഫൗണ്ടേഷന്റെ സഹായം

ക്ഷയരോഗത്തെപ്പറ്റി പഠിക്കാൻ ഒരു വിദഗ്ദ്ധനെ തിരുവിതാംകൂറിലേക്ക് അയക്കാൻ അഭ്യർത്ഥിച്ച് തിരുവിതാംകൂർ സർക്കാർ റോക്ക് ഫെല്ലർ ഫൗണ്ടേഷന് കത്തയച്ചതിനെപ്പറ്റി കേട്ടിട്ടുണ്ട്. അതനുസരിച്ച് ഇവിടെ വന്ന വിദഗ്ദ്ധൻ നാട്ടുരാജ്യത്തുടനീളം സന്ദർശിച്ച് പഠിച്ച് റിപ്പോർട്ട് എഴുതി. അതിൻപ്രകാരമാണ് തിരുവിതാംകൂറിൽ ആദ്യത്തെ പബ്ലിക് ഹെൽത്ത് ഡയറക്ടറെ നിയമിക്കുന്നത്. ഇന്ന് തിരുവനന്തപുരം നഗരസഭാ ഓഫീസ് നില്ക്കുന്നിടത്തായിരുന്നു ഡയറക്ടറുടെ ഓഫീസ്. ഡോ. എം കെ ഗോപാലപിള്ളയായിരുന്നു ആദ്യ ചുമതലക്കാരൻ. കൊതുകിനെ നിയന്ത്രിച്ച് പകർച്ചവ്യാധി എങ്ങനെ തടയാമെന്ന് പൊതുജനങ്ങളെ ബോധവല്ക്കരിക്കാൻ ആരോഗ്യപ്രവർത്തകരെ നിയോഗിക്കുകയും ചെയ്തു. ഇവർ സ്കൂളുകളിൽ പോയി പ്രസംഗിച്ചു. അന്ന് ഇന്ത്യയിലെ മറ്റൊരു നാട്ടുരാജ്യത്തും ആലോചിക്കാൻപോലും പറ്റാത്ത കാര്യമാണ് ഇവിടെ നടപ്പാക്കിയത്. ഇരുപതാം നൂറ്റാണ്ടിന്റെ തുടക്കത്തിൽത്തന്നെ പൊതുജനാരോഗ്യരംഗത്ത് കേരളം മുന്നിലെത്താൻ ഇതെല്ലാം അടിത്തറയായി.

തിരുവിതാംകൂറിൽ പൊതുജനാരോഗ്യസംവിധാനം മെച്ചപ്പെടുത്താൻ വേണ്ടിയാണല്ലോ രണ്ട് ഡോക്ടർമാരെ വിദേശത്ത് അയച്ച് പഠിപ്പിച്ചത്. അന്ന് നമ്മുടെ നാട്ടിൽ പകർച്ചവ്യാധിയും വിരബാധമൂലമുള്ള രോഗങ്ങളും പോഷകാഹാരക്കുറവുമൂലമുള്ള ശിശുമരണങ്ങളും വളരെ കൂടുതലാണ്. ശ്രീമൂലം തിരുനാൾ, പൊതുജനാരോഗ്യത്തെപ്പറ്റി ചിന്തിക്കാൻ ഇടവ

ന്നതും അത് മെച്ചപ്പെടുത്താൻ നടപടികൾ സ്വീകരിച്ചതും എന്തുകൊണ്ട് എന്നത് ചരിത്രത്തിലെ മറ്റൊരു അന്വേഷണ വിഷയമാണ്. കാരണം ഭരണകൂടങ്ങൾ യാഥാസ്ഥിതിക മനോഭാവത്തിൽ ചിന്തിക്കുന്ന കാലമായിരുന്നല്ലോ. ഡോക്ടർമാർക്ക് അവർ കൈകാര്യം ചെയ്യുന്ന രോഗിയുടെ കാര്യമല്ലാതെ പൊതുജനാരോഗ്യം മെച്ചപ്പെടുത്തുന്നതിനെപ്പറ്റി ചിന്തിക്കാൻ എളുപ്പമല്ല. അത് ഭരണാധികാരി കൈകാര്യം ചെയ്യേണ്ട വിഷയമാണ്. രോഗനിർണ്ണയവും ചികിത്സയുമാണല്ലോ മെഡിക്കൽ കോളേജിൽനിന്നും പഠിക്കുന്നത്.

രണ്ടാംതവണ കൊല്ലത്ത് ജോലിയിലിരിക്കെ ആയിരുന്നു വലിയമ്മാവന്റെ അന്ത്യം. ആ വർഷം ഏതെന്നറിയാൻ കുറെയേറെ അന്വേഷിക്കേണ്ടിവന്നു. ചീഫ് സെക്രട്ടറിയായിരുന്ന എസ് എം വിജയാനന്ദിന്റെ സഹായം തേടിയപ്പോൾ നൂറ്റാണ്ട് മുമ്പത്തെ രേഖകൾ അദ്ദേഹം പരിശോധിച്ചു. തിരുവനന്തപുരത്തും ആലുവായിലും കോട്ടയത്തും മാവേലിക്കരയിലും കൊല്ലത്തും വലിയമ്മാവൻ സർക്കാർ സർവ്വീസിൽ ഉണ്ടായിരുന്നതിനപ്പുറം വിവരങ്ങൾ അറിയില്ല. ഒടുവിൽ *മനോരമ*യിൽനിന്നും ചരമവാർത്ത പ്രസിദ്ധീകരിച്ചതിന്റെ പകർപ്പ് കിട്ടി. രോഗബാധയെത്തുടർന്ന് 1922 ൽ 47-ാം വയസ്സിലായിരുന്നു മരണം. കൊല്ലത്തായിരുന്നു ശവസംസ്കാരം. അവിടെനടന്ന വിലാപയാത്രയിൽ ജാതിഭേദമില്ലാതെ അനേകായിരങ്ങൾ ആദരാഞ്ജലികൾ അർപ്പിച്ചു. തിരുവനന്തപുരം മോഡൽ സ്കൂൾ ഹെഡ്മാസ്റ്റർ ആയിരുന്ന കൃഷ്ണൻനായർ മകനാണ്. ഇദ്ദേഹം പിന്നീട് വിദ്യാഭ്യാസ ഡെപ്യൂട്ടി ഡയറക്ടറും ആയിരുന്നു. മകൾ തങ്കത്തെ വിവാഹം കഴിച്ചത് മദ്രാസിൽ ജഡ്ജിയായിരുന്ന കൃഷ്ണൻ പണ്ടാലയുടെ മകൻ ഡോ. മധുസൂദനൻ ആണ്. തിരുവനന്തപുരത്ത് കണ്ണ് ചികിത്സയ്ക്ക് എത്തിയ വേളയിലാണ് തങ്കത്തെ ഏറ്റവും ഒടുവിൽ കണ്ടത്.

തിരുവിതാംകൂറിന്റെ പൊതുജനാരോഗ്യരംഗത്ത് ഡോ. എം കെ ഗോപാലപിള്ളയോടൊപ്പം ശ്രദ്ധേയസംഭാവന നല്കിയ ഡോ. കൃഷ്ണൻ തമ്പിസാറിനെയും ഇവിടെ ഓർമ്മിക്കാം. അദ്ദേഹം തിരുവനന്തപുരം മെഡിക്കൽ കോളേജിൽ പബ്ലിക് ഹെൽത്ത് വിഭാഗം മേധാവിയായിരുന്നു. ജോൺ ഹോപ്കിൻസിൽ പഠിച്ച അദ്ദേഹത്തിന് മാനസികാരോഗ്യത്തെപ്പറ്റി അഗാധജ്ഞാനം ഉണ്ടായിരുന്നു. ഭ്രാന്താശു

ക്ലിഫോഡ് വിറ്റിങ്ഹാം ബിയേഴ്സ്

പത്രി എന്ന് പറയാതെ മാനസികാരോഗ്യകേന്ദ്രം എന്നുമാത്രം പറയാൻ അദ്ദേഹം ശഠിച്ചു. അക്കാലത്ത് വളരെ പുരോഗമന ചിന്താഗതിയാണത്.

എ മൈൻഡ് ദാറ്റ് ഫൗണ്ട് ഇറ്റ്സെൽഫ്

പത്തൊൻപതാം നൂറ്റാണ്ടിൽ അമേരിക്കയിലും മാനസികാരോഗ്യ ചികിത്സാരംഗം ഒട്ടും പുരോഗമിച്ചിരുന്നില്ല. മാനസികരോഗ ചികിത്സയ്ക്ക് വരുന്നവർ അവിടെ നരകിച്ച് മരിക്കുന്നതായിരുന്നു സ്ഥിതി. അമേരിക്കയിലെ ഒരു മാനസികാരോഗ്യകേന്ദ്രത്തിൽ ഒരു വിഭ്രാന്തിമൂലം പ്രവേശിപ്പിക്കപ്പെട്ട ക്ലിഫോഡ് വിറ്റിങ്ഹാം ബിയേഴ്സ് എന്ന വ്യക്തി എഴുതിയ ഒരു പുസ്തകം പില്ക്കാലത്ത് ലോക പ്രസിദ്ധ ക്ലാസിക്കായി. രോഗം ഭേദമായി പുറത്തുവന്നപ്പോൾ പഴയ ഓർമ്മകളെല്ലാം കൃത്യമായി രേഖപ്പെടുത്തിയ പുസ്തകമാണ് *എ മൈൻഡ് ദാറ്റ് ഫൗണ്ട് ഇറ്റ്സെൽഫ്*. രചയിതാവ് അമേരിക്കൻ മാനസികാരോഗ്യ രംഗത്തെ ദീപശിഖാ വാഹകനായി ഉയർന്നു.

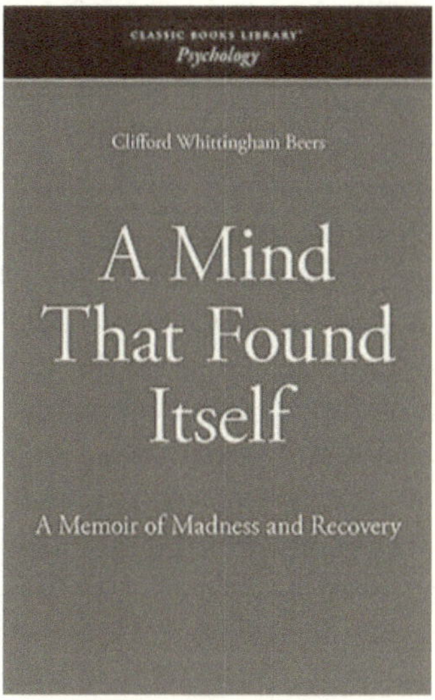

എ മൈൻഡ് ദാറ്റ് ഫൗണ്ട് ഇറ്റ്സെൽഫ്

പ്രൊഫ. കൃഷ്ണൻ തമ്പിസാറാണ് ഈ കൃതിയെപ്പറ്റി ആദ്യം പറയുന്നത്. അന്നുതന്നെ മെഡിക്കൽ കോളേജിലെ ലൈബ്രറിയിൽ പോയെങ്കിലും പുസ്തകം കിട്ടിയില്ല. ഇക്കാര്യം പറഞ്ഞപ്പോൾ തമ്പിസാർ സ്വന്തം പുസ്തകം തന്നു. ഇപ്പോൾ ഇ-റീഡറിൽ ഈ പുസ്തകം രണ്ട് ഡോളറിന് കിട്ടും.

ശാശ്വതമെന്ന് ചരകൻ പറഞ്ഞു

രണ്ടായിരം കൊല്ലം മുമ്പ് ചരകൻ പ്രയോഗിച്ച ഒരു വാക്കാണ് ശാശ്വതം. ആയുർവേദം ശാശ്വതമെന്നും അനാദിയെന്നും ചരകൻ വിശേഷിപ്പിച്ചു. അതിന് മരണമില്ല. ആയുർവേദപ്രകാരം സുഖവും ആരോഗ്യവും ഒന്നാണ്, ദുഃഖവും രോഗവും ഒന്നാണ്. ഇവയെല്ലാം അനാദിയാണ്. ദേവന്മാരും മനുഷ്യരും ഉള്ളിടത്തോളം ഇവയെല്ലാം തുടരും. ഓരോ മരുന്നിനും ഓരോ ഗുണവിശേഷങ്ങളുണ്ട്. ചൂട്, തണുപ്പ്, മൃദു, കഠിനം എന്നിങ്ങനെ. ഈ ഗുണവിശേഷങ്ങളും ശാശ്വതമാണ്. ചരകന്റെ കാലത്ത് പറഞ്ഞ ആയുർവേദ മരുന്നിന്റെ ഗുണവിശേഷം തന്നെയാണ് ഇന്നും ഉള്ളത്. അങ്ങനെ നോക്കുമ്പോൾ, രോഗവും മരുന്നിന്റെ ഗുണവിശേഷങ്ങളും ശാശ്വതമാണ്. അതായത് പഴയതിന്റെ അംശങ്ങൾ പുതിയതിൽ കാണാം.

ഡോ. വി എസ് വല്യത്താൻ എഴുതിയ എം ഡി തീസിസ്, ക്ഷയ രോഗത്തിനെതിരെ *ട്യൂബർകുലിൻ* വികസിപ്പിച്ച റോബർട്ട് കോക്കിന്റെ ചികിത്സാമാർഗ്ഗത്തെ ആസ്പദമാക്കിയായിരുന്നല്ലോ. 19-ാം നൂറ്റാണ്ടിന്റെ ഒടുവിൽ ബാക്ടീരിയയുടെയും വൈറസിന്റെയും ഗവേഷണരംഗത്ത് ഒരു വലിയ മുന്നേറ്റം ഉണ്ടായി. ഇവയുടെ പ്രോട്ടീൻ വേർതിരിച്ചെടുത്ത് ചികിത്സയ്ക്ക് പ്രയോജനപ്പെടുത്തുന്ന മാർഗ്ഗമാണ് അക്കാലത്ത് കണ്ടെത്തിയത്. അതായത് ബാക്ടീരിയ, വൈറസ് എന്നിവയുടെ പെരുകാനുള്ള ശേഷി ഇല്ലാതാക്കുന്നതും അവയിൽനിന്നുതന്നെ പ്രോട്ടീൻ വേർതിരിച്ചെടുക്കുന്നതുമായിരുന്നു രീതി. ലൂയിസ് പാസ്ചറും റോബർട്ട് കോക്കും ഈ മാർഗ്ഗം വികസിപ്പിച്ച മഹാരഥന്മാരാണ്. ഇങ്ങനെ വേർതിരിച്ചെടുക്കുന്ന പ്രോട്ടീൻ, മനുഷ്യരിൽ കുത്തിവച്ചാൽ പ്രതിരോധശേഷി കൈവരുമെന്ന് തെളിഞ്ഞു. ഇരുപതാം നൂറ്റാണ്ടിന്റെ മദ്ധ്യത്തിൽ തിരുവനന്തപുരത്തും വാക്സിൻ ഉല്പാദിപ്പിച്ചിരുന്നു. ഡോ. സി ഒ കരുണാകരൻ ഡയറക്ടർ ആയിരിക്കെ പബ്ലിക് ഹെൽത്ത് ലാബ്, ടൈഫോയിഡ് വാക്സിൻ വികസനത്തിൽ മുന്നിലുണ്ടായിരുന്നു. ടൈഫോയിഡ് ബാക്ടീരിയ രോഗികളിൽനിന്നും ശേഖരിച്ച് ആദ്യം കുതിരകളിൽ കുത്തിവയ്ക്കുന്നു. കുതിരയ്ക്ക് രോഗ പ്രതിരോധശേഷി കൈവരുന്നതോടെ അതിന്റെ രക്തം ശേഖരിക്കുന്നു. അതിൽനിന്നും 'സീറം' വേർതിരിച്ചെടുക്കുന്നു, ഇതാണ് ആന്റിബോഡി. ഇത് മനുഷ്യരിൽ കുത്തിവച്ചാണ് രോഗ പ്രതിരോധശേഷി കൈവരിച്ചത്. അക്കാലത്ത് മദ്രാസിലും ബോംബെയിലും പൂനയിലും അടക്കം ഒട്ടേറെ 'സീറം' ഇൻസ്റ്റിറ്റ്യൂട്ടുകൾ പ്രവർത്തിച്ചിരുന്നു. അവിടെ പരീക്ഷണത്തിന് കുതിരയും ഉണ്ടായിരുന്നു. ഇപ്പോഴാകട്ടെ സെൽകൾച്ചർ വഴി പരീക്ഷണശാലയിൽ ആന്റിബോഡി ഉല്പാദിപ്പിക്കാനാകും. അതുകൊണ്ട് കുതിരകളിലെ പരീക്ഷണം ആവശ്യമില്ല. എന്നാൽ ശാശ്വതമായ ഒരു കാര്യമുണ്ട് ഇന്നും കോവിഡ് ചികിത്സയിൽ ആന്റിബോഡി ഉപയോഗിക്കുന്നു. എങ്കിലും അതിന്റെ പ്രയോജനത്തെപ്പറ്റിയും പ്രയോജനത്തിന്റെ ദൈർഘ്യത്തെപ്പറ്റിയും സംശയങ്ങളുണ്ട്.

ആക്ടീവ് ഇമ്മ്യൂണിറ്റിയും പാസ്സീവ് ഇമ്മ്യൂണിറ്റിയും

വൈറസോ ബാക്ടീരിയയോ പ്രവേശിച്ചാൽ മനുഷ്യ ശരീരം അതിനെ ചെറുത്ത് പുറത്താക്കാൻ ശക്തമായി പ്രതികരിക്കും. വൈറസോ ബാക്ടീരിയയോ കൊണ്ടുവരുന്ന ടോക്സിന് (വിഷം) എതിരെ ആൻറിബോഡി ഉല്പാദിപ്പിച്ചാണ് ചെറുക്കുക. ടോക്സിൻ എന്നത് ആന്റിജൻ ആണ്. ഇതിനെതിരെ ശരീരം ഉല്പാദിപ്പിക്കുന്നതാണ് ആന്റിബോഡി. പഴയ കാലത്ത് കാലിലൊരു മുറിവുണ്ടായാൽ ആന്റി ടെറ്റനസ് സിറം (എ ടി എസ്) കുത്തിവയ്പ് എടുക്കുമായിരുന്നു. സിറം കുതിരയിൽനിന്നും ഉല്പാദിപ്പിക്കുന്നതാണ്.

ഇത്തരത്തിലുള്ള രോഗ പ്രതിരോധശേഷിയെ പാസ്സീവ് ഇമ്മ്യൂണിറ്റി

എന്നു പറയുന്നു. ഇതിന്റെ പ്രതിരോധശേഷിക്ക് പരിധിയുണ്ട് എന്നതാണ് പരിമിതി.

അതേസമയം ആക്ടീവ് ഇമ്യൂണിറ്റി ഇതിനേക്കാൾ മികച്ച പ്രതിരോധ കവചം തീർക്കുന്നു. ഇനാക്ടീവ് ചെയ്ത ബാക്ടീരിയയെയോ വൈറസിനെയോ ശരീരത്തിൽ കുത്തിവച്ചാണ് ആക്ടീവ് ഇമ്യൂണിറ്റി സൃഷ്ടിക്കുന്നത്. ഇവിടെ ശരീരം ആന്റിബോഡി ഉല്പാദിപ്പിച്ച് സ്വയം പ്രതിരോധം തീർക്കുന്നു. ടെറ്റനസ് ടോക്സോയിഡ് (ടി ടി) ഇൻജക്ഷൻ ഉദാഹരണം. ഞാൻ ഫൈനൽ ഇയർ എം ബി ബി എസിന് പഠിക്കുമ്പോഴാണ് ഈ കുത്തിവയ്പ് വരുന്നത്.

ഇപ്പോൾ ഭാരത് ബയോടെക് ഉല്പാദിപ്പിക്കുന്ന കൊറോണ വാക്സിൻ യഥാർത്ഥത്തിൽ ഇനാക്ടീവ് ചെയ്ത കൊറോണ വൈറസ് ആണ്.

റോബർട്ട് കോക്കിന്റെ സമകാലികനായ പോൾ ഏർലിക്ക് ആക്ടീവ് ഇമ്യൂണിറ്റി കണ്ടുപിടിച്ചു. ഇതിന് അദ്ദേഹം നോബൽ സമ്മാനം കരസ്ഥമാക്കി. ഈ പാതയിൽ രോഗാണുക്കളുടെ അപകടകാരിയായ പ്രോട്ടീൻ വേർതിരിച്ചെടുത്ത് അതിനെ സുരക്ഷിതമാക്കി ഒരു വ്യക്തിയിൽ കുത്തിവച്ചാൽ ആ വ്യക്തി അതിനെ ചെറുക്കാനുള്ള ആന്റിബോഡി സ്വയം നിർമ്മിക്കും. മാത്രമല്ല സ്വയം നിർമ്മിതിക്കുള്ള കഴിവ് തുടരുകയും ചെയ്യും. ഇന്നത്തെ കോവിഡ് വാക്സിനുകളെല്ലാം ആക്ടീവ് ഇമ്യൂണിറ്റി എന്ന തത്ത്വത്തിൽ അധിഷ്ഠിതമാണ്. ക്ഷയരോഗനിർണ്ണയത്തിനും ചികിത്സയ്ക്കുമായി റോബർട്ട് കോക്ക് തയ്യാറാക്കിയ 'ട്യൂബർകുലിൻ' ക്ഷയരോഗാണുക്കളിൽ നിന്ന് ഉണ്ടാക്കിയ പ്രോട്ടീൻ മിശ്രിതം ആയിരുന്നു. അത് മനുഷ്യരിൽ കുത്തിവയ്ക്കുമ്പോൾ അതിനെതിരായ ആന്റിബോഡി സ്വയംനിർമ്മിക്കും. ഇത് ആക്ടീവ് ഇമ്യൂണിറ്റിയുടെ പഴയ ഉദാഹരണമാണ്. ആക്ടീവ് ഇമ്യൂണിറ്റി എന്ന ആശയം ഇന്ന് സജീവമാണ്: ജന്തുശാസ്ത്രത്തിൽ അത്, ചരകന്റെ വാക്കുകളിൽ 'ശാശ്വത'വുമാണ്. ഭൗതികശാസ്ത്രത്തിലെ ചലന നിയമങ്ങൾ പോലെ ജന്തുശാസ്ത്രത്തിലെ ഇമ്യൂണിറ്റി തത്ത്വങ്ങളും ശാശ്വതമാണെന്ന് പറയുന്നതിൽ തെറ്റില്ല.

ഡോ. സി ഒ കരുണാകരൻ

19-ാം നൂറ്റാണ്ടിൽ റോബർട്ട് കോക്ക് വികസിപ്പിച്ച ആന്റിബോഡി എന്ന തത്ത്വശാസ്ത്രം, കോവിഡ് കാലത്തും പ്രസക്തമായി. രോഗപ്രതി

രോധശേഷി നേടാൻ ആന്റിബോഡി കുത്തിവയ്ക്കാമെന്ന ചർച്ച എല്ലായിടത്തും ഉയർന്നു. നൂറുകൊല്ലംമുമ്പ് ക്ഷയരോഗമരണം വ്യാപകമായി ഭീതി പരത്തിയ കാലത്താണ് കോക്കിന്റെ കണ്ടെത്തൽ വരുന്നത്. ഗുരുതരാവസ്ഥയിലുള്ള ക്ഷയരോഗികളൊഴിച്ച് തുടക്കക്കാരിലും കുട്ടികളിലുമെല്ലാം 'ട്യൂബർക്കുലിൻ വാക്സിൻ' പ്രയോഗം രോഗപ്രതിരോധശേഷി സൃഷ്ടിച്ചതായി ഡോ. വി എസ് വല്യത്താൻ തീസിസിൽ വ്യക്തമാകുന്നു. 'ആക്ടീവ് ഇമ്യൂണിറ്റി' ആശയം 19-ാം നൂറ്റാണ്ടിൽ ജർമ്മൻ ശാസ്ത്രജ്ഞനായ ഏർലിക് ആണ് ആദ്യമായി വൈദ്യശാസ്ത്രലോകത്ത് അവതരിപ്പിക്കുന്നത്. ഈ നൂറ്റാണ്ടിൽ കോവിഡ് വാക്സിൻ ഉല്പാദിപ്പിക്കുമ്പോഴും ഉയരുന്നത് ഇതേ ആശയമാണ്. ചരകൻ പറഞ്ഞത് ശാശ്വതമായി തുടരുന്നു.

ചരക പൈതൃകവുമായി വല്യത്താൻ

അനുകമ്പയാണ് വൈദ്യമാർഗ്ഗം

ആചാര്യാത് പാദമാദത്തേ
പാദം ശിഷ്യഃ സ്വമേധയാ
പാദം സബ്രഹ്മചാരിഭ്യഃ
പാദം കാലക്രമേണച

പ്രാചീന ഭാരതത്തിലെ വിദ്യാഭ്യാസ സമ്പ്രദായത്തിന്റെ സംക്ഷിപ്ത രേഖയാണ് ഈ നാലുവരി ശ്ലോകം.

ഒരു വിദ്യാർത്ഥിയുടെ പഠനത്തിന്റെ കാൽഭാഗം ആചാര്യനിൽനിന്ന്. ഗുരുകുലത്തിൽ എത്തുന്ന കുട്ടിക്ക് ഒന്നും അറിഞ്ഞുകൂടല്ലോ. പഠനം കഴിഞ്ഞ് പുറത്തുവരുമ്പോൾ ആൾ ആകെ മാറിയിരിക്കും. എഴുത്തും വായനയും മാത്രമല്ല സ്വഭാവം തന്നെ അപ്പാടെ മാറി മറ്റൊരാളാകും. വ്യക്തിയുടെ പൂർണ്ണമായ രൂപാന്തരമാണ് സംഭവിക്കുന്നത്. അടുത്ത കാൽ പങ്ക് സ്വമേധയാ നേടണം. ഗുരുകുലത്തിൽ നിന്ന് സ്വയം ആർജ്ജിക്കാൻ ഒരുപാട് കാര്യങ്ങളുണ്ട്. നിലവിളക്കിന്റെ വെളിച്ചം കിട്ടുന്നില്ലെങ്കിൽ ചാണകം കത്തിച്ചുകിട്ടുന്ന വെളിച്ചത്തിൽ പഠിക്കണം. അത്രമാത്രം കഠിനാദ്ധ്വാനം വേണമെന്നർത്ഥം. കഠിനാദ്ധ്വാനത്തിന് പ്രാപ്തിയില്ലാത്ത കുട്ടികളെ ഗുരുകുലത്തിൽനിന്നും തിരിച്ചയയ്ക്കും. അതുപോലെ അച്ചട

ക്കം കർശനമാണ്. ആചാര്യൻ പഠിപ്പിക്കുന്നത് മനപ്പാഠമാക്കുന്ന രീതി അന്നുണ്ടായിരുന്നു. ഒരു വരി ആയാലും ഒരു ശ്ലോകമായാലും കാണാതെ പഠിക്കണം. ആയുർവേദ ആചാര്യനായിരുന്ന രാഘവൻ തിരുമുൽപ്പാട് പറഞ്ഞിട്ടുണ്ട്, *അഷ്ടാംഗഹൃദയം* കാണാതെ പഠിച്ച കഥ. അന്ന് പുസ്തകവും എഴുത്തും ഇല്ലാത്തതുകൊണ്ടല്ല ഇങ്ങനെ ചെയ്യുന്നത്. കാരണം രോഗി പറയുന്ന ലക്ഷണങ്ങൾക്ക് ചികിത്സ തീരുമാനിക്കാൻ പുസ്തകം നോക്കേണ്ടിവരരുത്.

മൂന്നാമത്തേത് സഹപാഠികളിൽ നിന്ന് ആർജ്ജിക്കുന്ന കാൽ പങ്ക്. താമസിച്ചുപഠിക്കുന്ന വിദ്യാർത്ഥികൾക്ക് പരസ്പര ആശയവിനിമയത്തിനും ചർച്ചയ്ക്കും അവസരം കിട്ടുന്നു. അങ്ങനെ പുതിയൊരു വീക്ഷണവും മേന്മയും അവരിൽ കൈവരുന്നു.

ഇനി അവസാനത്തെ കാൽ പങ്ക് ജീവിതം പഠിപ്പിക്കുന്നതാണ്. എം ബി ബി എസ് പാസായി പ്രാക്ടീസ് ചെയ്യുന്ന സമയത്ത് പാഠപുസ്തകത്തിൽ കണ്ടപോലെയല്ല അനുഭവങ്ങൾ. മുപ്പതാം വയസ്സിൽ സ്വതന്ത്രമായി ശസ്ത്രക്രിയ ആരംഭിച്ച ഒരു ഡോക്ടർക്ക് 50-ാം വയസ്സിൽ വീക്ഷണം മാറാം. ആ രോഗത്തിന് ഇപ്പോൾ ശസ്ത്രക്രിയ ആവശ്യമില്ലെന്ന് പറഞ്ഞേക്കാം. കാരണം അത് ജീവിതാനുഭവത്തിൽനിന്നും കൈവന്ന ചികിത്സാപാഠമാണ്.

ഇത്തരത്തിലാണ് കാൽപങ്ക് വീതം അറിവ് സ്വായത്തമാക്കുന്നത്.

ഗുരുകുലത്തിലെ അടിസ്ഥാന പഠനശേഷമാണ് ആശ്രമത്തിൽ ഉപരിപഠനത്തിനായി വിദ്യാർത്ഥികൾ പോകുന്നതെന്ന് ചരകൻ പറയുന്നു. ഗണിതം, പുരാണം തുടങ്ങി എല്ലാം അഭ്യസിക്കുന്നു.

സാന്ദീപനിയുടെ ആശ്രമത്തിലെ ബലരാമനും കൃഷ്ണനും

*ഭാഗവത*ത്തിലെ ഒരു കഥാമുഹൂർത്തം ഓർമ്മവരുന്നു. സാന്ദീപനി മുനിയുടെ ഗുരുകുലത്തിലായിരുന്നല്ലോ ബലരാമനും ശ്രീകൃഷ്ണനും വിദ്യാഭ്യാസം. നാലുവേദങ്ങൾ, ആറ് വേദാംഗങ്ങൾ (ശിക്ഷ, വ്യാകരണം, ഛന്ദസ്, നിരുക്തം, ജ്യോതിഷം, കല്പം), ഉപനിഷത്തുകൾ എന്നിവ സാന്ദീപനിമുനി അവരെ പഠിപ്പിച്ചു. രഹസ്യമന്ത്രങ്ങളോടുകൂടിയ ധനുർവേദം, ധർമ്മശാസ്ത്രങ്ങൾ, മീമാംസ, തർക്കശാസ്ത്രം, ആറ് തരത്തിലുള്ള നയങ്ങൾ എന്നിവയും സാന്ദീപനിമുനി പഠിപ്പിച്ചു. ഇവയ്ക്കെല്ലാം പുറമേ അറുപത്തിനാല് കലകളും അവർ പഠിച്ചു.

ഗുരുകുല വിദ്യാഭ്യാസം പൂർത്തിയാക്കിയ സന്ദർഭത്തിൽ ബലരാമനും ശ്രീകൃഷ്ണനും ഗുരുവിനോട് ഇപ്രകാരം പറഞ്ഞു: 'ഞങ്ങൾക്ക് ഗുരുദക്ഷിണ സമർപ്പിക്കണമെന്നുണ്ട്. ഗുരുവിന്റെ അഭീഷ്ടം എന്താണെന്ന് ദയവായി അറിയിച്ചാലും.' സാന്ദീപനിമുനി സഹധർമ്മിണിയു

മായി ആലോചിച്ചശേഷം പറഞ്ഞു: 'ഞങ്ങൾക്ക് ഒരേയൊരു മകനാണ് ഉണ്ടായിരുന്നത്. രണ്ടുവർഷം മുമ്പ് അവൻ പ്രഭാസ തീർത്ഥത്തിൽ കുളിക്കാൻ പോയിരുന്നു. പിന്നെ അവനെ ആരും കണ്ടിട്ടേയില്ല. കാണാതായ ആ മകനെ അന്വേഷിച്ചുകണ്ടുപിടിച്ച് എത്തിക്കുമെങ്കിൽ എനിക്ക് അത്യന്തം സന്തോഷമായിരിക്കും.'

ഗുരുവിന്റെ വാക്കുകൾ കേട്ടയുടൻ ബലരാമനും ശ്രീകൃഷ്ണനും തേരിൽ കയറി പ്രഭാസ തീർത്ഥത്തിലെത്തി. അവർക്ക് മുന്നിൽ വരുണ ഭഗവാൻ പ്രത്യക്ഷപ്പെട്ടു. വരുണ ഭഗവാനോട് അവർ പറഞ്ഞു: 'ഞങ്ങളുടെ ഗുരുപുത്രനെ അങ്ങ് അപഹരിച്ചുകൊണ്ട് പോയിരിക്കുകയാണല്ലോ. ആ കുട്ടിയെ ഗുരുവിനുവേണ്ടി ഞങ്ങൾക്ക് തിരിച്ചു തരൂ.' അപ്പോൾ വരുണ ഭഗവാൻ പറഞ്ഞു: 'ആ കുട്ടിയെ അപഹരിച്ചത് ഞാനല്ല. ഈ തീർത്ഥത്തിൽ പഞ്ചജനൻ എന്ന ഒരസുരൻ വസിക്കുന്നുണ്ട്. പഞ്ചജനൻ ഒരു ശംഖിന്റെ രൂപത്തിലാണ് സഞ്ചരിക്കുന്നത്. പഞ്ചജനനാണ് കുട്ടിയെ വെള്ളത്തിൽ താഴ്ത്തിയത്.' ഇതു കേട്ടപാടേ ശ്രീകൃഷ്ണൻ വെള്ളത്തിൽ ചാടി പഞ്ചജനനെ കണ്ടുപിടിച്ചു വധിച്ചു. ആ അസുരന്റെ ദേഹമായ ശംഖ് കൃഷ്ണൻ സ്വീകരിച്ചു. ആ ശംഖാണ് പാഞ്ചജന്യം.

അനന്തരം ബലരാമനും ശ്രീകൃഷ്ണനും യമധർമ്മന്റെ രാജധാനിയായ സംയമനീപുരിയിലേക്ക് പോയി. കൃഷ്ണൻ അവിടെയെത്തിയ ഉടൻ പാഞ്ചജന്യം മുഴക്കി. യമധർമ്മൻ ബലരാമനെയും ശ്രീകൃഷ്ണനെയും ആദരപൂർവ്വം സ്വീകരിച്ച്, യഥാവിധി സൽക്കരിച്ചു. 'ഞാൻ എന്താണ് ചെയ്തുതരേണ്ടത്' എന്ന് യമധർമ്മൻ ചോദിച്ചു.

'ഞങ്ങളുടെ ഗുരുപുത്രനെ രണ്ട് വർഷം മുമ്പ് പഞ്ചജനൻ എന്ന അസുരൻ പ്രഭാസതീർത്ഥത്തിൽ വധിക്കുകയുണ്ടായി. അന്ന് ആ ബാലനെ കർമ്മഫലം അനുഭവിക്കാൻവേണ്ടി ഇവിടെ കൊണ്ടുവന്നിരിക്കുമല്ലോ. ആ കുട്ടിയെ ഞങ്ങൾക്ക് മടക്കിത്തരിക.' എന്ന് അവർ ആവശ്യപ്പെട്ടു. യമധർമ്മരാജാവ് സാന്ദീപനി മുനിയുടെ പുത്രനെ നരകത്തിൽനിന്ന് മോചിപ്പിച്ച് രാമകൃഷ്ണന്മാരെ ഏല്പിച്ചു. അവർ ആ ബാലനെ സാന്ദീപനി മുനിക്ക് സമർപ്പിക്കുകയും ഗുരുവിനെ സാഷ്ടാംഗം നമസ്കരിക്കുകയും ചെയ്തു. അവരെ അനുഗ്രഹിച്ചുകൊണ്ട് സാന്ദീപനി മുനി പറഞ്ഞു:

'നിങ്ങൾ വിധിപോലെ ഗുരുദക്ഷിണ നല്കിയിരിക്കുന്നു. ഇനി സ്വഭവനത്തിലേക്ക് പോകുവിൻ. നിങ്ങൾക്ക് നിത്യമായ കീർത്തി ഉണ്ടാകട്ടെ. നിങ്ങൾ അഭ്യസിച്ച വിദ്യകൾ ഇഹത്തിലും പരത്തിലും എപ്പോഴും പ്രയോജനപ്പെടട്ടെ.'

ബലരാമനും കൃഷ്ണനും തേരിലേറി മഥുരയിലേക്ക് പോയി. (*ഭാഗവതം*, ദശമസ്കന്ധം)

അദ്ധ്യാപകനെയും പാഠപുസ്തകത്തെയും കണ്ടെത്തുന്ന വിദ്യാർത്ഥികൾ

ഗുരുശിഷ്യബന്ധത്തിന്റെ ആഴവും പരിപാവനതയും വർണ്ണിക്കുന്ന ഇക്കഥ എക്കാലവും പ്രചോദനമാണ്. 1950 കളിൽ ചിന്മയാനന്ദസ്വാമി ബോംബെയിൽ ആശ്രമം തുടങ്ങുമ്പോൾ മാതൃകയായത് സാന്ദീപനി ആശ്രമമായിരുന്നു. പവായിയിലെ ആശ്രമത്തിന് സാന്ദീപനി ആശ്രമം എന്ന് പേര് നല്കി. ബോംബെയിലെ ഒരു കോടീശ്വരൻ, ആശ്രമത്തിനായി ഭൂമി ദാനം ചെയ്യുകയായിരുന്നു.

ഗുരുകുല വിദ്യാഭ്യാസത്തിനുശേഷം ഉപരിപഠനത്തിന് എത്തുന്ന വിദ്യാർത്ഥികൾ താല്പര്യമുള്ള പഠനവിഷയവും ഗ്രന്ഥവും ഏതെന്ന് ആചാര്യനോട് നിർദ്ദേശിക്കുന്നതായിരുന്നു സമ്പ്രദായമെന്ന് *ചരകസംഹിത*യിലുണ്ട്. അതായത് എന്ത് പഠിക്കണമെന്ന് തീരുമാനിച്ചശേഷം വിദ്യാർത്ഥി ആശ്രമത്തിലേക്ക് വരികയാണ്. ഒരാൾക്ക് സംഗീതം പഠിക്കാൻ, വേറൊരാൾക്ക് വൈദ്യം പഠിക്കാൻ, മറ്റൊരാൾക്ക് ശസ്ത്രക്രിയ പഠിക്കാൻ അങ്ങനെ ഭിന്നരുചികൾ. ഉപരിപഠനത്തിൽ താല്പര്യമുള്ള മേഖലയെക്കുറിച്ച് അടിസ്ഥാനപാഠങ്ങൾ സ്വായത്തമാക്കിയ ശേഷമാണ് വിദ്യാർത്ഥികൾ എത്തുന്നത്. അവർ പഠിക്കാനാഗ്രഹിക്കുന്ന കൃതി, ആധികാരിക പാഠപുസ്തകമാണോ എന്ന് ആചാര്യൻ വിലയിരുത്തും. അതിന് മാനദണ്ഡങ്ങൾ ഉണ്ട്. മഹാകാവ്യത്തിനുള്ള ലക്ഷണങ്ങൾ പോലെ. ഒരേ വിഷയത്തിൽതന്നെ പല കൃതികൾ ഉണ്ടാകുമല്ലോ. അതിൽ നിന്ന് പാഠപുസ്തകം എന്ന നിലയിൽ തെരഞ്ഞെടുക്കാവുന്നത് ഏതെന്ന് ആചാര്യൻ നിശ്ചയിക്കുന്നു. വിദ്യാർത്ഥി പറയുന്ന കൃതി ആധികാരികമല്ലെങ്കിൽ ആചാര്യൻ തള്ളിക്കളയും.

പ്രസക്തമായ മറ്റൊരു കാര്യം അദ്ധ്യാപകന്റെ ഗുണനിലവാരം വിലയിരുത്തിയശേഷം വിദ്യാർത്ഥികൾ വരുന്നു എന്നതാണ്. വിദ്യാർത്ഥികൾക്ക് വേണ്ട യോഗ്യതയാണല്ലോ നമ്മൾ പൊതുവെ പറയുന്നത്. അദ്ധ്യാപകൻ ക്ഷമയുള്ള ആളാണോ, തെറ്റുകൾക്ക് മാപ്പു നല്കുന്ന കൂട്ടത്തിലാണോ, ആരോഗ്യവാനാണോ തുടങ്ങി ഒട്ടേറെ കാര്യങ്ങൾ വിദ്യാർത്ഥികൾ വിലയിരുത്തുന്നു. അദ്ധ്യാപകർക്ക് പി എച്ച് ഡി ഉണ്ടോ എന്നതല്ല മാനദണ്ഡം.

ആചാര്യൻ പഠിപ്പിക്കുക മാത്രമല്ല വിദ്യാർത്ഥിയിൽ പുതിയൊരു തുടക്കം സൃഷ്ടിക്കുകയുമാണ്. പഠനം തുടങ്ങുന്നതിന് മുമ്പ് പ്രതിജ്ഞയെടുക്കണം. ഹോമകുണ്ഡത്തിന് മുമ്പിൽ ആചാര്യനും ശിഷ്യന്മാരും ഒത്തുചേരുന്ന ചടങ്ങിലാണ് പ്രതിജ്ഞ ചൊല്ലുന്നത്. മോഡേൺ മെഡിസിൻ പഠിക്കുന്ന വിദ്യാർത്ഥികൾ പ്രതിജ്ഞയെടുക്കുന്ന ഹിപ്പോക്രാറ്റിക് ഓത്ത്, ഏതാനും പാരഗ്രാഫ് മാത്രമേയുള്ളൂ. എന്നാൽ ഇവിടെ പ്രതിജ്ഞ

നീണ്ടതാണ്. അതോടെ, വേഷം, ഭാഷ, പെരുമാറ്റം, വസ്ത്രം എന്നിവയെല്ലാം കർശന നിബന്ധനകൾ പാലിച്ചുമാത്രം. അങ്ങനെ രൂപപ്പെടുന്ന വ്യക്തിത്വം ജീവിതാന്ത്യം വരെ തുടരും.

വൈദ്യശാസ്ത്രം പഠിപ്പിക്കുന്ന ആചാര്യൻ മരുന്ന് ശേഖരിക്കാൻ പോകുമ്പോൾ വിദ്യാർത്ഥിയും ഒപ്പം ഉണ്ടാകണം. ഓരോ ചെടിയും നേരിൽ കണ്ടാണ് അവർ മനസ്സിൽ ഉറപ്പിക്കുന്നത്. കുറുന്തോട്ടിയുടെ പടം കണ്ട് കുറുന്തോട്ടി തിരിച്ചറിയാനാവില്ലല്ലോ. അതുപോലെ മരുന്ന് നിർമ്മിക്കുന്നത് ആചാര്യന്റെ വീട്ടിലാണ്. അക്കാര്യത്തിലും വിദ്യാർത്ഥികൾ കൂടെ ഉണ്ടാവണം. എത്ര വർഷം പഠിക്കണം എന്ന് കണക്കില്ല. ശിഷ്യൻ പ്രാപ്തനായി എന്ന് തീരുമാനിക്കുന്നത് ഗുരുവാണ്. വൈദ്യൻ എന്ന നിലയിൽ ചികിത്സ തുടങ്ങണമെങ്കിൽ രാജാവിന്റെ അനുമതി വേണം. ഇല്ലാതെ ചികിത്സ നടത്തിയാൽ കടുത്ത ശിക്ഷ നല്കണമെന്ന് *അർത്ഥശാസ്ത്ര*ത്തിൽ കൗടില്യൻ പറയുന്നു. ആതുരാലയം നടത്താനും അനുമതി വേണം. കാശിരാജാവ് ദിവോദാസ, ആയുർവേദ വൈദ്യനും ശസ്ത്രക്രിയ വിദഗ്ദ്ധനും ആയിരുന്നു. സുശ്രുതൻ ഉൾപ്പെടെ കുറേ വിദ്യാർത്ഥികൾ രാജാവിനോട് ആയുർവേദം പഠിക്കാൻ താല്പര്യമുണ്ടെന്ന് പറയുമ്പോൾ ഏത് ഭാഗമാണ് പഠിക്കേണ്ടതെന്ന് രാജാവിന്റെ ചോദ്യം. ഇതിൽനിന്ന് മനസ്സിലാകുന്നത് പഠിതാക്കൾ ആയുർവേദത്തിൽ അടിസ്ഥാന ശിക്ഷണം നേടി ഉപരിപഠനത്തിന് വന്നു എന്നതാണ്. ശല്യതന്ത്രം പഠിക്കണമെന്ന വിദ്യാർത്ഥികളുടെ ആഗ്രഹത്തിൽ രാജാവ് സന്തുഷ്ടനായി അവരെ സ്വാഗതം ചെയ്യുന്നു. ആയുർവേദത്തിന്റെ ആദ്യപാഠങ്ങൾ ആശ്രമത്തിൽ പഠിച്ചുകഴിഞ്ഞ് ധന്വന്തരമാർഗ്ഗത്തിലൂടെ നീങ്ങുന്ന വിദ്യാർത്ഥികളായിരുന്നു അവർ.

ആയുർവേദം വീണ്ടെടുത്ത പി എസ് വാരിയരും രാഘവൻ തിരുമുൽപ്പാടും

പ്രാചീന ഭാരതമെമ്പാടും ആയുർവേദ പഠനവും ചികിത്സയും പന്തലിച്ചുനിന്ന കാലം പിന്നിട്ട് 8 നൂറ്റാണ്ടോളം ഇരുളിലാണ്ടതും ഇവിടെ ഓർക്കാം. മുസ്ലീം ഭരണകാലത്ത് പേർഷ്യയിൽ നിന്ന് വന്നതാണ് യുനാനി ചികിത്സാരീതി. 800 കൊല്ലത്തോളം നീണ്ട ഇസ്ലാമിക് ഭരണകാലത്ത് യുനാനി ആയിരുന്നു അംഗീകൃത സമ്പ്രദായം. അക്കാലമത്രയും ആയുർവേദം ഔദ്യോഗിക ചികിത്സാശ്രമത്തിന് പുറത്തായിരുന്നു. ഈസ്റ്റ് ഇന്ത്യ കമ്പനി ബംഗാളിൽ ഭരണം തുടങ്ങുന്ന 1757 കാലത്ത് ഇന്ത്യയിൽ യുനാനി ചികിത്സാ സമ്പ്രദായമാണ്. ഈസ്റ്റ് ഇന്ത്യ കമ്പനിയും തുടർന്ന് ബ്രിട്ടൺ നേരിട്ടും ഇന്ത്യ ഭരിക്കാൻ തുടങ്ങിയതോടെ അലോപ്പതി ചികിത്സയ്ക്കായി അംഗീകാരം. അപ്പോഴും ആയുർവേദം അംഗീകൃത ചികി

ത്സാമാർഗ്ഗത്തിന് പുറത്തായി. അങ്ങനെ എത്രയോ നൂറ്റാണ്ടുകൾ ഗുരുകുലവും ആശ്രമവും ആചാര്യന്മാരും ഇല്ലാതെ ആയുർവേദം അനാഥമായി.

ഈ പശ്ചാത്തലം മനസ്സിലാക്കിയാണ് പി എസ് വാരിയർ കോട്ടയ്ക്കൽ ആയുർവേദപാഠശാല തുടങ്ങുന്നത്. ഏറെ ക്ലേശം സഹിച്ചായിരുന്നു അദ്ദേഹം ഗുരുകുല മാർഗ്ഗത്തിൽ ആയുർവേദം പഠിച്ചത്. അതിനാൽ ഗുരുകുലമാർഗ്ഗത്തിൽനിന്നും വേറിട്ട ആയുർവേദപാഠശാലയാണ് അദ്ദേഹം സ്വപ്നം കണ്ടത്. മലബാർ അന്ന് മദ്രാസ് പ്രസിഡൻസിയുടെ ഭാഗമാണ്. മദ്രാസിലെ മെഡിക്കൽ കോളേജിലെ പഠനരീതി അദ്ദേഹം മനസ്സിലാക്കി. ഈ രീതിയിൽ ഒരു പാഠശാല ആയുർവേദത്തിനും വേണമെന്ന് അദ്ദേഹം തീരുമാനിച്ചു. പാഠശാലയ്ക്കൊപ്പം ആശുപത്രിയും മരുന്ന് നിർമ്മാണ കേന്ദ്രവും വിതരണകേന്ദ്രവും വേണമെന്ന് ഉറപ്പിച്ചു. അങ്ങനെ സംയോജിതമായ ഒരു പാഠശാല 1910 കാലത്ത് അദ്ദേഹം തുടങ്ങി. ഈ പുതിയ ചുവടുവയ്പിനെ പരമ്പരാഗത വൈദ്യന്മാർ ശക്തമായി എതിർത്തു. ഇതിനുപുറമെ ബ്രിട്ടീഷുകാർക്ക് ആയുർവേദത്തോടുള്ള അവഗണനയും നേരിട്ടാണ് അദ്ദേഹം മുന്നേറിയത്. പാഠശാല തുടങ്ങാൻ സ്ഥലവും ധനവും ആവശ്യമാണ്. സഹായം നല്കാൻ, ധനികർ തയ്യാറായിരുന്നുമില്ല. അങ്ങനെ ആറേഴ് വർഷം നീണ്ട ശ്രമഫലമായാണ് ആയുർവേദപാഠശാല തുടങ്ങാനായത്.

പി എസ് വാരിയർ

ആചാര്യനായ രാഘവൻ തിരുമുൽപ്പാടും ഏറെ ക്ലേശിച്ചാണ് ആയുർവേദം പഠിച്ചതും പ്രചരിപ്പിച്ചതും. യൗവനാരംഭത്തിൽ റെയിൽവെ ജീവനക്കാരനായിരിക്കെ രാഘവൻ തിരുമുൽപ്പാടിന് ക്ഷയരോഗമുണ്ടായി. അന്ന് ഒരു വൈദ്യൻ വീട്ടിൽ കിടത്തി ആയുർവേദ ചികിത്സ ചെയ്തു ഭേദമായി. പിന്നീട് അദ്ദേഹം ഉദ്യോഗത്തിലേക്ക് മടങ്ങിപ്പോകാതെ ആയുർവേദ പഠനത്തിൽ മുഴുകി. ഒരു വൈദ്യന്റെ കീഴിൽ ആയുർവേദം പഠിക്കാനെത്തിയപ്പോൾ പാചകക്കാരനായാണ് രാഘവൻ തിരുമുൽപ്പാടിനെ തെരഞ്ഞെടുത്തത്. അങ്ങനെ പാചകക്കാരനായി തുടർന്നുകൊണ്ടായിരുന്നു ആദ്യപഠനം.

പി എസ് വാരിയരെപ്പോലെ ബംഗാളിൽ ഗണനാഥ സെൻ എന്ന ആചാര്യൻ ഉണ്ടായിരുന്നു. ആയുർവേദത്തിന്റെ പാരമ്പര്യശുദ്ധി നിലനി

ർത്തിക്കൊണ്ട് ചികിത്സാസമ്പ്രദായം ആവിഷ്കരിച്ച മഹാനാണ് ഗണനാഥ സെൻ. പി എസ് വാരിയരുമായി ഏറെ സാമ്യമുണ്ട്. (ആയുർവേദ മരുന്നുകളുടെ വാണിജ്യ ഉല്പാദനം തുടങ്ങിവച്ച എൻ എൻ സെൻ അല്ല.) അതുപോലെ മദ്രാസിലെ ലക്ഷ്മിപതി. ഇവരൊക്കെയാണ് ആയുർവേദത്തെ ഇരുപതാം നൂറ്റാണ്ടിൽ വീണ്ടെടുത്ത മഹാത്മാക്കൾ. ഔദ്യോഗിക

പൂണൂൽ ഇടാത്ത വാഗ്ഭടൻ - നമ്പൂതിരിയുടെ ചിത്രീകരണം

പഠനമൊന്നുമില്ലാതെ ആയുർവേദ വൈദ്യന്മാരായി ചമഞ്ഞ് നടക്കുന്ന വരിൽനിന്ന് ആയുർവേദത്തെ മോചിപ്പിക്കുകയുമായിരുന്നു ഇവർ.

പൂണൂൽ ഇടാത്ത വാഗ്ഭടൻ

പ്രാചീന ആചാര്യന്മാരുടെ ചിത്രം വരയ്ക്കുമ്പോൾ പൂണൂൽ ധാരി കളായി ചിത്രീകരിക്കുന്ന പതിവുണ്ട്. വാഗ്ഭട വ്യാഖ്യാനകൃതിയിൽ ചേർ ക്കാൻ ശിഷ്യന്മാരോടൊത്തുള്ള വാഗ്ഭടന്റെ ഒരു ചിത്രം വേണമായിരുന്നു. ആർട്ടിസ്റ്റ് നമ്പൂതിരി വരച്ചാൽ ഗംഭീരമായിരിക്കുമെന്ന് ഞാൻ കോട്ടയ് ക്കൽ ആര്യവൈദ്യശാലയുമായി ബന്ധപ്പെട്ടവരോട് പറഞ്ഞു. നമ്പൂതി രിയെ എനിക്ക് പരിചയമില്ല. അവർ അക്കാര്യം ഏറ്റു. ഒരു പ്രധാന കാര്യം ഞാൻ ഓർമ്മിപ്പിച്ചു: വാഗ്ഭടന് പൂണൂൽ പാടില്ല, കാരണം ബുദ്ധമതാ നുയായി ആണ്.

ചരകന്റെ കാലത്ത് ജാതിയിൽ ഉന്നതശ്രേണിയിൽ വരുന്നവർക്കാ യിരുന്നു പഠനാവസരം നല്കിവന്നത്. സി ഇ നാലാം നൂറ്റാണ്ടിൽ *സുശ്രുത സംഹിത*യുടെ പുനഃസംസ്കരണം നടക്കുന്ന കാലത്ത് ജാതിനോക്കി വിദ്യാർത്ഥിയെ തെരഞ്ഞെടുക്കുന്ന രീതി കൂടുതൽ കർശനമായി. ഉന്നത ജാതിക്കാരെ മാത്രമേ ശിഷ്യന്മാരാക്കാവൂ, മറ്റുള്ളവരെ പ്രവേശിപ്പിച്ചാൽത ന്നെ മന്ത്രങ്ങളൊന്നും പഠിപ്പിക്കരുത്. അതായത് സി ഇ നാലാം നൂറ്റാ ണ്ടായതോടെ ഭാരതീയ സമൂഹത്തിൽ ജാതിചിന്ത കൂടുതൽ ആഴത്തി ലായി എന്നർത്ഥം.

ബ്രാഹ്മണരും ക്ഷത്രിയരുമാണ് ആയുർവേദപഠനത്തിന് ഏറ്റവും യോഗ്യരെന്ന് *ചരകസംഹിത* പറയുന്നു. മറ്റ് വർണ്ണങ്ങളിൽനിന്നുള്ളവ രിൽ യോഗ്യരായവരെ പഠിപ്പിക്കാമെന്നും വ്യക്തമാക്കുന്നു. സുശ്രുത സംഹിതയിലെ മന്ത്രങ്ങൾക്കുള്ള വിലക്ക് മൂലകൃതിയിൽ ബുദ്ധന് മുമ്പ് ഉണ്ടായിരുന്നോ എന്നറിയില്ല. നമ്മുടെ പക്കൽ ഇപ്പോഴുള്ളത് സി ഇ നാലാം നൂറ്റാണ്ടിൽ നാഗാർജ്ജുനൻ പരിഷ്കരിച്ച *സുശ്രുതസംഹിത* യാണ്. ഇത് ഏത് നാഗാർജ്ജുനൻ എന്ന ചോദ്യവും ഉണ്ട്. കാരണം പ്ര സിദ്ധനായ ഒരു നാഗാർജ്ജുനൻ ബുദ്ധമതാനുയായി ആണ്. അദ്ദേഹ ത്തിന് ഇത്തരമൊരു കൃതി എഴുതാനാകില്ല. ജഗത്ത് മിഥ്യയായി കരു തുന്ന ആ നാഗാർജ്ജുനന് ജാതിചിന്ത ഉണ്ടാകില്ല. ജഗത് മിഥ്യയെന്ന് പ റഞ്ഞ ശങ്കരാചാര്യരെ, പ്രച്ഛന്ന ബുദ്ധൻ എന്ന് വിശേഷിപ്പിക്കുമല്ലോ. അ തെന്തായാലും പ്രാചീനഭാരതത്തിലെ ജാതിചിന്തയുടെ ഹീന സാന്നിദ്ധ്യം *സുശ്രുതസംഹിത*യിലും *ചരകസംഹിത*യിലും പ്രകടമാകുന്നു എന്ന സത്യം നിലനില്ക്കുന്നു.

പാമ്പിനുപോലും ജാതി

നമ്മുടെ പക്കലുള്ള *സുശ്രുതസംഹിത* സി ഇ നാലാം നൂറ്റാണ്ടിലേതാണെന്ന് പൊതുവെ അഭിപ്രായമുണ്ട്. പാമ്പിനുപോലും ജാതിയുണ്ടെന്ന് നാലാം നൂറ്റാണ്ടിൽ വിധിച്ചിരുന്നു. ബുദ്ധന് മുമ്പായിരുന്നല്ലോ സുശ്രുതന്റെ കാലം. ബുദ്ധന്റെ കാലത്ത് ജാതിചിന്തയില്ല. ബുദ്ധനുശേഷം ജാതിചിന്ത ഉയിർത്തെഴുന്നേറ്റു. അതോടെ ശസ്ത്രക്രിയ ചെയ്യുന്നവരും ആയുധം, ശില്പം, പാത്രം തുടങ്ങിയവ നിർമ്മിക്കുന്നവരും താഴ്ന്ന ജാതിക്കാരായി. അവിടെ തുടങ്ങുന്നു ഭാരതത്തിന്റെ അധഃപതനം. സുശ്രുതന്റെ കാലത്ത് ഉപകരണങ്ങൾ നിർമ്മിക്കുന്നവരെ കർമ്മകോവിദന്മാർ എന്ന് ആദരവോടെ വിളിച്ചിരുന്നു.

വാഗ്ഭടന്റെ കാലം 6-ാം നൂറ്റാണ്ടാണ്. അന്ന് ബുദ്ധമതം ക്ഷയിച്ചു തുടങ്ങിയിരുന്നു. ബുദ്ധവിഹാരങ്ങൾ സംരക്ഷിക്കാൻ ആരുമില്ലെന്ന് അക്കാലത്ത് ഇന്ത്യ സന്ദർശിച്ച ചൈനീസ് സഞ്ചാരി ഹ്യുയാൻസാങ് എഴുതിയിട്ടുണ്ട്. ഇവിടെയുള്ള അവിശ്വാസികൾ ആണ് ഇതിന് പിന്നിലെന്ന് അദ്ദേഹം പറയുന്നു. ശൈവരെയാണ് അവിശ്വാസികളെന്ന് ഹ്യുയാൻ സാങ് ചൂണ്ടിക്കാട്ടിയത്.

അഷ്ടാംഗഹൃദയം സംഗീതമധുരം

ചരക, സുശ്രുത കൃതികൾ കഠിനമാണ്. ശബ്ദഭംഗിയോ രചനാഭംഗിയോ വിഷയമല്ല. എന്നാൽ *അഷ്ടാംഗഹൃദയം* കാവ്യം പോലെയാണ്. കവിയാണോ, വൈദ്യനാണോ വാഗ്ഭടനിൽ മുന്നിട്ട് നില്ക്കുന്നതെന്ന് പറയാൻ പ്രയാസം. പ്രധാന ആയുർവേദ ഗ്രന്ഥങ്ങൾ നോക്കിയാൽ വാഗ്ഭടന്റെ കവിത്വം പ്രകടമാകും. *അഷ്ടാംഗഹൃദയം* സംഗീതമധുരമാണ്. അത് കാണാതെ പഠിക്കാനാകും. എന്നാൽ *ചരകസംഹിത* മനഃപാഠമാക്കാൻ പ്രയാസമാണ്. കാലത്തിന് പറ്റിയ വിധത്തിൽ വേണം ആയുർവേദം പഠിക്കാൻ എന്ന് വാഗ്ഭടൻ പറയുന്നുണ്ട്. അതുകൊണ്ടാണ് ഇങ്ങനെ സംഗീതമധുരമായി എഴുതുന്നതെന്ന് വാഗ്ഭടൻ തന്നെ വ്യക്തമാക്കുന്നു. അതിനാൽത്തന്നെ ഗഹനമായ ദർശനങ്ങളിലേക്കൊന്നും *അഷ്ടാംഗഹൃദയം* കടന്നുപോകുന്നില്ല. വിദ്യാർത്ഥിയുടെ ശിക്ഷണരീതിയെപ്പറ്റിയും പറയുന്നില്ല.

വാഗ്ഭടനും *അഷ്ടാംഗഹൃദയ*ത്തിനും കേരളത്തിൽ പ്രചാരം കിട്ടിയതിനെപ്പറ്റി ചില ഐതിഹ്യങ്ങളുണ്ട്. അദ്ദേഹം കേരളത്തിൽ താമസിച്ചു എന്ന് ഒരു കഥ. കൊട്ടാരത്തിൽ ശങ്കുണ്ണിയുടെ *ഐതിഹ്യമാല*യിലും പരാമർശമുണ്ട്.

പ്രച്ഛന്നവേഷത്തിൽ ആയുർവേദം പഠിച്ച വാഗ്ഭടൻ

വാഗ്ഭടൻ സിന്ധു പ്രദേശക്കാരനാണ്. അവിടംവിട്ട് ഇത്രദൂരം തെക്കോട്ടുവരാൻ പല കാരണങ്ങൾ കഥകളായി പ്രചരിക്കുന്നുണ്ട്. വാഗ്ഭടന്റെ കാലത്ത് പ്രസിദ്ധരായ വൈദ്യന്മാരെല്ലാം ബുദ്ധമതക്കാരാണ്. ബ്രാഹ്മണനായ വാഗ്ഭടൻ ബുദ്ധമതാനുയായി എന്ന നിലയിലാണ് ആയുർവേദം പഠിക്കാൻ ആചാര്യനൊപ്പം കൂടിയത്. പഠനത്തിന്റെ അവസാന കാലമായപ്പോൾ പ്രച്ഛന്ന വേഷത്തിലാണ് വാഗ്ഭടനെന്ന് ആചാര്യന് ബോദ്ധ്യമായി.

തുടർന്ന് വാഗ്ഭടൻ ഗുരുകുലം വിടുകയാണ്. തിരിച്ച് ജന്മനാട്ടിലെത്തിയപ്പോഴാകട്ടെ, ബുദ്ധമതാനുയായി ആയതിനാൽ ആരും സ്വീകരിക്കുന്നില്ല. ആ നിരാശയിൽ അദ്ദേഹം സിന്ധിൽനിന്നും തെക്കോട്ട് നടന്നു. അങ്ങനെ മഹാരാഷ്ട്രയും കർണാടകയും കടന്ന് കേരളത്തിലെത്തി. തൃശ്ശൂരിൽ താമസിച്ച് അഷ്ടവൈദ്യന്മാരെ ചികിത്സ പഠിപ്പിച്ചു എന്നാണ് കഥ. ഇതിനൊന്നും ചരിത്രപരമായ തെളിവില്ല.

തക്ഷശില പറയാതെ ആയുർവേദം

*ചരകസംഹിത*യിലോ *സുശ്രുതസംഹിത*യിലോ തക്ഷശില വിശ്വവിദ്യാലയത്തെപ്പറ്റി പറയുന്നില്ല. ചരകന്റെ കാലത്ത് വിശ്വവിദ്യാലയം

തക്ഷശിലയുടെ ശേഷിപ്പ്

ഉണ്ടായിരുന്നിരിക്കാം. അവിടെ ആചാര്യനായിവന്ന ആത്രേയ മഹർഷിയുടെ ശിഷ്യനായ അഗ്നിവേശൻ എഴുതിയ *അഗ്നിവേശ തന്ത്രം* പുനഃസംസ്കരിച്ചതാണ് *ചരകസംഹിത*യെന്ന് ചരകൻ തന്നെ പറയുന്നുണ്ട്. ബുദ്ധന്റെ വൈദ്യൻ എന്ന നിലയിൽ ചരിത്രം രേഖപ്പെടുത്തിയ ജീവകൻ തക്ഷശിലയിലെ പ്രസിദ്ധനായ വിദ്യാർത്ഥിയായിരുന്നു. ഇന്നത്തെ ബീഹാറിലെ രാജ്ഗിർ എന്ന സ്ഥലത്താണ് ജനിച്ചത്. ഇവിടെ നിന്നും തക്ഷശിലയിലേക്ക് രണ്ടോമൂന്നോ വർഷം കൊണ്ട് നടന്നെത്തിയാണ് പ്രവേശനപരീക്ഷ വിജയിച്ച് അഡ്മിഷൻ നേടിയത്. തക്ഷശിലയിൽ ദ്വാരപണ്ഡിതർ എന്നറിയപ്പെടുന്ന പ്രവേശന സമിതിയുടെ ചോദ്യങ്ങൾക്ക് മറുപടി നല്കി വിജയിച്ചാലേ പ്രവേശനമുള്ളൂ. വിശ്വവിദ്യാലയത്തിലെ അവസാന വർഷം 'ശലാകപരീക്ഷ' ഉണ്ടായിരുന്നു. ശലാക എന്നുപറഞ്ഞാൽ ഇരുമ്പുദണ്ഡ്. ഒരു പുസ്തകത്തിൽ ശലാക വച്ചിരിക്കുന്ന ഭാഗം പരീക്ഷാർത്ഥി വായിച്ച് വിശദീകരിക്കണം. അദ്ധ്യാപകരും സഹപാഠികളും നിറഞ്ഞ സദസ്സിലാണ് ഈ പരീക്ഷ. ഗുരുകുലത്തിലും ആശ്രമത്തിലും ഇത്തരം പരീക്ഷകൾ ഇല്ല. ജീവകൻ നേരിട്ട ഒരു പരീക്ഷയുടെ കഥയുണ്ട്. 16 മൈൽ തക്ഷശിലയെ ചുറ്റി, മരുന്നിന് യോഗ്യമല്ലാതെ ഒരു ചെടി കൊണ്ടുവരണം. മൂന്നുനാല് ദിവസത്തിന് ശേഷം മടങ്ങിവന്ന ജീവകൻ പറഞ്ഞു: അങ്ങനെയൊരു ചെടിയില്ല. ഞാൻ കണ്ട എല്ലാ ചെടിയിലും മരുന്നുണ്ട്!

തക്ഷശിലയിലെ കഥകളൊന്നും ആയുർവേദത്തിന്റെ പ്രമാണഗ്രന്ഥങ്ങളിൽ കാണുന്നില്ല.

സുശ്രുതന്റെ ഒറ്റച്ചിറകുള്ള പക്ഷി

ആയുധത്തെപ്പറ്റിയും പ്രയോഗത്തെക്കുറിച്ചും ഒരാൾ ഗ്രന്ഥങ്ങൾ വായിച്ച് നന്നായി പഠിച്ചു എന്നിരിക്കട്ടെ. അയാൾ യുദ്ധമുഖത്ത് ഭീരുവും നിരായുധനുമായിത്തീരും. സമാനമാണ് വൈദ്യന്റെ കാര്യവും. മരുന്നുകളെപ്പറ്റി കാണാതെ പഠിക്കുകയും എന്നാൽ പ്രയോഗരീതി അറിയാതിരിക്കുകയുമാണെങ്കിൽ ആ വൈദ്യൻ പരാജിതനാകും. ഗുരുമുഖത്തുനിന്നും സമ്പാദിച്ചതിന് പുറമെ സ്വയം പഠനത്തിലൂടെയും ഗ്രന്ഥങ്ങൾ മനപ്പാഠമാക്കിയും ഒക്കെ ആയുർവേദ സിദ്ധാന്തങ്ങൾ കരഗതമാക്കാം. എന്നാൽ ചികിത്സാരീതി, ഗുരുവിന്റെ നേരിട്ടുള്ള മാർഗ്ഗനിർദ്ദേശങ്ങളിൽ കർശനമായി പരിശീലിക്കേണ്ടതാണ്. വളരെ അത്യാവശ്യവുമാണത്. മതിയായ പരിശീലനം നേടാതെ സിദ്ധാന്തം മാത്രം കൈമുതലായുള്ളവരെ 'ഒറ്റച്ചിറകുള്ള പക്ഷി'യോട് സുശ്രുതൻ ഉപമിച്ചു. ശസ്ത്രക്രിയയിൽ തല്പരരായ വിദ്യാർത്ഥികൾക്ക് സുശ്രുതൻ വികസിപ്പിച്ച മാതൃകകളുടെ അടിസ്ഥാനത്തിൽ പ്രത്യേക പരിശീലനം നേടാനാകുമായിരുന്നു.

ആയുർവേദ പാരമ്പര്യമനുസരിച്ച് അതീവ ശ്രദ്ധ ഊന്നിയുള്ളതാണ് പരിശീലനം. തക്ഷശിലയും നളന്ദയും ഔപചാരിക ആയുർവേദ പഠനത്തിന്റെ ആത്മീയ കേന്ദ്രങ്ങളായി നിലനിന്നപ്പോൾതന്നെ ഇന്ത്യയൊട്ടാകെ ആശ്രമങ്ങളിൽ ആചാര്യന്മാരുടെ കീഴിൽ ആയുർവേദവൈദ്യ പരിശീലനം വ്യാപകമായിരുന്നു. ഈ ചരിത്രത്തിലേക്ക് ഇന്ന് തിരിഞ്ഞുനോക്കുമ്പോൾ അത്ഭുതപ്പെടുത്തുന്ന ചില കാര്യങ്ങളുണ്ട്. ഗുരുവിനെ കണ്ടെത്തും മുമ്പേ പഠിക്കാനാഗ്രഹിക്കുന്ന വൈദ്യശാസ്ത്രഗ്രന്ഥം തെരഞ്ഞെടുക്കാനുള്ള വിദ്യാർത്ഥിയുടെ സ്വാതന്ത്ര്യമായിരുന്നു അതിൽ ആദ്യത്തേത്. രണ്ടാമത്തേത്, ഗുരുവിനെ തെരഞ്ഞെടുക്കാനും അദ്ദേഹത്തിന്റെ സ്വഭാവ ഗുണങ്ങൾ അന്വേഷിക്കാനുമുള്ള സ്വാതന്ത്ര്യം.

എല്ലാറ്റിനുമപ്പുറം ഗുരു, ചികിത്സയിലും നീതിനിർവ്വഹണത്തിലും ജീവിച്ചിരിക്കുന്ന മാതൃക തന്നെയായിരുന്നു. സ്വന്തം ലക്ഷ്യം നേടാനോ സന്തോഷത്തിനോ അല്ല, വേദനിക്കുന്ന മനുഷ്യരാശിക്ക് അനുകമ്പ പകരാനാണ് വൈദ്യശാസ്ത്ര പരിശീലനം എന്ന ചരകന്റെ കാഴ്ചപ്പാട് ഉയർത്തിപ്പിടിക്കുന്നയാളാണ് ഗുരു.

ഡോ. വല്യത്താനും ഭാര്യ ഡോ. അഷിമയും

സംഗീതം, ഹൃദയതാളം, ഉഷയുടെ മെഡൽ, മനസ്സ്..

മനുഷ്യഭ്രൂണത്തിൽ ഹൃദയം സ്പന്ദിച്ചു തുടങ്ങുന്നത് ഏഴാമത്തെ ആഴ്ച മുതൽ തിരിച്ചറിയാനാകും. ഇതിനുള്ള ഉപകരണങ്ങൾ ഇപ്പോഴുണ്ട്. ഞാൻ മെഡിസിനു പഠിക്കുന്ന കാലത്ത് ഈ സൗകര്യമില്ല. രണ്ടായിരംകൊല്ലം മുമ്പെഴുതിയ *ചരകസംഹിത*യിൽ ഗർഭത്തിന്റെ മൂന്നാം മാസം മുതൽ ഹൃദയസ്പന്ദനം തുടങ്ങുമെന്ന് പറയുന്നു. മൂന്നാം മാസത്തിൽ ആത്മാവ് ശരീരത്തിലേക്ക് പ്രവേശിക്കുന്നത് ഹൃദയത്തിലൂടെയാണെന്നും *ചരകസംഹിത*യിൽ ഉണ്ട്. ഭ്രൂണം എന്ന മാംസപിണ്ഡത്തിന് വ്യക്തിത്വം കൈവരുന്നത് ആത്മാവ് പ്രവേശിക്കുന്നതോടെയാണ്. ഞാൻ എന്ന തിരിച്ചറിവിലേക്ക് വരുന്നത് അപ്പോഴാണ്.

അർജ്ജുനനോട് പദ്മവ്യൂഹത്തിൽ കടക്കാനുള്ള വഴികൾ ശ്രീകൃഷ്ണൻ ഉപദേശിക്കുന്ന വേളയിൽ സുഭദ്രയുടെ ഗർഭപാത്രത്തിലിരുന്ന് അഭിമന്യു മൂളി എന്നൊരു കഥ ഉണ്ടല്ലോ. ഇക്കഥയിൽനിന്നും മനസ്സിലാകുന്നത് ഭ്രൂണാവസ്ഥയിൽ തന്നെ ഇന്ദ്രിയങ്ങൾ പ്രവർത്തിച്ചു തുടങ്ങുന്നു എന്നാണ്. അഭിമന്യുവിന്റെ ശ്രവണേന്ദ്രിയം പ്രവർത്തിച്ചതിനാലാണല്ലോ കഥ കേട്ടു മൂളിയത്.

ഗർഭിണിയുടെ ആഗ്രഹങ്ങൾ ഗർഭസ്ഥശിശുവിന്റെ ഇഷ്ടങ്ങളും കൂടിയാണെന്ന് ചരകൻ പറയുന്നു. ഒരു ശരീരത്തിൽ രണ്ടു ഹൃദയം പ്രവർത്തിക്കുന്ന അവസ്ഥയാണല്ലോ ഗർഭകാലത്ത്. ഇതിനെ ദൗഹൃദം എന്നു പറയുന്നു. ആ സ്പന്ദനത്തിലൂടെ കുഞ്ഞിന്റെ വികാരവിചാരങ്ങൾ അമ്മയിലേക്കു പകരുന്നു. ആയുർവേദ പ്രകാരം വികാരങ്ങളുടെ ഇരിപ്പിടം ഹൃദയമാണ്, തലച്ചോർ അല്ല. അമ്മയുടെ ഹൃദയത്തിലൂടെയാണല്ലോ കുഞ്ഞിനാവശ്യമായ പോഷകം എത്തിച്ചേരുന്നത്. ഗർഭിണികൾ നാമജ

പവും പ്രാർത്ഥനയും കേൾക്കണമെന്നു പറയുന്നത് ഗർഭസ്ഥശിശു കൂടി ഇതെല്ലാം കേൾക്കട്ടെ എന്ന് കരുതിയാണ്. ഹൃദയം സ്പന്ദിച്ചു തുടങ്ങുന്നതോടെ ഭ്രൂണത്തിന് ഒരു താളം കൈവരുന്നു. താളം, സംഗീതത്തിന്റെ പ്രധാന ഘടകമാണല്ലോ.

വീണ പഠിക്കാത്ത ദുഃഖം ഇന്നും

മനസ്സിനെ പെട്ടെന്ന് ശാന്തമാക്കി നിർമ്മലമാക്കാനുള്ള അസാധാരണ സിദ്ധി സംഗീതത്തിനുണ്ട്. കുട്ടിക്കാലംമുതൽ സംഗീതാഭിരുചി എന്റെ കൂട്ടിനുണ്ട്. ചെണ്ട അടക്കം വാദ്യോപകരണങ്ങൾ പ്രിയമാണ്. സാഹിത്യത്തിന്റെയും സംഗീതത്തിന്റെയും പാരമ്പര്യമുള്ളതാണ് അച്ഛന്റെ കുടുംബം. അത്രത്തോളം ഇല്ലെങ്കിലും നല്ല അഭിരുചിയുണ്ടായിരുന്നു അമ്മയുടെ കുടുംബത്തിനും. അച്ഛന്റെ അനന്തരവനാണ് പ്രസിദ്ധ സംഗീതകാരൻ പ്രൊഫ. മാവേലിക്കര പ്രഭാകരവർമ്മ. കേരളപാണിനിയുടെ ചെറുമകൻ. സംഗീതത്തിൽ പ്രാവീണ്യം നേടണമെങ്കിൽ 2 മണിക്കൂറെങ്കിലും നിത്യേന സാധകം ചെയ്യണം. സ്കൂൾ വിദ്യാർത്ഥിയായ എന്റെ മുന്നിൽ ആദ്യലക്ഷ്യം യൂണിവേഴ്സിറ്റി കോളേജിൽ പ്രവേശനം നേടുക എന്നതായിരുന്നു. അതിന് ഫസ്റ്റ് ക്ലാസ് നേടണം. അപ്പോൾ സിലബസിൽ കൂടുതൽ ശ്രദ്ധിച്ച് പഠിക്കണം. ഇക്കാലത്തെ സമ്മർദ്ദം അന്നും വിദ്യാർത്ഥികളിൽ ഉണ്ടായിരുന്നു. അങ്ങനെ വരുമ്പോൾ സാധകം ചെയ്യാനൊന്നും സമയം കിട്ടില്ല. അതിനാൽ സംഗീതപഠനം മുന്നോട്ട് പോകാതെ നിന്നുപോയി. മനോഹരമായി വീണ വായിച്ചിരുന്ന അമ്മ, വീണയുടെ അറ്റകുറ്റപ്പണിയും ചെയ്യുമായിരുന്നു. മാവേലിക്കര പ്രഭാകരവർമ്മയുടെ അമ്മയുടെ വീണ, അറ്റകുറ്റപ്പണി ചെയ്യുന്നത് കണ്ടിട്ടുണ്ട്. അമ്മയുടെ വട്ടപ്പറമ്പിലെ വീടിനടുത്തുള്ള ദേവീക്ഷേത്രത്തിലെ ഉത്സവത്തിന്റെ എട്ടാം നാൾ ചെണ്ടമേളപ്പെരുക്കം ഉണ്ടായിരുന്നു. അക്കാര്യം ഓർമ്മിക്കുമ്പോൾ തന്നെ മേളം കാതിൽ നിറയുന്നു. വീണ പഠിക്കാൻ താല്പര്യം ഉണ്ടായിരുന്നു. പഠിപ്പിക്കാൻ അമ്മ സന്നദ്ധയുമായിരുന്നു. അത് നടന്നില്ലെന്ന് വേദനയോടെ ഓർക്കുന്നു.

മാവേലിക്കര സ്കൂളിലെ ഹെഡ്മാസ്റ്റർ ആയിരുന്ന ഉദയവർമ്മയുടെ മരണത്തെ തുടർന്ന് അദ്ദേഹത്തിന്റെ ഒരു പോർട്രെയ്റ്റ്, അനാവരണം ചെയ്ത ചടങ്ങിൽ ഒരു ഗാനം ഞാൻ ആലപിച്ചു. സ്വാതി തിരുനാളിന്റെ 'സ്മര സദാ മാനസ' എന്ന് തുടങ്ങുന്ന കീർത്തനമായിരുന്നു. അമ്മ എന്നെ പഠിപ്പിച്ചതാണത്. ബിലഹരി രാഗത്തിലെ പാട്ടാണ്. ഉദയവർമ്മയുടെ പോർട്രെയ്റ്റ് രാജാ രവിവർമ്മയുടെ മകൻ രാമവർമ്മ വരച്ചതാണ്. ചിത്രം അനാവരണം ചെയ്തത് പ്രസിദ്ധ സാഹിത്യകാരൻ മാവേലിക്കര രാജരാജ വർമ്മയായിരുന്നു. മലയാളത്തിൽ ആദ്യമായി ലോകചരിത്രം എഴുതിയ ആളാണ് അദ്ദേഹം. *ലോകാലോകം* എന്നാണ് കൃതിയുടെ പേര്.

സംഗീത പഠനം തുടർന്നില്ലെങ്കിലും ആസ്വാദനാഭിരുചി എന്നും ഒപ്പം ഉണ്ടായിരുന്നു; ഇംഗ്ലണ്ടിലും അമേരിക്കയിലും ഉപരിപഠനത്തിന് പോയപ്പോഴും. ഇന്നും പാട്ടുകേൾക്കാതെ ഉറക്കമില്ല.

പാശ്ചാത്യസംഗീതത്തിലേക്ക് അടുപ്പിച്ച മാഞ്ചസ്റ്റർ

ഇംഗ്ലണ്ടിലെത്തുന്നതുവരെ പാശ്ചാത്യ സംഗീതം കേട്ടിട്ടില്ല. അതിൽ താല്പര്യവും ഉണ്ടായിരുന്നില്ല. ലിവർപൂളിൽ ശസ്ത്രക്രിയ ചെയ്യുന്ന കാലത്താണ് ആദ്യമായി പാശ്ചാത്യസംഗീത പരിപാടി നേരിട്ട് ആസ്വദിക്കുന്നത്. സഹപ്രവർത്തകനായ ബിൽ ഗ്രീൻ, പാശ്ചാത്യ സംഗീതത്തിൽ ഏറെ താല്പര്യമുള്ള ആളായിരുന്നു. ഒരിക്കൽ അദ്ദേഹം പാശ്ചാത്യ സംഗീതത്തെപ്പറ്റി അഭിപ്രായം ചോദിച്ചു. ശബ്ദകോലാഹലമാണെന്ന് ഞാൻ പറഞ്ഞപ്പോൾ ഞെട്ടിയ അദ്ദേഹം ശരിയായ പാശ്ചാത്യസംഗീതം ആസ്വദിക്കാൻ അവസരം ഒരുക്കി. മാഞ്ചസ്റ്ററിലെ ഒരു സംഗീത പരിപാടി ആസ്വദിക്കാൻ അദ്ദേഹം ടിക്കറ്റെടുത്തുതന്നു. മാഞ്ചസ്റ്റർ റെയിൽവെ സ്റ്റേഷന് അടുത്തുള്ള ഫ്രീ ട്രേഡ് ഹാളിൽ, ഹാലി എന്ന പ്രശസ്ത ഓർക്കസ്ട്രയുടേതാണ് പരിപാടി. 90 സംഗീതകാരന്മാർ അതിലുണ്ട്. ബീഥോവന്റെ ഫിഫ്ത്ത് സിംഫണിയാണ് അന്നവർ അവതരിപ്പിക്കുന്നത്. അത് കേട്ടശേഷം അഭിപ്രായം പറയാൻ ബിൽഗ്രീൻ പറഞ്ഞു.

അന്ന് ആ ഹാളിൽ കയറിയപ്പോൾതന്നെ അതിയായ സന്തോഷം എനിക്കുണ്ടായിരുന്നു. ഗായകരെ വരവേല്ക്കാൻ അച്ചടക്കത്തോടെ കാത്തിരിക്കുന്ന ശ്രോതാക്കളെയാണ് കണ്ടത്. സ്റ്റേജിൽ നിരന്ന സംഗീതകാരന്മാരുടെ മുന്നിലേക്കെത്തുന്ന കണ്ടക്ടർ ആദ്യം കലാകാരന്മാരെയും പിന്നീട് സദസ്സിനെയും വണങ്ങുന്നു. കറുത്ത കോട്ടിട്ട ആ കുഞ്ഞുമനുഷ്യൻ ഒരക്ഷരവും പറയുന്നില്ല. പൊടുന്നനെ സംഗീതം ഉയരുന്നു. സദസ്സിനാകെ വൈദ്യുതാഘാതമേറ്റ അനുഭവം. എന്റെ ജീവിതത്തിലും അതാദ്യം. ആ പരിപാടിയോടെ ഞാൻ പാശ്ചാത്യസംഗീതത്തിന്റെ ആരാധകനായി.

നാദബിന്ദു കലാദി നമോനമ....

ബീഥോവന്റെയും മൊസാർട്ടിന്റെയും സിംഫണി അടക്കം വലിയ സി ഡി ശേഖരം ഉണ്ടായിരുന്നു. എൽ പി റെക്കാർഡുകളും വാങ്ങി സൂക്ഷിച്ചിരുന്നു. ഇതൊന്നും പ്ലേ ചെയ്യാൻ പറ്റാതായതോടെ ഉപേക്ഷിച്ചു. ഇന്റർനെറ്റ് വന്നതോടെ ഏത് പാട്ടും ലഭ്യമായത് ഒരനുഗ്രഹവുമായി. നഷ്ടപ്പെട്ട പാട്ടുകേൾക്കാൻ ഒരു ഉപകരണത്തിന്റെയും ആവശ്യവും ഇല്ലല്ലോ. പാട്ടുകേൾക്കുന്നത് ശീലമാണെങ്കിലും ഓരോ ദിനവും ആരുടേത് എന്ന മുൻ തീരുമാനമില്ല. മനസ്സ് പറയുന്നു, ഇന്ന് സ്വാതിതിരുന്നാളിനെ കേൾക്കാം. നാളെ മൊസാർട്ട് ആകട്ടെ. മറ്റന്നാൾ എം ഡി രാമനാഥൻ. മനസ്സ് ഈ തെരഞ്ഞെടുപ്പ് എങ്ങനെ നടത്തുന്നു? അത്ഭുതമാണ്.

'നാദബിന്ദു കലാദി നമോ നമ' എന്ന് തുടങ്ങുന്ന ഒരു കീർത്തനമുണ്ട്. അമ്മ പാടുമായിരുന്നു. ചെഞ്ചുരുട്ടി എന്ന മനോഹര രാഗത്തിൽ എം എസ് സുബ്ബുലക്ഷ്മിയൊക്കെ പാടിയിട്ടുണ്ട്. ഇന്റർനെറ്റ് വരുംമുമ്പ് അത് കേൾക്കാൻ വഴിയില്ലായിരുന്നു. ഇന്ന് നാദബിന്ദു എന്ന് ഇന്റർനെറ്റിൽ എന്റർ ചെയ്താൽ ഏഴെട്ട് പേരുടെ ആലാപനം മുന്നിലെത്തും.

അരുണഗിരി നാഥർ എന്ന യോഗി എഴുതിയതാണ് ഈ കീർത്തനം. വെല്ലൂരിന് അടുത്താണ് അദ്ദേഹത്തിന്റെ നാട്. ഒരിക്കൽ വെല്ലൂർ ഇൻസ്റ്റിറ്റ്യൂട്ട് ഒഫ് ടെക്നോളജിയിൽ ഒരു പ്രഭാഷണത്തിന് ക്ഷണിച്ചു. എന്നെ ക്ഷണിച്ച സ്ഥാപനമേധാവി വിജയലക്ഷ്മി, അരുണഗിരി നാഥരുടെ ഭക്തയായിരുന്നു. എനിക്ക് അരുണഗിരി നാഥരുടെ നാട്ടിൽ പോകാൻ താല്പര്യമുണ്ടെന്ന് പറഞ്ഞപ്പോൾ വിജയലക്ഷ്മി, സൗകര്യം ഒരുക്കി ഒപ്പമുണ്ടായിരുന്നു. വലിയൊരു മാനസിക പരിവർത്തനത്തിന് ശേഷമാണ് അരുണഗിരി നാഥർ സംഗീതരചനയിലേക്ക് എത്തുന്നത്. രത്നാകരൻ എന്ന കാട്ടാളൻ വാല്മീകി മഹർഷിയായ കഥ പോലൊരു പൂർവ്വാശ്രമം ഇദ്ദേഹത്തിനുമുണ്ടായിരുന്നു.

നിശ്ശബ്ദസംഗീതവും പി ടി ഉഷയുടെ ഹൃദയവും

എല്ലാ ജീവിയിലും സംഗീതമുണ്ട്. അത് ഹൃദയസ്പന്ദനത്തിന്റേതാണ്. മനുഷ്യഹൃദയത്തിന്റെ പാട്ട് നിശ്ശബ്ദ സംഗീതമാണ്. ഹൃദയത്തിന്റെ സ്പന്ദനത്തിന് ഒരു താളമുണ്ട്. ആ താളം തെറ്റുമ്പോഴാണ് രോഗം. ഹൃദയത്തിന്റെ സ്പന്ദനം നമ്മൾ അറിയുന്നില്ല. സ്പന്ദനം അറിയുകയാണെങ്കിൽ നാം ഡോക്ടറെ കാണണം എന്നർത്ഥം. അതുകൊണ്ട് കേൾക്കാനാവാത്ത നിശ്ശബ്ദ സംഗീതമാണ് ഹൃദയത്തിന്റേത്.

പി ടി ഉഷയ്ക്ക് ഒരു ഹെൽത്ത് സർട്ടിഫിക്കറ്റ് എഴുതേണ്ട സന്ദർഭം ഓർമ്മവരുന്നു. എൺപതുകളിലാണ്, ഉഷ അറിയപ്പെടുന്നതേയുള്ളൂ. അന്ന് കേരളത്തിന്റെ കായികമന്ത്രി എ സി ഷൺമുഖദാസാണ്. ഒരുദിവസം രാവിലെ അദ്ദേഹം എന്നെ ഫോണിൽ വിളിച്ചു. പി ടി ഉഷ എന്നൊരു ഓട്ടക്കാരിയുണ്ട്, അവർക്ക് ഡൽഹിയിൽ മത്സരത്തിൽ പങ്കെടുക്കാൻ കാർഡിയോളജിസ്റ്റിന്റെ സർട്ടിഫിക്കറ്റ് വേണം. ഡൽഹി എയിംസിലെ പരിശോധനയിൽ ഉഷ അയോഗ്യയായിരുന്നു. എനിക്ക് മന്ത്രിയെ പരിചയമില്ലെങ്കിലും വിശദമായിതന്നെ എന്നോട് സംസാരിച്ചു. അന്ന് ശ്രീചിത്രയിലെത്തിയപ്പോൾ തന്നെ കാർഡിയോളജി അസിസ്റ്റന്റ് പ്രൊഫസർ ബാലകൃഷ്ണനോട് ഇക്കാര്യം പറഞ്ഞു. പിന്നീട് ഉഷയെ പരിശോധിച്ച ബാലകൃഷ്ണൻ എന്നെ അറിയിച്ചത് അമ്പരപ്പിക്കുന്ന കാര്യമായിരുന്നു: ആ പെൺകുട്ടിയുടെ ഹൃദയസ്പന്ദനം സാധാരണ നിലയിലല്ല. അതുകൊണ്ട് റിപ്പോർട്ട് കൊടുക്കാനാകില്ല. എയിംസിന്റെ റിപ്പോർട്ടിനെ മറികടന്ന് എഴുതുന്നത് ശരിയല്ലെന്നും വ്യക്തമാക്കി. ഓട്ടത്തിനിടെ ഉഷ തളർന്നുവീണാൽ വലിയ പ്രശ്നമാകും. നമ്മുടെ നേരെയും വിരൽ ചൂണ്ടും.

പി ടി ഉഷയും നമ്പ്യാരും ആദ്യകാല ഫോട്ടോ

ഒന്നും മിണ്ടാത്ത നാണം കുണുങ്ങിയായിരുന്നു അന്ന് ഉഷ. അതുകൊണ്ട് കോച്ച് നമ്പ്യാരോട് ചോദിച്ചു. അദ്ദേഹം പറഞ്ഞു ഉഷയുടെ പ്രാക്ടീസിനെപ്പറ്റി. നമുക്ക് സങ്കല്പിക്കാനാകാത്ത ദൂരമാണ് നിത്യേന ഉഷ ഓടുന്നത്. അതുകേട്ടപ്പോൾ സാമാന്യയുക്തിക്ക് ഒരു കാര്യം ബോദ്ധ്യമായി, ഇ സി ജി റിപ്പോർട്ട് എന്ത് തന്നെയായാലും ആരോഗ്യമുള്ള ഹൃദയമാണ് ഉഷയുടേത്. ഇല്ലെങ്കിൽ ഇങ്ങനെ പെർഫോം ചെയ്യില്ല. നോർമൽ ഇ സി ജി എന്ന് പറയുന്നത് സാധാരണ മനുഷ്യരുടേതാണ്. അത് ഉഷയെപ്പോലുള്ള കായികതാരങ്ങളുടേതുമായി താരതമ്യം ചെയ്യാനാകില്ല. അക്കാര്യം പരിഗണിക്കേണ്ടതാണെന്ന് ഞാൻ ഉറപ്പിച്ചു. ഇത് ചൂണ്ടിക്കാട്ടി എഴുതിയ കത്തുമായി ഡൽഹിക്ക് പോയ ഉഷയ്ക്ക് ഏഷ്യാഡിൽ പങ്കെടുക്കാനും മെഡൽ നേടാനും കഴിഞ്ഞത് ചരിത്രം. ഇക്കാര്യം ഉഷ പറഞ്ഞാണ് പിന്നീട് അറിയുന്നത്.

സർട്ടിഫിക്കറ്റ് നല്കിയ ശേഷം ഏറെക്കാലം ഉഷയെ എനിക്ക് കാണാനായില്ല. അതിനിടെ ഉഷ അന്താരാഷ്ട്ര പ്രശസ്തയായി. പിന്നീടൊരിക്കൽ തിരുവനന്തപുരം കവടിയാർ കൊട്ടാരത്തിൽ ഒരു ചടങ്ങിനിടെ ഉഷയെ കണ്ടു. അന്ന് ഉഷ തുറന്നുപറഞ്ഞു: എന്നെ സഹായിച്ചത് വല്യത്താൻ ഡോക്ടറാണെന്ന്.

സാധാരണമായി ഇത്തരം കാര്യങ്ങൾ ആരും ഓർത്ത് പറയുന്ന പതിവില്ല.

ഭയന്നോടുമ്പോൾ സംഭവിക്കുന്നത്...

മനുഷ്യഹൃദയം സാധാരണ അവസ്ഥയിൽ 5 ലിറ്റർ രക്തമാണ് മിനിട്ടിൽ പമ്പ് ചെയ്യുന്നത്. ഒരു തീപിടുത്തമോ മറ്റോ ഉണ്ടായി ഇറങ്ങി ഓടുകയാണെങ്കിൽ 5 ലിറ്റർ എന്നത് സെക്കന്റുകൾക്കുള്ളിൽ 10 ലിറ്ററാകും. അപ്പോൾ ശ്വാസംമുട്ടൽ അനുഭവപ്പെടും. തളർന്ന് വീഴാം. എന്താണ് ഇതിന്റെ കാരണം? ഹൃദയസ്പന്ദന ചക്രത്തിൽ മൂന്നിലൊന്നാണ് പമ്പിങ്ങിന് വേണ്ടസമയം. മൂന്നിൽ രണ്ടും രക്തം ഹൃദയത്തിലേക്ക് സ്വീകരിക്കാനാണ്. പെട്ടെന്ന് ഇറങ്ങി ഓടുമ്പോൾ പമ്പിങ് സമയത്തിൽ വലിയ വ്യത്യാസമില്ലെങ്കിലും രക്തം സ്വീകരിക്കാനുള്ള സമയം കുറയുന്നു. അത്‌ലറ്റിന്റെ കാര്യത്തിൽ അത് ഉണ്ടാകുന്നില്ല. രക്തം സ്വീകരിക്കാൻ വേണ്ട മൂന്നിൽ രണ്ട് സമയം അതിക്രമിക്കാതെ പമ്പിങ്ങിന്റെ ശക്തി വർദ്ധിപ്പിച്ച് കൂടുതൽ രക്തം ഹൃദയം പമ്പ് ചെയ്തുകൊണ്ടിരിക്കും. അങ്ങനെ നോക്കുമ്പോൾ സാധാരണക്കാരുടെ ഇ സി ജിയുമായി അത്‌ലറ്റിന്റെ ഇ സി ജി താരതമ്യം ചെയ്യുന്നതിൽ ചില അപാകതകൾ ഉണ്ട്.

ഓപ്പറേഷൻ തിയേറ്ററിൽ സർജന്റെ ഹൃദയസ്പന്ദനനിരക്ക് കൂടുമ്പോൾതന്നെ അദ്ദേഹത്തെ സഹായിക്കുന്ന രജിസ്ട്രാർക്ക് ഹൃദയമിടിപ്പ് സാധാരണപോലെയാണ്. അതിനുകാരണം സർജന്റെ ചുമതലാബോധമാണ്. രോഗിയുടെ ജീവൻ തന്റെ കൈകളിലാണെന്ന വലിയ ഉത്തരവാദിത്വം കാരണം ഹൃദയസ്പന്ദനനിരക്ക് കൂടുന്നു. ഇത്തരത്തിൽ ഹൃദയസ്പന്ദനനിരക്ക് കൂടിയതിന്റെ അടിസ്ഥാനത്തിൽ സർജൻ രോഗിയാണെന്ന് വിലയിരുത്താനാകില്ല. അപ്പോൾ സാഹചര്യങ്ങൾ മനസ്സിലാക്കാതെ വ്യക്തിയുടെ ഇ സി ജി മാത്രം നോക്കി ആരോഗ്യാവസ്ഥ നിർണ്ണയിക്കുന്നത് ശരിയല്ല.

ഫ്രഞ്ച് ദാർശനികൻ ദെക്കാർത്തെ പറഞ്ഞു, മനസ്സും ശരീരവും രണ്ടാണെന്നും രണ്ടിന്റെയും പ്രവർത്തനങ്ങൾ സ്വതന്ത്രമേഖലകളാണെന്നും. ഒരുനൂറ്റാണ്ടോളം ഈ ഫിലോസഫി ലോകത്തെ സ്വാധീനിച്ചു. ഞങ്ങൾ അനാട്ടമി പഠിക്കുന്ന കാലത്ത് ശരീരം വേറെ, മനസ്സ് വേറെ എന്നു തന്നെയായിരുന്നു ശിക്ഷണം.

ദെക്കാർത്തെ

കനേഡിയൻ ശാസ്ത്രജ്ഞനായ സെലായി ഈ നിരീക്ഷണം ചോദ്യം ചെയ്തു. പേടിച്ചോടുന്ന ഒരാളുടെ ഹൃദയസ്പന്ദനം കൂടുന്നു, രക്തത്തിൽ പഞ്ചസാരയുടെ അളവും ഉയരുന്നു. അപ്പോൾ മനസ്സിന്റെ ഭയമല്ലേ ശരീര

ത്തിൽ ഇത്രയധികം വ്യതിയാനം വരുത്തുന്നത്? അങ്ങനെയെങ്കിൽ മന സ്സും ശരീരവും രണ്ടായി തിരിക്കാനാകില്ലെന്ന് സെലായി തെളിയിച്ചു. ഇത് നടക്കുന്നത് ഇരുപതാം നൂറ്റാണ്ടിലാണ്. എന്നാൽ എ ഡി എട്ടാം നൂറ്റാണ്ടിൽ ശങ്കരാചാര്യരുടെ കാലത്ത് എഴുതിയ *യോഗവാസിഷ്ഠ*ത്തിൽ മനസ്സും ശരീരവും രണ്ടല്ല എന്നു പറയുന്നു. *യോഗവാസിഷ്ഠ*ത്തിൽ മന സ്സാണ് പ്രധാനം.

മനോ ഹി ജഗതാം കർത്തൃ
മനോ ഹി പുരുഷഃ പരഃ
മനഃ കൃതം കൃതം ലോകേ
ന ശരീരകൃതം കൃതം
(ഉല്പത്തി പ്രകരണം ഇന്ദ്രോപാഖ്യാനം)

മനസ്സാണ് ജഗത്തിനെ സൃഷ്ടിക്കുന്നത്. സമനില പ്രാപിച്ച മനസ്സു തന്നെയാണ് പരമപുരുഷനായ പരമാത്മാവ്. മനസ്സ് ചെയ്തതാണ് ചെയ് തത്; ശരീരം ചെയ്തതല്ല ചെയ്തത് എന്ന് വസിഷ്ഠൻ രാമനോട് പറയു ന്നുണ്ട്.

ഇതിന് ദൃഷ്ടാന്തമായി വസിഷ്ഠൻ ഒരു കഥ പറയുന്നു. ‘രാമാ, പണ്ട് മഗധരാജ്യം ഇന്ദ്രദ്യുമ്നൻ എന്ന ഒരു രാജാവ് ഭരിച്ചിരുന്നു. അദ്ദേ ഹത്തിന് അതിസുന്ദരിയായ ഒരുഭാര്യ ഉണ്ടായിരുന്നു. ആ രാജ്ഞിയുടെ പേര് അഹല്യ എന്നായിരുന്നു. അന്ന് ആ നഗരത്തിൽ നഗരനാരിമാർക്ക് പ്രിയങ്കരനായി ഇന്ദ്രൻ എന്നുപേരുള്ള ഒരു വിടനും പാർത്തിരുന്നു. ഗൗ തമ മഹർഷിയുടെ പത്നിയായ അഹല്യയുമായി പണ്ട് ദേവലോകത്തി ലെ ഇന്ദ്രനുണ്ടായ ബന്ധം പുരാണങ്ങളിൽ നിന്ന് രാജ്ഞിയായ അഹ ല്യ വായിച്ചറിഞ്ഞിരുന്നു. പുരാണകഥയുടെ ഓർമ്മയിലും പേരുകളുടെ അത്ഭുതകരമായ സാമ്യതയിലും ലയിച്ച് നഗരത്തിൽ പാർക്കുന്ന വിടനാ യ ഇന്ദ്രനോട് അഹല്യക്ക് അതിയായ അനുരാഗം ഉണ്ടായി. അഹല്യയു ടെയും ഇന്ദ്രന്റെയും പ്രേമബന്ധം ക്രമേണ രാജാവായ ഇന്ദ്രദ്യുമ്നൻ അ റിഞ്ഞു. അവരുടെ അധാർമ്മികമായ ബന്ധം തടയാൻ ക്രുദ്ധനായ രാ ജാവ് പല ഉപായങ്ങളും പ്രയോഗിച്ചു. അവരെ രണ്ടുപേരെയും വലിയ ജലാശയത്തിൽ കെട്ടിത്താഴ്ത്തി. അവർക്ക് അതിൽ ഒരു വിഷമവും തോ ന്നിയില്ല. മാത്രമല്ല അവർ ആ ജലാശയത്തിൽ കളിച്ച് രസിച്ച് ഉല്ലസിച്ചു. അവരെ ആനകളെക്കൊണ്ട് ചവിട്ടിച്ചു; അവർ അതിൽ അല്പംപോലും തളർന്നില്ല. ചാട്ടവാർകൊണ്ട് അടിപ്പിച്ചു. അവർക്ക് വേദനിച്ചില്ല. അഗ്നി കുണ്ഡത്തിലിട്ടു; അഗ്നിജ്വാലകൾക്ക് അവരെ ദഹിപ്പിക്കാൻ കഴിഞ്ഞില്ല.

ഈ കൊടിയ പീഡനങ്ങൾ എല്ലാം നടത്തിയിട്ടും അതിനെയൊക്കെ നിസ്സാരമായി അതിജീവിച്ച് അഹല്യയും ഇന്ദ്രനും അത്യന്തം ആഹ്ലാദമു ള്ളവരായി കാണപ്പെടുന്നതിന്റെ രഹസ്യം എന്താണെന്ന് രാജാവ് അവ രോട് തന്നെ ചോദിച്ചു. അവർ പറഞ്ഞു: ‘മനസ്സ് ഒരു വിഷയത്തിൽ മുഴുകി

തന്മയീഭാവത്തെ പ്രാപിച്ചുകഴിഞ്ഞാൽ മറ്റൊന്നുംതന്നെ അറിയില്ല. പ്രേമാതിരേകംകൊണ്ട് ഞങ്ങളുടെ മനസ്സ് അന്യോന്യം തന്മയീഭവിച്ചിരിക്കുന്നു. രാജാവേ, അപ്പോൾ ഞങ്ങളുടെ അവയവങ്ങളിൽ എന്ത് സംഭവിച്ചാലും ഞങ്ങൾ അതൊന്നും അറിയുന്നില്ല. തീവ്രവേഗത്തിൽ ഒന്നിൽ ഏകാഗ്രപ്പെടുന്ന മനസ്സിനെ ചലിപ്പിക്കാൻ ലോകത്ത് ഒരു ശക്തിക്കും സാദ്ധ്യമല്ല. രാജാവേ, ശരീര ചേഷ്ടകൾ വെറും പ്രകടനങ്ങൾ മാത്രം. ഈ ശരീരങ്ങൾക്കൊക്കെ കാരണം മനസ്സാണ്. ശരീരം എന്നുവേണ്ട സംസാരത്തെയാകെ സൃഷ്ടിച്ചിരിക്കുന്നത് മനസ്സാണ്.'

അവരുടെ ഈ വാക്കുകൾ കേട്ട് ഇന്ദ്രദ്യുമ്ന മഹാരാജാവ് അടുത്തിരുന്ന ഭരതമുനിയോട് പറഞ്ഞു: 'ഇവർ പറയുന്നത് പരമസത്യം. കാമാന്ധരുടെ പോലും സത്യവാക്കുകൾ ചേതസ്സിനെ അത്യന്തം സുഖിപ്പിക്കുന്നു. ശാസ്ത്രാർത്ഥം ഉള്ളതുപോലെ വിവരിക്കുന്ന ഇവരെ ഞാനിതാ സ്വതന്ത്രരാക്കുന്നു. അവർ അവരുടെ ഇഷ്ടംപോലെ ജീവിക്കട്ടെ.'

രാജാവ് അഹല്യയെയും ഇന്ദ്രനെയും വിട്ടയച്ചു.

മനസ്സാണ് എല്ലാം ചെയ്യുന്നത്; ശരീരമല്ല. എല്ലാറ്റിനും ഉപരിയായി മനസ്സിന്റെ പ്രാധാന്യം ഭാരതീയർ മുമ്പേ മനസ്സിലാക്കി.

പൂവിട്ട കണിക്കൊന്നയും കോവിഡ് വാക്സിനും

കണിക്കൊന്ന പ്രിയപ്പെട്ട വൃക്ഷമാണെനിക്ക്. മണിപ്പാലിൽ ഒരു നഴ്സറിയിൽനിന്നും രണ്ട് തൈകൾ വാങ്ങി വീട്ടുമുറ്റത്ത് വച്ചു. രണ്ടിനും ഒരേ പരിചരണം നല്കി. പക്ഷേ, ഒരെണ്ണം പെട്ടെന്ന് വളർന്നു, പൂവിട്ടു. മറ്റേത് അങ്ങനെ നിന്നു. തൈകൾ കണ്ടാൽ വളർച്ചയുടെ ശേഷി നമുക്ക് പറയാനാകില്ലല്ലോ. ശരീരത്തിന്റെ വളർച്ച പഠിക്കുന്ന ശാസ്ത്രശാഖയായ ഡെവലപ്മെന്റൽ ബയോളജി മുന്നേറുമ്പോഴും കോശ വളർച്ചയെക്കുറിച്ചും കോശങ്ങളുടെ സവിശേഷ വൈദഗ്ദ്ധ്യത്തെപ്പറ്റിയും (സ്പെഷ്യലൈസേഷൻ) പ്രവചിക്കാനാകുന്നില്ല.

അമ്മയുടെ അണ്ഡവും അച്ഛന്റെ ബീജവും ചേർന്ന് രൂപംകൊള്ളുന്ന ആദ്യകോശമാണ് ഭ്രൂണം. ഇതിൽ നിന്നാണ് സ്റ്റെം സെൽ ഉണ്ടാകുന്നത്. ഒരു കോശം രണ്ടായും നാലായും മറ്റും വിഭജിച്ച് വളരുന്നു. ഒപ്പം ഒരു സ്പെഷ്യലൈസേഷനും സംഭവിക്കുന്നു. അതായത്, ഹൃദയം, തലച്ചോർ, എല്ല്, ത്വക്ക് എന്നിങ്ങനെ പ്രത്യേക അവയവമായി മാറാൻ പ്രാപ്തിയുള്ള കോശങ്ങളായി വളരുന്ന സ്പെഷ്യലൈസേഷൻ. അപ്പോൾ രണ്ടുതരം വളർച്ചയാണ് ഭ്രൂണത്തിൽ സംഭവിക്കുന്നത്. ഒന്ന് കോശങ്ങൾ പെരുകുന്നത്, രണ്ടാമത്തേത് പ്രത്യേക അവയവമായി പരിണമിക്കാനുള്ള വളർച്ച.

ഡെവലപ്മെന്റൽ ബയോളജി സമീപവർഷങ്ങളായി ഒട്ടേറെ മുന്നേ

റിയിട്ടുണ്ട്. അതുവഴിയാണ് ഭ്രൂണകോശ ചികിത്സ (സ്റ്റെംസെൽ ട്രീറ്റ്മെന്റ്) എന്ന പുതിയൊരു വൈദ്യശാസ്ത്രമേഖല നമ്മൾ കേട്ടുതുടങ്ങിയത്. ഭ്രൂണകോശം വളർന്ന് അനവധി കോശങ്ങളാകുമ്പോൾ അവ എംബ്രയോണിക്ക് സ്റ്റെം സെൽ ആകുന്നു. ഇതിനെ ടോട്ടി പൊട്ടൻഷ്യൽ എന്നു വിളിക്കുന്നു. ആ കോശങ്ങൾക്ക് ഏത് അവയവമായും വികസിക്കാം. എന്നാൽ ആഴ്ചകൾ പിന്നിടുന്നതോടെ ഈ ശേഷി നഷ്ടമാകുന്നു. ചില കോശങ്ങൾക്ക് തലച്ചോർ കോശങ്ങളാകാൻ മാത്രമേ കഴിയൂ. മറ്റു ചിലതിന് കരൾ, എല്ല്, ത്വക്ക് എന്നിങ്ങനെ. ഈ ഘട്ടത്തെ മൾട്ടി പൊട്ടൻഷ്യൽ എന്നു വിളിക്കുന്നു. ഭ്രൂണവളർച്ചയിലെ സ്വഭാവ വിശേഷമാണത്.

ഭ്രൂണകോശങ്ങൾ മനുഷ്യശരീരത്തിൽ തുടരുമെന്ന് സമീപകാലത്ത് കണ്ടെത്തി. പ്രകൃതി നല്കിയ ഒരു അനുഗ്രഹമാണത്. വളരെ കുറച്ച് ഭ്രൂണകോശങ്ങളേ നമ്മളിലൊക്കെ കാണൂ.

ഹൃദയകോശങ്ങളിൽനിന്നും ഭ്രൂണകോശം വേർതിരിച്ച് എടുക്കാനുള്ള വിദ്യ ഉണ്ട്. ഈ കോശങ്ങളെ ലാബിൽ വളർത്തിയെടുക്കാനാകും. ഇക്കാര്യത്തിൽ വളരെയധികം ഗവേഷണം നടക്കുന്നുണ്ട്. ഹൃദയാഘാതമുണ്ടായി ഹൃദയപേശി തകർന്ന ഒരാളുടെ ഹൃദയത്തിൽനിന്നും വേർതിരിച്ചെടുത്ത് വളർത്തിയ സ്റ്റെംസെൽ കുത്തിവച്ചാൽ നശിച്ച കോശങ്ങളുടെ സ്ഥാനം ഇവ ഏറ്റെടുക്കും. എന്നാൽ ഈ രംഗത്ത് ഒരു വൈഷമ്യം നേരിടുന്നു. ഹൃദയത്തിൽ രക്തം പമ്പ് ചെയ്യുന്ന പേശിമാത്രമല്ല വേറെയും പേശികളുണ്ട്. 70 തവണ എന്ന നിരക്കിൽ ഹൃദയം സ്പന്ദിക്കുന്നത് ഒരു ഇലക്ട്രിക് സിഗ്നലിന്റെ അടിസ്ഥാനത്തിലാണ്. ഇലക്ട്രിക് വയറിങ് പോലെ ഒരു കേബിൾ സംവിധാനം ഹൃദയത്തിലുണ്ട്. ഒരു ബാറ്ററിയും ഉണ്ട്. അതിൽ നിന്നാണ് സിഗ്നൽ വരുന്നത്. അപ്പോൾ രണ്ടുതരം കോശങ്ങൾ ഹൃദയത്തിലുണ്ട്. അങ്ങനെ വരുമ്പോൾ ഹൃദയാഘാതമുണ്ടായ ആളിന് കുത്തിവയ്ക്കുന്ന കോശം, രക്തം പമ്പുചെയ്യുന്ന പേശിയുടെ ഭാഗമായ കോശമായേ വളരാൻ പാടുള്ളൂ. ഇലക്ട്രിക് വയറിങ്ങിന്റെ ഭാഗമായ കോശങ്ങളായി വളരാൻ പാടില്ല. ഇത്തരത്തിൽ പ്രത്യേക ദൗത്യം മുൻനിർത്തി മാത്രം സ്റ്റെം സെല്ലിനെ വളർത്തിയെടുക്കുന്ന വിദ്യ ഇപ്പോൾ നമ്മുടെ പക്കലില്ല. ഒരു കാലത്ത് അത് കണ്ടെത്തിയേക്കും.

ഈ രംഗത്ത് ഗവേഷണം നടത്തുന്ന ഹാർവാർഡ് യൂണിവേഴ്സിറ്റിയിലെ ഒരു പ്രൊഫസർ ഒരിക്കൽ തമാശയായി പറഞ്ഞു: ഞാൻ വളർത്തിയെടുക്കുന്ന കോശം ഗ്വാണ്ടനാമോയിലോ സ്റ്റോക്ക്ഹോമിലോ ചെന്നെത്തുക എന്നറിയില്ല!

കൊടുംകുറ്റവാളികളെ പാർപ്പിക്കുന്ന ക്യൂബൻ ദ്വീപാണ് ഗ്വാണ്ടനാമോ. നൊബേൽ സമ്മാനസമിതിയുടെ കേന്ദ്രമാണല്ലോ സ്വീഡന്റെ തല

മുംബൈയിലെ ഹാഫ്കിൻ ഇൻസ്റ്റിറ്റ്യൂട്ട്

സ്ഥാനമായ സ്റ്റോക്ക്ഹോം.

കോശങ്ങളുടെ കാര്യത്തിലുള്ള പ്രവചനാതീതമായ ഈ സ്വഭാവം സ്ഥാപനങ്ങളുടെ കാര്യത്തിലും സംഭവിക്കുന്നു.

ലോകത്ത് ആദ്യമായി പ്ലേഗിന്റെ വാക്സിൻ നിർമ്മിച്ചത് ഇന്ത്യയിൽ ബോംബെയിലെ ഹാഫ്കിൻ ഇൻസ്റ്റിറ്റ്യൂട്ടിൽ ആയിരുന്നു. 19-ാം നൂറ്റാണ്ടിലാണിത്. രണ്ടു നൂറ്റാണ്ട് പിന്നിടുമ്പോൾ ഇന്ത്യയിലെ വൈദ്യ ശാസ്ത്ര ഗവേഷണത്തിന്റെ സ്ഥിതി എന്താണ്.? കോവിഡ് മഹാമാരി നമ്മെ മുൾമുനയിലാക്കി മാസങ്ങൾ പിന്നിടുമ്പോഴും വിദേശത്തെവിടെ യെങ്കിലും വാക്സിൻ വികസിപ്പിക്കുമെന്നും അത് നമ്മെ രക്ഷിക്കുമെന്നും പ്രതീക്ഷിച്ചിരിക്കുന്നു! രണ്ടായിരാമാണ്ടിന്റെ തുടക്കത്തിൽ സൂററ്റിൽ പ്ലേഗ് പടർന്ന് കൂട്ടമരണം വിതച്ചപ്പോൾ ഇന്ത്യ അമേരിക്കയുടെ സഹായം തേടി. വൈദ്യശാസ്ത്ര ഗവേഷണരംഗത്ത് 120 കൊല്ലം മുമ്പ് ഇന്ത്യയ്ക്ക് ഉണ്ടായിരുന്ന അഭിമാനകരമായ മുന്നേറ്റം പിന്നീട് എങ്ങനെ കൈമോശം വന്ന് പരിതാപകരമായി? അതറിയാൻ ആദ്യമായി ഇന്ത്യയിലെ ആധുനിക വൈദ്യശാസ്ത്രത്തിന്റെ വളർച്ചയുടെ ചരിത്രം ഒന്നു നോക്കാം.

മേൽ പറഞ്ഞ സ്ഥിതിഗതികൾ നമ്മെ വളരെ നിരാശപ്പെടുത്തുന്നതും നിരുത്സാഹപ്പെടുത്തുന്നതും സ്വാഭാവികമാണ്. 120 വർഷങ്ങൾക്കുമുമ്പ് പ്ലേഗ് വാക്സിൻ ലോകത്ത് ആദ്യമായി വികസിപ്പിച്ച ഇന്ത്യ പോളിയോ ഉൾപ്പെടെ വൻതോതിൽ വാക്സിൻ ഇറക്കുമതി ചെയ്യുന്നതും വാക്സിൻ ഗവേഷണത്തിൽ മറ്റു രാജ്യങ്ങളെ ആശ്രയിക്കുന്നതും നാം എത്രയോ വർഷങ്ങളായി കാണുന്നു. ലോകാരോഗ്യ സംഘടനയുടെയും ഗേറ്റ്സ് ഫൗണ്ടേഷന്റെയും സഹായം തേടുന്നതും സാധാരണമാണ്. ഈ ഗവേഷണ നിർമ്മാണക്ഷാമത്തിന് എന്നാണ് ഒരറുതി വരിക?

പൂനയിലെ സിറം ഇൻസ്റ്റിറ്റ്യൂട്ടിൽ വാക്സിൻ നിർമ്മിക്കുന്നു

പൂനയിലെ സിറം ഇൻസ്റ്റിറ്റ്യൂട്ട് ലോകത്തിലെ ഏറ്റവും വലിയ വാക്സിൻ നിർമ്മാണ കേന്ദ്രമായി ഖ്യാതി നേടിയിരിക്കുന്നു. ബ്രിട്ടനിൽ വികസിപ്പിച്ച ഒരു വാക്സിൻ കോവിഷീൽഡ് എന്ന പേരിൽ അവർ വ്യാവസായിക അടിസ്ഥാനത്തിൽ നിർമ്മിച്ച് നല്കുന്നു. അതുപോലെ ഗവൺമെന്റ് സഹായത്തോടെ വികസിപ്പിച്ച മറ്റൊരു വാക്സിൻ - (കോവാക്സിൻ) ഭാരത് ബയോടെക് എന്ന കമ്പനി നിർമ്മിക്കുന്നു. ഈ രണ്ടു വാക്സിനുകളും ഇന്ത്യയ്ക്ക് മാത്രമല്ല മറ്റു വികസ്വര രാജ്യങ്ങൾക്കും ലഭ്യമാക്കുന്നു. ഇത് ഒരു വലിയ അഭിമാനകരമായ നേട്ടം തന്നെയാണ്. കോവിഡ് നിയന്ത്രണത്തിൽ ഇന്ത്യ കാട്ടിയ നിശ്ചയദാർഢ്യവും ആസൂത്രണ ശേഷിയും വാക്സിൻ നിർമ്മാണത്തിൽ സ്വകാര്യ വ്യവസായങ്ങൾക്ക് നല്കിയ നിർണ്ണായകമായ പങ്കും ശ്ലാഘനീയമാണ്.

ആദ്യ മെഡിക്കൽ കോളേജും മോഡേൺ മെഡിസിൻ പഠനവും

ഇന്ത്യയിൽ ആദ്യമായി കൽക്കട്ടയിൽ മെഡിക്കൽ കോളേജ് തുടങ്ങുന്നതിന് പിന്നിൽ കൗതുകകരമായ പശ്ചാത്തലമുണ്ട്. ബ്രിട്ടീഷ് സൈനികരെയും അവരുടെ കുടുംബത്തെയും ചികിത്സിക്കാൻ തക്കവണ്ണം ബ്രിട്ടീഷ് ഡോക്ടർമാർ അക്കാലത്ത് ഇവിടെ ഇല്ല. അതിനാൽ ബ്രിട്ടീഷ് ഡോക്ടർമാരുടെ സഹായികളായി തദ്ദേശീയരെ പരിശീലിപ്പിച്ചെടുക്കാൻ സർക്കാർ തീരുമാനിച്ചു. ഇതിനായി കൽക്കട്ടയിൽ തുടങ്ങിയ സ്ഥാപനമാണ് നേറ്റീവ് മെഡിക്കൽ സ്കൂൾ. 1826 ൽ ഒരു മൂന്നുവർഷ കോഴ്സ് തുടങ്ങി. അനാട്ടമി, കെമിസ്ട്രി, ബോട്ടണി എന്നിവയായിരുന്നു ആദ്യ വർഷത്തെ പാഠ്യവിഷയങ്ങൾ. ബ്രിട്ടണിലെ മെഡിസിൻ പാഠപുസ്തക

ങ്ങൾ പരിഭാഷപ്പെടുത്തിയാണ് ഇത് പഠിപ്പിച്ചത്. അടുത്ത രണ്ടുവർഷം ആശുപത്രികളിൽ ക്ലിനിക്കൽ വിഷയങ്ങൾ പഠിപ്പിച്ചു. അന്ന് ജഡം കീറിമുറിച്ച് പഠിപ്പിച്ചിരുന്നില്ല. എന്നാൽ ആശുപത്രികളിലെ പോസ്റ്റ്മോർട്ടത്തിന് വിദ്യാർത്ഥികൾ വരണമായിരുന്നു. രസകരമായ കാര്യം ഹിന്ദു വിദ്യാർത്ഥികൾ സംസ്കൃത കോളേജിലും മുസ്ലിം വിദ്യാർത്ഥികൾ മദ്രസ്സകളിലുമാണ് പഠിച്ചിരുന്നത്. സംസ്കൃത കോളേജിൽ ചരകന്റെയും സുശ്രുതന്റെയും കൃതികളിൽനിന്നുള്ള ഭാഗങ്ങൾ പ്രധാനമായി അഭ്യസിച്ചു. മുസ്ലിം വിദ്യാർത്ഥികളാകട്ടെ യുനാനി ചികിത്സ വിഭാഗത്തിൽനിന്നുള്ള പുസ്തകങ്ങളും. പേർഷ്യൻ വൈദ്യശാസ്ത്ര ആചാര്യൻ അവിസെന്നയുടെയും മറ്റും കൃതികൾ ഹിന്ദുസ്ഥാനിയിലാണ് മുസ്ലിം വിദ്യാർത്ഥികളെ പഠിപ്പിച്ചിരുന്നത്. അന്ന് ബംഗാളിൽ മുസ്ലിം ജനസംഖ്യ മുന്നിലാണ്. ബംഗാൾ വിഭജനം നടന്നിട്ടില്ല.

ഇരട്ട വൈദ്യപഠന സമ്പ്രദായത്തെ ബ്രഹ്മസമാജ സ്ഥാപകൻ രാജാറാം മോഹൻറായിയുടെ നേതൃത്വത്തിൽ പരിഷ്കരണവാദികൾ ശക്തമായി എതിർത്തു. നിരവധി ബ്രിട്ടീഷ് ഡോക്ടർമാരും വിദ്യാഭ്യാസവിചക്ഷണരും ഇതേ നിലപാടിനൊപ്പം ചേർന്നു. ബ്രിട്ടനിലെ വൈദ്യശാസ്ത്രപഠനരീതി തന്നെ ഇവിടെയും വേണമെന്ന് അവർ ആവശ്യപ്പെട്ടു. അന്നത്തെ ബംഗാൾ ഗവണർ ജനറൽ ലോർഡ് വില്യം ബന്റിക്കിന്റെ നേതൃത്വത്തിലുള്ള ഭരണകൗൺസിലും ബ്രിട്ടീഷ് രീതി വേണമെന്ന് അഭിപ്രായപ്പെട്ടു. എന്നാൽ വ്യാപകമായ എതിർപ്പും പ്രക്ഷോഭസാദ്ധ്യതയും അവരെ ആശങ്കപ്പെടുത്താതിരുന്നില്ല. ഒന്നുരണ്ടുവർഷം കൂടി പഴയപടി തുടർന്നെങ്കിലും ഒടുവിൽ അത് ഉപേക്ഷിച്ച് ബ്രിട്ടീഷ് വൈദ്യശാസ്ത്ര പഠനരീതി സ്വീകരിച്ചു. ഈ സമ്പ്രദായത്തിലേക്ക് ആദ്യം എത്തിയത് ബ്രാഹ്മണ വിദ്യാർത്ഥിയായ മധുസൂദൻ ഗുപ്ത ആയിരുന്നു. 1835 ഫെബ്രുവരി 20 ന് അഡ്മിഷൻ നേടിയ ഗുപ്ത ഇന്ത്യയിലെ ഇംഗ്ലീഷ് വൈദ്യശാസ്ത്രപഠനത്തിൽ ഒരു ചരിത്രം തന്നെ സൃഷ്ടിച്ചു. ജഡത്തെപ്പറ്റി അന്ധവിശ്വാസങ്ങൾ നിറഞ്ഞ കാലമായിരുന്നല്ലോ. അതിനാൽ ജഡം വൈദ്യശാസ്ത്രപഠനത്തിനായി വിട്ടുകിട്ടാൻ വളരെ പ്രയാസമായിരുന്നു. അതിനപ്പുറം ജഡം കീറിമുറിക്കുന്നത് മഹാപാപമായി ഉറച്ചു വിശ്വസിക്കുന്ന സമൂഹം. എന്നാൽ മധുസൂദൻ ഗുപ്തയുടെ വരവ് ഇതിന് അപ്പാടെ അറുതി വരുത്തി. ജഡത്തെപ്പറ്റി നിലനിന്നിരുന്ന അന്ധവിശ്വാസങ്ങൾക്ക് നേരെ കത്തിയെടുത്ത ഈ വിദ്യാർത്ഥി ഹീറോയുടെ പരിവേഷം തേടി. സമൂഹമാകട്ടെ, ബ്രിട്ടീഷ് വൈദ്യപഠന സമ്പ്രദായം സ്വീകരിക്കുന്ന പ്രവണതയാണ് പിന്നീട് കാണാനായത്. കൽക്കട്ടയിൽ ആദ്യത്തെ രണ്ടു വർഷത്തിനിടെ 500 ജഡം വിദ്യാർത്ഥികൾ പഠനവിധേയമാക്കി. അങ്ങനെ അനാട്ടമിപഠനം സാധാരണ കാര്യം മാത്രമായി. ഗുപ്ത അടങ്ങുന്ന ആദ്യ ബാച്ച് മെഡിക്കൽ വിദ്യാർത്ഥികൾ 1838 ഒക്ടോബർ 30 ന് ബിരുദം നേ

ടി പുറത്തുവന്നു. അവർക്ക് അന്ന് അമ്പരപ്പിക്കുന്ന ശമ്പളമാണ് ബ്രിട്ടീഷ് സർക്കാർ വാഗ്ദാനം ചെയ്തത്- മാസം 100 രൂപ!

ആശുപത്രി സേവനങ്ങൾ

ഇന്ത്യയിലേക്ക് യൂറോപ്പിന്റെ മരുന്നും ചികിത്സയും എത്തിച്ചേരുന്നത് കോളനിശക്തികളുടെ കീഴടക്കലിന്റെ ഭാഗമായാണ്. ഗോവയിൽ പ്രവിശ്യ സ്ഥാപിച്ച പോർച്ചുഗീസുകാർ 1591 ൽ അവിടെ ആശുപത്രി തുടങ്ങി. ജസ്യൂട്ടുകളായിരുന്നു നടത്തിപ്പുകാർ. പോർച്ചുഗീസ് സേനയ്ക്കുവേണ്ടി മാത്രമുള്ളതായിരുന്നു ആശുപത്രിയെങ്കിലും വ്യാപകമായ പ്രശംസ നേടി. ഇതിന് പിന്നാലെയാണ് 1701 ൽ ഫ്രഞ്ചുകാർ പോണ്ടിച്ചേരിയിൽ ആശുപത്രി തുടങ്ങുന്നത്. ഗവർണർ ഡ്യൂപ്ളക്സിന് ഫിസ്റ്റുല ശസ്ത്രക്രിയയും ഇവിടെ നടത്തി. എന്നാൽ ഇതൊന്നും ഇന്ത്യയിലെ ആരോഗ്യക്ഷേമരംഗത്ത് ഒരു മാറ്റവും വരുത്തിയില്ല. കാരണം യൂറോപ്യന്മാർ യൂറോപ്യന്മാർക്കുവേണ്ടി തുടങ്ങിയതായിരുന്നല്ലോ ഈ ആശുപത്രികളെല്ലാം. അതിനാൽത്തന്നെ ഈ സേവനത്തെ ആരും ഓർക്കാതിരിക്കുന്നതിൽ അത്ഭുതമില്ല.

അതേസമയം ബ്രിട്ടീഷുകാർക്ക് വ്യത്യസ്തമായ സമീപനവും പദ്ധതികളുമായിരുന്നു. ബ്രിട്ടീഷ് സേനയ്ക്ക് വേണ്ടി മാത്രമല്ല ഇന്നാട്ടുകാർക്കുവേണ്ടിയും ആശുപത്രിസേവനങ്ങൾ തുറന്നുകൊടുത്തു. 18,19 നൂറ്റാണ്ടുകളിൽ മദ്രാസിലും ബോംബെയിലും ബംഗാളിലുമായി തദ്ദേശീയരായ സാധുക്കൾക്കുവേണ്ടി ആശുപത്രികൾ പ്രവർത്തനം ആരംഭിച്ചു. ഇക്കാര്യത്തിൽ പൊതുസംഭാവനകളുടെ വലിയ പിന്തുണയും ലഭിച്ചു. ജസ്റ്റിസ് മിറ്റ്ഫോർഡ് ഒന്നേമുക്കാൽ ലക്ഷം രൂപയാണ് ഡാക്കയിൽ ആശുപത്രി തുടങ്ങുന്നതിന് സംഭാവന നല്കിയത്.

ബ്രിട്ടീഷ് പ്രസിഡൻസിയുടെ ഭാഗമായ ഇന്ത്യൻ നഗരപ്രാന്തങ്ങളിൽ തന്നെ മികച്ച ആശുപത്രികൾ ഉയർന്നു. ഇംഗ്ലണ്ടിൽനിന്നുള്ള സർജന്മാർ ഇന്ത്യയിൽ സേവനം നടത്തിയതിന്റെ ധാരാളം റിപ്പോർട്ടുകൾ ഉണ്ട്. ഇതിലെ കൗതുകകരമായ ഒരു കാര്യം സ്കോട്ടിഷ് സർജനായ ലിസ്റ്റർ കണ്ടുപിടിച്ച ആന്റിസെപ്റ്റിക് സർജറിയുടെ മേന്മയെപ്പറ്റി സംശയം പ്രകടിപ്പിക്കുന്ന ഇംഗ്ലീഷ് സർജന്മാരെക്കുറിച്ചുള്ള പരാമർശങ്ങളാണ്.

ആരോഗ്യരംഗത്തിന്റെ ആവശ്യകതയ്ക്കനുസരിച്ച് ആശുപത്രി സേവനങ്ങൾ വളർന്നതിനൊപ്പം ഫിസിഷ്യന്മാരെ പരിശീലിപ്പിച്ചെടുക്കുന്നതിലും ആശുപത്രികൾ ഒഴിവാക്കാനാകാത്ത പങ്കുവഹിച്ചു.

ഇന്ത്യൻ നഗരങ്ങളിലെ, പ്രത്യേകിച്ച് തീർത്ഥാടക കേന്ദ്രങ്ങളിലെ വൃത്തിഹീനമായ അവസ്ഥ നാം പ്രത്യേകം ശ്രദ്ധിക്കണം. പൊതുകുളങ്ങളുടെ ഒരുവശത്ത് കുടിക്കാനുള്ള വെള്ളം എന്നും മറുവശത്ത് അലക്കാനുള്ള വെള്ളമെന്നും ബോർഡുവച്ചിരുന്നത് സാധാരണമായിരുന്നു!

നഴ്സുമാരുടെ കഥ

ഇന്ത്യയ്ക്ക് വനിതാനഴ്സുമാരെ സംഭാവന ചെയ്ത് മഹത്തായ ഒരു പാരമ്പര്യത്തിന് തുടക്കംകുറിച്ചത് ബ്രിട്ടീഷുകാരായിരുന്നു. മദ്രാസിലെ ആശുപത്രികളിൽ രോഗീപരിചരണത്തിനായി ബന്ധുക്കളെ ആശ്രയിച്ചപ്പോഴുള്ള ഭീതിജനകമായ അവസ്ഥ നമുക്ക് മറക്കാനാവില്ല. രോഗിക്ക് ജന്നിയോ മറ്റോ വരുമ്പോൾ ഭയന്നോടുന്നതായിരുന്നു പരിചാരകരുടെ രീതി. ഈ ദാരുണാവസ്ഥയിൽനിന്നും മോചനം നല്കിയത് ഡോ. ചിപ്പർ ഫീൽഡ് ആയിരുന്നു. തദ്ദേശീയ നഴ്സുമാരെ സൃഷ്ടിക്കാൻ അദ്ദേഹം ബ്രിട്ടനിൽനിന്നും വിദഗ്ദ്ധ നഴ്സിനെ വരുത്തി പരിശീലനം നല്കി. ഇതിലേക്ക് 12 വിദ്യാർത്ഥികളെ തെരഞ്ഞെടുത്ത് 2 വർഷം പരിശീലനം നല്കി. ആംഗ്ലോ ഇന്ത്യൻ, ക്രിസ്ത്യൻ വിഭാഗത്തിൽപ്പെട്ട പെൺകുട്ടികളായിരുന്നു ആദ്യകാലത്ത് നഴ്സിങ് പരിശീലനത്തിന് സന്നദ്ധരായി മുന്നോട്ടുവന്നത്. പിന്നീട് എല്ലാ ജനവിഭാഗങ്ങളും അതിന് തയ്യാറായി. 1874 നും 1894 നും ഇടയിൽ മദ്രാസ് ജനറൽ ആശുപത്രിയിൽനിന്നും 259 നഴ്സുമാർ പരിശീലനം പൂർത്തിയാക്കി. ഇത് ഇന്ത്യയുടെ മറ്റ് പ്രദേശങ്ങളിലെ ആശുപത്രികളിലും മാതൃകയായി.

ബ്രിട്ടീഷ് സൈനികർക്കും ഓഫീസർമാർക്കും അവരുടെ കുടുംബത്തിനുമായി ബ്രിട്ടീഷ് സർക്കാർ ഇവിടെ തുടങ്ങിയ ആശുപത്രികൾ ഇന്ത്യയിലെ ജനങ്ങൾക്ക് നല്കിയ ഏറ്റവും മൂല്യമേറിയതും ആദരണീയവുമായ സംഭാവനയായി ഇക്കാര്യം രേഖപ്പെടുത്താം. രാജ്യമൊട്ടാകെ ആശുപത്രികൾ വളരുകയും സ്വകാര്യമേഖല ഇക്കാര്യത്തിൽ കൂടുതൽ പങ്കാളികളാവുകയും ചെയ്തു. പില്ക്കാലത്ത് തെരഞ്ഞെടുക്കപ്പെട്ട ഓരോ സർക്കാരിന്റെയും മുഖ്യ പരിഗണനകളിൽ ഒന്ന് ആശുപത്രി സേവന മേഖലയുമായി.

വൈദ്യശാസ്ത്ര ഗവേഷണം

1910 ആകുമ്പോഴേക്കും ബ്രിട്ടീഷുകാർ ഇന്ത്യയിൽ മെഡിക്കൽ ഗവേഷണ സ്ഥാപനങ്ങൾ തുടങ്ങി. ബോംബെയിലെ ഹാഫ്കിൻ ഇൻസ്റ്റിറ്റ്യൂട്ട്, കൽക്കട്ടയിലെ സ്കൂൾ ഓഫ് ട്രോപ്പിക്കൽ മെഡിസിൻ തുടങ്ങിയ 12 സുപ്രധാന സ്ഥാപനങ്ങൾ എടുത്ത് പറയാം. പ്രദേശത്തെ രോഗങ്ങളെക്കുറിച്ച് പഠിക്കുക, മരു

സർ വാൾഡിമർ ഹാഫ്കിൻ

ന്ന് വികസിപ്പിക്കുക, ടൈഫോയിഡ് വാക്സിൻ വികസിപ്പിക്കുക തുടങ്ങിയവയായിരുന്നു ലക്ഷ്യം. തിരുവനന്തപുരത്തെ പബ്ലിക് ഹെൽത്ത് ലാബിലും അന്ന് വാക്സിൻ വികസിപ്പിച്ചിരുന്നു. അന്ന് ദേശീയതലത്തിൽ ഒരു സ്ഥാപനം രാജ്യത്തിനൊട്ടാകെ മരുന്ന് വികസിപ്പിക്കുകയല്ല, പ്രാദേശിക തലത്തിൽത്തന്നെ വികസിപ്പിക്കുകയായിരുന്നു.

ഹാഫ്കിൻ ഇൻസ്റ്റിറ്റ്യൂട്ടിന്റെ കഥ അതിനേക്കാൾ ആവേശകരമാണ്. റഷ്യൻ ജൂതനായിരുന്നു സർ വാൾഡിമർ ഹാഫ്കിൻ (1860–1930). പഴയ സോവിയറ്റ് യൂണിയന്റെ ഭാഗമായിരുന്ന ഉക്രെയിനിലാണ് ജനിച്ചത്. ജൂത വിദ്യാർത്ഥികൾക്ക് നേരെ നടന്ന ആക്രമണങ്ങൾക്കെതിരെ പോരാടിയ ആക്റ്റിവിസ്റ്റിന്റെ പരിവേഷവും ഹാഫ്കിന് ഉണ്ട്. അക്കാലത്ത് പൊലീസ് കേസിൽ അകപ്പെട്ട ഇദ്ദേഹത്തെ ബാക്ടീരിയോളജിസ്റ്റായ മെച്നിക്കോവ് രക്ഷപ്പെടുത്തി. പാരീസിലെ പാസ്ചർ ഇൻസ്റ്റിറ്റ്യൂട്ടിൽ ഗവേഷകനായിരുന്നു അദ്ദേഹം. യൂറോപ്പിന്റെ ശാസ്ത്രതലസ്ഥാനം എന്ന പദവി അന്ന് പാസ്ചർ ഇൻസ്റ്റിറ്റ്യൂട്ടിനുണ്ടായിരുന്നു. ഹാഫ്കിനേയും അദ്ദേഹം അവിടേക്ക് കൊണ്ടുവന്നു. അങ്ങനെ പാസ്ചർ ഇൻസ്റ്റിറ്റ്യൂട്ടിൽ ഗവേഷകനായിരിക്കുമ്പോഴാണ് ഹാഫ്കിൻ, കോളറ വാക്സിൻ വികസിപ്പിക്കുന്നത്. വികസിപ്പിച്ച വാക്സിൻ ഫലപ്രദമോ എന്ന സംശയം മെച്നികോവിന് ഉണ്ടായിരുന്നു. ഹാഫ്കിൻ കോളറ ബാക്ടീരിയ വളർത്തിയ ലായനി അദ്ദേഹം കുടിച്ച് സ്വയം പരീക്ഷിച്ചു. ചെറിയ വയറിളക്കം ഉണ്ടായതല്ലാതെ മറ്റൊന്നും സംഭവിച്ചില്ല. എന്നാൽ അപ്പോഴും വാക്സിൻ സുരക്ഷിതമോ എന്ന ചോദ്യം ഉണ്ടായിരുന്നു. ഒടുവിൽ ഹാഫ്കിൻ സ്വയം കുത്തിവച്ചു സുരക്ഷിതത്വം തെളിയിച്ചു. അക്കാലത്ത് ഇന്ത്യയിൽ വ്യാപകമായി കോളറ പടർന്നിരുന്നു. ഇന്ത്യയിൽ പോയി വാക്സിൻ പരീക്ഷിക്കാൻ (ക്ലിനിക്കൽ ട്രയൽ) അനുമതി നല്കണമെന്ന് ഹാഫ്കിൻ പലതവണ ആവശ്യപ്പെട്ടെങ്കിലും അനുമതി കിട്ടിയില്ല. അന്ന് ഇന്ത്യയിലെ ബ്രിട്ടീഷ് ഡോക്ടർമാർ റഷ്യയ്ക്കും ജൂതന്മാർക്കും എതിരായിരുന്നു. ഹാഫ്കിന്റെ തിയറി ശരിയല്ലെന്നായിരുന്നു ഇവരുടെ പക്ഷം. എന്നാൽ ബ്രിട്ടീഷ് സർക്കാരിന് കോളറ മരണത്തിന് മുന്നിൽ നോക്കി നില്ക്കാനാകുമായിരുന്നില്ല. അവർ ഹാഫ്കിന് വാക്സിൻ പരീക്ഷിക്കാൻ അനുമതി നല്കി. അങ്ങനെ കൽക്കട്ടയിലെത്തിയ അദ്ദേഹം വാക്സിൻ പ്രയോഗിച്ച് കോളറയെ പ്രതിരോധിച്ചത് ദേശവ്യാപകമായ ശ്രദ്ധനേടി.

ഈ സമയത്താണ് ബോംബെയിൽ പ്ലേഗ് പടരുന്നത്. അക്കാലത്ത് പ്ലേഗ് വാക്സിൻ കണ്ടെത്തിയിട്ടില്ല, 'എന്നെ ബോംബെയിലേക്ക് അയക്കൂ. ഞാൻ അതിന് വാക്സിൻ കണ്ടെത്താം' എന്ന് ധൈര്യപൂർവ്വം ഹാഫ്കിൻ വെല്ലുവിളിച്ചു. നേരത്തെതന്നെ പ്ലേഗിന്റെ ഓർഗാനിസം, യർസിൻ (Yersin) എന്ന ശാസ്ത്രജ്ഞൻ കണ്ടെത്തിയിരുന്നു. പക്ഷേ, ചികിത്സയോ

പ്രതിരോധമോ, ഇല്ല. പ്ലേഗിന്റെ മരണനിരക്ക് കണ്ടുഭയന്ന ബോംബെ ഗവർണർ, ഹാഫ്കിന് അനുമതി നല്കി. ജെ ജെ ആശുപത്രിയിലെ ഒരു കൊച്ചുമുറിയും മൂന്ന് സഹായികളെയും വിട്ടുനല്കി. അതായിരുന്നു പ്ലേഗ് റിസർച്ച് ലാബിന്റെ തുടക്കം. ബോംബെയിലെത്തി രാപകലില്ലാതെ ജോലി തുടങ്ങിയ ഹാഫ്കിന് മുന്നിൽ അസിസ്റ്റന്റുമാർ തളർന്നു. 20 മണിക്കൂർവരെ ജോലി ചെയ്യുമായിരുന്നു അദ്ദേഹം. അങ്ങനെ രണ്ട് അസിസ്റ്റന്റുമാർ മാനസികമായി കടുത്ത സമ്മർദ്ദത്തിലായി. അതെന്തായാലും ഹാഫ്കിൻ ദൗത്യത്തിൽ നിന്നും ഒട്ടും പിന്നോട്ടു പോയില്ല. മൂന്നു മാസത്തിനുള്ളിൽ വാക്സിൻ കണ്ടെത്തി, സ്വന്തം ശരീരത്തിൽ തന്നെ ആദ്യ പരീക്ഷണം നടത്തി. തുടർന്ന് എണ്ണായിരത്തോളംപേർക്ക് പ്ലേഗ് വാക്സിൻ കുത്തിവച്ച് ജീവൻ രക്ഷിച്ചു.

ബോംബെയിൽ പ്ലേഗ് നിയന്ത്രണ വിധേയമായപ്പോഴാണ് പഞ്ചാബിൽ രോഗം പടരുന്നത്. തുടർന്ന് ഹാഫ്കിനെ അങ്ങോട്ടയച്ചു. അവിടെ വാക്സിനേഷൻ നടത്തുന്നതിനിടെ ഒരാൾ ടെറ്റനസ് വന്നു മരിച്ചു. ഹാഫ്കിന്റെ എതിരാളികളായ ബ്രിട്ടീഷുകാർക്ക് വീണുകിട്ടിയ അവസരമായിരുന്നു ഇത്. അവരുടെ കുപ്രചരണത്തിൽ മനംനൊന്ത ഹാഫ്കിൻ ഇന്ത്യവിട്ട് സ്വിറ്റ്സർലന്റിലേക്ക് പോയി. അവിടെ കഴിയുന്ന വേളയിൽ

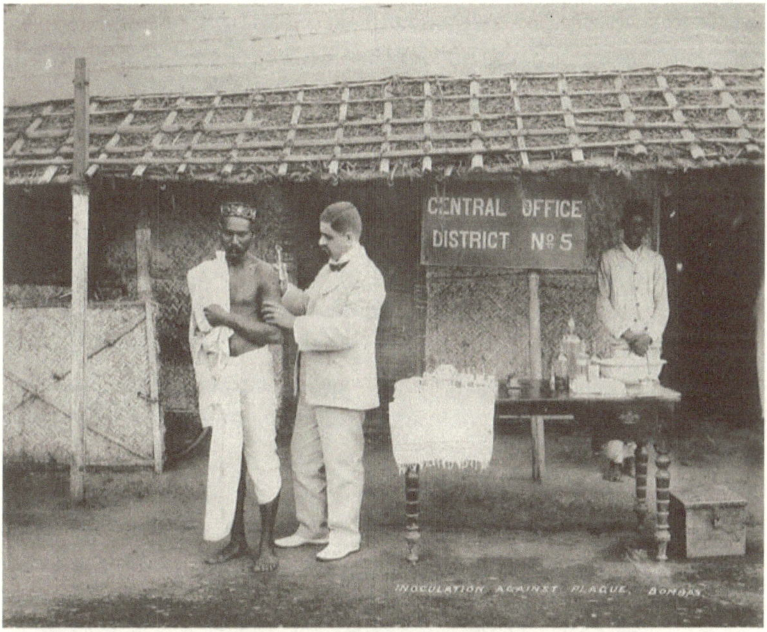

ബോംബെയിൽ പ്ലേഗിനെതിരെയുള്ള കുത്തിവയ്പ്പ്

ഇന്ത്യയിൽ ടെറ്റനസ് മരണത്തിന്റെ പേരിൽ അദ്ദേഹത്തിനെതിരെ അന്വേഷണം തുടങ്ങിയിരുന്നു. രണ്ട് വർഷം നീണ്ട അന്വേഷണത്തിനൊടുവിൽ ഹാഫ്കിൻ കുറ്റക്കാരനല്ലെന്ന് കണ്ടെത്തി. വാക്സിൻ കുത്തിവച്ച ടെക്നീഷ്യന്മാരുടെ പിഴവാണ് മരണത്തിനിടയാക്കിയത്. വാക്സിന്റെ കുപ്പി തുറന്നപ്പോൾ നിലത്തുവീണ അടപ്പ് വീണ്ടുമെടുത്ത് അടച്ചു. ഈ കുപ്പിയിൽനിന്ന് മരുന്ന് കുത്തിവച്ചത് ടെറ്റനസിന് കാരണമായി. താൻ കുറ്റക്കാരനല്ലെന്ന് വ്യക്തമായിട്ടും ഹാഫ്കിൻ ഇന്ത്യയിലേക്ക് മടങ്ങിയില്ല. സ്വിറ്റ്സർലന്റിലായിരുന്നു അന്ത്യം. അതിനുമുമ്പ് തന്നെ ഹാഫ്കിന്റെ പേര് ബോംബെയിലെ ഇൻസ്റ്റിറ്റ്യൂട്ടിന് നല്കിയിരുന്നു. എത്ര ആവേശോജ്ജ്വല മുന്നേറ്റമാണ് നൂറ്റാണ്ടുമുമ്പ് ഇന്ത്യയിലെ വൈദ്യശാസ്ത്രഗവേഷണ രംഗത്ത് നടന്നതെന്ന് അഭിമാനത്തോടെ ഓർക്കാം. 19-ാം നൂറ്റാണ്ടിൽ ലോകപ്രശസ്തമായിരുന്നു ഹാഫ്കിൻ ഇൻസ്റ്റിറ്റ്യൂട്ടും സ്കൂൾ ഓഫ് ട്രോപ്പിക്കൽ മെഡിസിനും. ഇന്ന് രണ്ട് സ്ഥാപനങ്ങളും അസ്ഥിപഞ്ജരമായി. എങ്കിലും ഇക്കഥ ഓർക്കുന്നത് ഒരു ചരിത്രനീതിയാണ്.

സ്കൂൾ ഓഫ് ട്രോപ്പിക്കൽ മെഡിസിൻ

ട്രോപ്പിക്കൽ മെഡിസിൻ സ്ഥാപിക്കാൻ ഏറ്റവും അധികം പരിശ്രമിച്ചത് ബ്രിട്ടീഷുകാരനായ സൈനിക ഡോക്ടർ കേണൽ റോജേഴ്സ് ആയിരുന്നു. അദ്ദേഹം ബ്രിട്ടീഷ് സർക്കാരുമായി നീണ്ട പോരാട്ടം നടത്തിയതിനെത്തുടർന്നാണ് സ്ഥാപനം കൽക്കട്ടയിൽ ആരംഭിക്കുന്നത്.

അക്കാലത്ത് ട്രോപ്പിക്കൽ മെഡിസിൻ പഠിക്കാൻ ഇന്ത്യക്കാരെ തെരഞ്ഞെടുത്ത് അയച്ചിരുന്നത് ലിവർപൂളിലേക്കായിരുന്നു. അവിടത്തെ സ്കൂൾ ഒഫ് ട്രോപ്പിക്കൽ മെഡിസിൻ ഇന്നും ഉണ്ട്. ട്രോപ്പിക്കൽ രോഗങ്ങളെല്ലാം ഇന്ത്യയിലും പഠനം ഇംഗ്ലണ്ടിലും എന്നതാണ്. വിരോധാഭാസം. ഇതിനെതിരെ കേണൽ റോജേഴ്സ് നടത്തിയ ശക്തമായ ആശയസമരത്തിന്റെ ഫലമായാണ് ഇൻസ്റ്റിറ്റ്യൂട്ട് പിറക്കുന്നത്. ന്യൂയോർക്കിലെ റോക്ക് ഫെല്ലർ ഇൻസ്റ്റിറ്റ്യൂട്ട് മാതൃകയിൽ കൽക്കട്ടയിൽ സ്ഥാപനം തുടങ്ങണമെന്നതായിരുന്നു അദ്ദേഹത്തിന്റെ ആവശ്യം. സ്ഥാപനം ആരംഭിക്കാൻ പണമില്ലെന്ന് സർക്കാർ പറഞ്ഞപ്പോൾ ഡൽഹിയിൽ പോയി സ്വാധീനിച്ച ആളുമായിരുന്നു റോജേഴ്സ്. അങ്ങനെ ഒട്ടേറെ ത്യാഗങ്ങൾക്ക് ശേഷം തുടങ്ങിയ സ്ഥാപനത്തിൽ ഔഷധച്ചെടികളെക്കുറിച്ച് പഠിക്കാൻ നിയോഗിച്ചത് രാംനാഥ് ചോപ്രയെ ആയിരുന്നു. ജമ്മു സ്വദേശിയായ അദ്ദേഹം ലണ്ടനിൽനിന്നും പിഎച്ച് ഡി നേടിയ ശേഷം മടങ്ങിവന്ന് കൽക്കട്ടയിലെ സ്കൂൾ ഓഫ് ട്രോപ്പിക്കൽ മെഡിസിനിൽ ചേർന്നു. ചെടികളിൽനിന്നും സത്ത വേർതിരിച്ചെടുക്കുന്നതായിരുന്നു അദ്ദേഹം ഗവേഷണം നടത്തിയ മേഖല. അന്ന് ഇന്ത്യയിൽ ഇതൊന്നും വികസിച്ചിട്ടില്ല. ഇ

ദ്ദേഹം പില്ക്കാലത്ത് ഇന്ത്യൻ ഫാർമക്കോളജിയുടെ പിതാവായി അറിയപ്പെട്ടു.

'കലാ അസാർ' എന്ന രോഗത്തിന് പ്രതിവിധി കണ്ടെത്തിയതും ഇതേ ഇൻസ്റ്റിറ്റ്യൂട്ടിലെ ബ്രഹ്മചാരി എന്ന ശാസ്ത്രജ്ഞനായിരുന്നു. ബീഹാറിലും ബംഗാളിലും വ്യാപകമായിരുന്നു ഈ രോഗം. ഇതിന് ചികിത്സിക്കാൻ യൂറിയ സ്റ്റിബമീൻ എന്ന മരുന്നാണ് ബ്രഹ്മചാരി കണ്ടെത്തിയത്. Sandfly വഴി പകരുന്ന ഈ രോഗത്തിനു കാരണം ലീഷ്മെൻ-ഡോണവൻ ബോഡി എന്ന പാരസൈറ്റാണ്. ഇതിലെ ഡോണവൻ മദ്രാസിൽ റോയപ്പേട്ട ആശുപത്രിയിൽ ജോലിചെയ്തിരുന്ന ഒരു അയർലന്റുകാരൻ ഡോക്ടറായിരുന്നു. സർക്കാരിന്റെ സാമ്പത്തിക പിന്തുണയോ സഹായമോ ഇല്ലാതെ സ്വയം സന്നദ്ധനായി ഗവേഷണം നടത്തുകയായിരുന്നു ഡോണവൻ.

കോളറ വാക്സിൻ വരുന്നതിന് മുമ്പ് കോളറയ്ക്ക് ചികിത്സാ മാർഗ്ഗം കണ്ടെത്തിയതും ഇതേ ഇൻസ്റ്റിറ്റ്യൂട്ടിലായിരുന്നു. അക്കാലത്ത് ഉപ്പുവെള്ളം കൊടുക്കുന്നതും അതുതന്നെ കുത്തിവയ്ക്കുന്നതുമായിരുന്നു ചികിത്സ. അതുകൊണ്ടൊന്നും രോഗശമനം വന്നില്ലെന്ന് മാത്രമല്ല രോഗികളിൽ 40 ശതമാനവും മരിക്കുകയും ചെയ്തു. ഈ സന്ദർഭത്തിൽ കേണൽ റോജേഴ്സ് ഒരു മാസത്തെ അവധിയെടുത്ത് ഇംഗ്ലണ്ടിൽ പോയി കേംബ്രിഡ്ജിലെ അദ്ദേഹത്തിന്റെ പ്രൊഫസറെ കണ്ടു. ശരീരത്തിൽനിന്നും ജലാംശവും മറ്റും നഷ്ടപ്പെട്ട് ഡീഹൈഡ്രേഷൻ സംഭവിക്കുമ്പോഴാണല്ലോ കോളറ രോഗം മാരകമാകുന്നത്. ഈ അവസ്ഥയിൽ ഹൈപ്പർടോണിക്ക് സലൈൻ കുത്തിവച്ചാൽ ശരീരത്തിലെ ജലാംശം നഷ്ടപ്പെടില്ലെന്ന് പ്രൊഫസർ ചൂണ്ടിക്കാട്ടി. മടങ്ങിവന്ന് ഈ രീതി പരീക്ഷിച്ച റോജേഴ്സിന് കോളറ മരണനിരക്ക് 25% കുറയ്ക്കാനായി. കോളറ വാക്സിൻ വന്നതോടെ ഈ ചികിത്സ അപ്രത്യക്ഷമായെങ്കിലും അന്നത്തെ നിലയിൽ ഇതൊരു പ്രധാന മുന്നേറ്റമായിരുന്നു.

ക്ഷയരോഗം ഇന്ത്യയിൽ തീരെ കുറവെന്നാണ് ബ്രിട്ടീഷുകാർ വിശ്വസിച്ചിരുന്നത്. എന്നാൽ അത് ശരിയല്ലെന്ന് ശാസ്ത്രീയമായി തെളിയിച്ചത് റോജേഴ്സ് ആയിരുന്നു. ശ്വാസകോശത്തെ രോഗം മാരകമായി കവർന്നതിന്റെ തെളിവ് ഓട്ടോപ്സിയിലൂടെ അദ്ദേഹം കാട്ടിക്കൊടുത്തു. ഇക്കാലത്ത് ഇതെല്ലാം നിസ്സാരകാര്യമായി തോന്നുമെങ്കിലും നൂറ്റാണ്ടു മുമ്പ് ക്ഷയരോഗം ശ്വാസകോശത്തെ മാരകമായി ബാധിക്കുന്നു എന്ന കണ്ടെത്തൽ പ്രധാനപ്പെട്ടതായിരുന്നു. ഈ അഭിമാനചരിത്രം ഇന്ന് എത്ര പേർ ഓർക്കുന്നു?

കൂനൂർ ന്യൂട്രീഷ്യൻ റിസർച്ച് ലാബ്

പോഷകാഹാരക്കുറവുമൂലം ഉണ്ടാകുന്ന രോഗങ്ങളെക്കുറിച്ച് പഠിക്കാൻ തുടങ്ങിയതാണ് ന്യൂട്രീഷ്യൻ റിസർച്ച് ഇൻസ്റ്റിറ്റ്യൂട്ട്. വൈറ്റമിൻ ബി 1 ന്റെ അഭാവമാണ് ബെറിബെറി രോഗത്തിന് കാരണമെന്ന് ഇൻസ്റ്റിറ്റ്യൂട്ട് കണ്ടെത്തി. വിറ്റാമിൻ ഇല്ലാത്തതുമൂലം സെൻസേഷൻ നഷ്ടപ്പെടുന്ന അവസ്ഥയാണ് രോഗം. കൂനൂരിലെ ന്യൂട്രീഷ്യൻ റിസർച്ച് ലാബറട്ടറി സ്ഥാപിക്കുന്നത് സർ റോബർട്ട് മക് കാരിസൺ ആയിരുന്നു. ഇന്ത്യൻ റിസർച്ച് ഫണ്ട് അസോസിയേഷൻ (ഐ ആർ എഫ് എ) പിന്തുണയോടെയായിരുന്നു ഇത്. ഇന്നത്തെ ഐ സി എം ആറിന്റെ തുടക്കമാണ് ഐ ആർ എഫ് എ. 1911 ലാണ് ഐ ആർ എഫ് എ ബ്രിട്ടീഷ് സർക്കാർ തുടങ്ങുന്നത്. ബ്രിട്ടന്റെ മെഡിക്കൽ റിസർച്ച് കൗൺസിൽ തുടങ്ങും മുമ്പേ ഇത് സ്ഥാപിതമായി. കൂനൂർ ഇൻസ്റ്റിറ്റ്യൂട്ട് തുടങ്ങാൻ ഐ ആർ എഫ് എ ഗ്രാന്റ് നല്കി. പോഷകാഹാരക്കുറവുമൂലമുള്ള രോഗങ്ങളെപ്പറ്റി ഗവേഷണത്തിന് തുടക്കംകുറിച്ചത് മക് കാരിസണായിരുന്നു. വിറ്റാമിൻ ബി 1 ന്റെ കുറവുമൂലമാണ് ബെറിബെറി രോഗം ഉണ്ടാകുന്നതെന്ന് കണ്ടെത്തിയത് അദ്ദേഹമാണ്.

1940 കളിൽ ഹൈദരാബാദിലേക്ക് മാറ്റി സ്ഥാപിച്ചപ്പോൾ അതിന്റെ ഡയറക്ടറായിരുന്നു ഡോ. സി ഗോപാലൻ. സ്ഥാപനം പിന്നീട് നാഷണൽ ഇൻസ്റ്റിറ്റ്യൂട്ട് ഓഫ് ന്യൂട്രീഷ്യൻ എന്ന പേരിൽ അറിയപ്പെട്ടു. നൂറ്റാണ്ട് പിന്നിട്ടിട്ടും നശിക്കാത്ത വലിയ സ്ഥാപനമായി ഇന്നും തുടരുന്നു.

സെൻട്രൽ റിസർച്ച് ലാബ്

ഇന്ത്യയിൽ മലേറിയ ഉണ്ടെന്നറിയാമെങ്കിലും എവിടെ, എത്രമാത്രം എന്നറിയില്ല. അതെപ്പറ്റി പഠിച്ചത് കസൗളിയിലെ സെൻട്രൽ റിസർച്ച് ലാബറട്ടറിയാണ്. ഇന്നത് ഉത്തരഖണ്ഡിലാണ്. സിന്റൺ എന്ന ബ്രിട്ടീഷുകാരനായിരുന്നു സ്ഥാപകൻ. ഗതാഗത സൗകര്യം അത്രയൊന്നും കാര്യമായില്ലാതിരുന്ന അക്കാലത്ത് രാജ്യത്ത് 2 കോടി മലേറിയ രോഗികളുണ്ടെന്ന് അദ്ദേഹം തിട്ടപ്പെടുത്തി. കൊതുക് നിർമ്മാർജ്ജനം എങ്ങനെ, എവിടെ വേണമെന്ന് ഈ പഠനത്തിലൂടെയാണ് കണ്ടെത്തിയത്. ഇന്ത്യയിൽ എപ്പിഡമിയോളജി പഠനത്തിന്റെ തുടക്കവും ഇവിടെനിന്നായിരുന്നു.

19-ാം നൂറ്റാണ്ടിൽ ഇന്ത്യയിലെ വൈദ്യശാസ്ത്ര ഗവേഷണരംഗത്ത് തിളങ്ങിനിന്ന സ്ഥാപനങ്ങളുടെ ചരിത്രമാണിത്. ഇതിൽ ഹാഫ്കിൻ ഇൻസ്റ്റിറ്റ്യൂട്ടും ട്രോപ്പിക്കൽ മെഡിസിൻ ഇൻസ്റ്റിറ്റ്യൂട്ടും ആഗോള ഖ്യാതി നേടി. പില്ക്കാലത്ത് ഈ സ്ഥാപനങ്ങൾക്ക് എന്തു സംഭവിച്ചു?

ആശുപത്രി മേലേക്ക് ഗവേഷണം താഴേക്ക്

ഇന്ത്യയിൽ 19-ാം നൂറ്റാണ്ടിൽ തുടങ്ങിയ മെഡിക്കൽ കോളേജുകളുടെയും ആശുപത്രി സേവനങ്ങളുടെയും ദീർഘദൂരഫലം ആഴമേറിയതും വൈവിദ്ധ്യപൂർണ്ണവുമായിരുന്നു. ഇന്ന് ഇന്ത്യയിൽ 600 ൽ അധികം മെഡിക്കൽ കോളേജുകളും മെഡിക്കൽ ഇൻസ്റ്റിറ്റ്യൂട്ടുകളും ഉണ്ട്. ഇവിടെ നിന്ന് 60,000 ഫിസിഷ്യന്മാരും 12,000 സ്പെഷ്യലിസ്റ്റുകളും ഓരോ വർഷവും പുറത്തിറങ്ങുന്നു.

പഴയ കണിക്കൊന്നയുടെ കഥയിലേക്ക് വരാം. ആശുപത്രി സേവനം എന്ന തൈ വളർന്ന് വൻ മരമായി പന്തലിച്ചപ്പോൾ ഗവേഷണം എന്ന തൈ മുരടിച്ചു.

വൈദ്യശാസ്ത്രഗവേഷണ രംഗം പരിതാപകരം

ഇന്ത്യയിൽ ആധുനിക വൈദ്യശാസ്ത്രവും ആശുപത്രികളും തുടങ്ങി രണ്ട് നൂറ്റാണ്ട് പിന്നിടുമ്പോൾ, വൈദ്യശാസ്ത്രഗവേഷണ രംഗത്ത് നമ്മുടെ സ്ഥിതി എന്താണ്? പരിതാപകരം എന്ന് ഒറ്റവാക്കിൽ പറയാം. സൂറത്തിൽ പ്ലേഗ് പടർന്നു ഭീതിപരത്തിയപ്പോൾ ഇന്ത്യ അമേരിക്കയുടെ സഹായം തേടി. ഒരു നൂറ്റാണ്ട് മുമ്പ് പ്ലേഗ് വാക്സിൻ വികസിപ്പിച്ച നാടാണ് എന്നോർക്കുക. പക്ഷേ, നമുക്ക് അതേപ്പറ്റിയൊന്നും അറിയില്ലായിരുന്നു. അത്ര സങ്കടകരമാണ് അവസ്ഥ. സി വി രാമന്റെ സ്പെക്ട്രോസ്കോപ്പി പോലെ ആഗോള അംഗീകാരം നേടിയ ഒരു കണ്ടുപിടുത്തവും വൈദ്യശാസ്ത്രരംഗത്ത് ഇവിടെ നിന്നുണ്ടായില്ല. ഇന്ത്യക്കാരൻ ഇന്ത്യയിൽ ഗവേഷണം നടത്തി ഒരു രോഗത്തിന്റെ മൂലകാരണം കണ്ടെത്തിയിട്ടില്ല. രോഗനിർണ്ണയത്തിന് ഒരു സാങ്കേതിക വിദ്യ വികസിപ്പിച്ചിട്ടില്ല. ഒരു മാരകരോഗത്തിന് ഇന്ത്യ മരുന്ന് കണ്ടെത്തിയതായി അവകാശപ്പെടാനില്ല. പകർച്ചവ്യാധി തടയാൻ ഒരു വാക്സിൻ വികസിപ്പിച്ചതുമില്ല. 19-ാം നൂറ്റാണ്ടിൽ മലേറിയയുടെ കൊതുകുവഴിയുള്ള സംക്രമണം, കലാഅസറിന്റെ കാരണം എന്നിങ്ങനെ അപൂർവ്വം വലിയ കണ്ടുപിടുത്തം ഉണ്ടായി എന്നത് നേരാണ്. പക്ഷേ, അതിനു പിന്നിലെ ശാസ്ത്രകാരന്മാർ വിദേശികളായിരുന്നു എന്നോർക്കുക.

നമ്മുടെ വൈദ്യശാസ്ത്ര രംഗത്ത് ഇന്നു കാണുന്ന മുന്നേറ്റങ്ങൾ കടം വാങ്ങിയ സാങ്കേതിക വിദ്യയുടെയും ആശയങ്ങളുടെയും പിൻബലത്തിലാണ്. സാങ്കേതിക വിദ്യ വിദേശത്തു നിന്ന് വിലയ്ക്ക് വാങ്ങി ഇന്ത്യയിൽ കോവിഡ് വാക്സിൻ ഉല്പാദിപ്പിക്കാനും ലോക വിപണിയിൽ വില്ക്കുവാനും പൂന സെറം ഇൻസ്റ്റിറ്റ്യൂട്ടിന് സാധിച്ചത് ഒരു വലിയ നേട്ടം തന്നെയാണ്. പക്ഷേ, ഇന്ത്യയുടെ ആരോഗ്യരംഗം ആകെ കൂടി നോക്കുമ്പോൾ അത് തീരെ അപര്യാപ്തമാണ്. ആരോഗ്യരംഗത്തിന് ആവശ്യമായ

ആധുനിക ഉപകരണങ്ങളും മരുന്നുകളും 70 ശതമാനവും നാം ഇന്നും ഇറക്കുമതി ചെയ്യുന്നു. അവ 20 ശതമാനം രോഗികൾക്ക് മാത്രമേ ലഭ്യമാകുന്നുള്ളൂ. ഇതാണ് വ്യവസായത്തിലെ കണക്ക്.

ഇന്ത്യക്കാരന്റെ ധൈഷണിക ശേഷിയെപ്പറ്റി സംശയം വേണ്ടാ. എന്നാൽ ആശുപത്രികൾ തഴച്ചു വളരുകയും വൈദ്യശാസ്ത്രഗവേഷണം ജീർണ്ണിക്കാൻ അനുവദിക്കുകയും ചെയ്യുമ്പോൾ ആശയങ്ങൾ കടമെടുത്ത് എല്ലാക്കാലത്തേക്കും ജീവിക്കാമെന്ന പ്രവണതയെ അപലപിച്ചേ തീരു.

അഭിമുഖം (2014)

ഹൃദയം തുറന്ന് വല്യത്താൻ

ഡോ. എം എസ് വല്യത്താൻ / വി ഡി ശെൽവരാജ്

വലിയ മനുഷ്യരുടെ ജീവിതം അറിയാനായി അവരുമായുള്ള സംഭാഷണം എവിടെനിന്നു തുടങ്ങണമെന്ന് ഒരു സംശയമുണ്ടാകും. ഡോ. എം എസ് വല്യത്താനെ കാണുമ്പോഴും അതുണ്ടായി.

മാവേലിക്കരയിൽ ജനിച്ചു. തിരുവനന്തപുരം മെഡിക്കൽ കോളേജിലെ ആദ്യബാച്ച് (1951) വിദ്യാർത്ഥിയായി. എം ബി ബി എസ് നേടി. തുടർന്ന് ഇംഗ്ലണ്ടിലും അമേരിക്കയിലുമായി സർജറിയിൽ ഉപരിപഠനം. മടങ്ങിവന്ന് ചാണ്ടിഗർ പി ജി ഇൻസ്റ്റിറ്റ്യൂട്ടിൽ ജനറൽ സർജനായി ജോലിയിൽ പ്രവേശിക്കുന്നു. അവിടെവച്ച് ഡോ. അഷിമ എന്ന പഞ്ചാബി പെൺകുട്ടിയുമായി പ്രണയവും വിവാഹവും. തൊട്ടുപിന്നാലെ കാർഡിയാക് സർജറിയിൽ ഉപരിപഠനത്തിനായി വീണ്ടും അമേരിക്കയിലേക്ക്. എട്ടു വർഷം അവിടെ തുടർന്നശേഷം ഇന്ത്യയിലേക്കു മടങ്ങിവന്ന് ഡൽഹിയിലെ സഫ്ദർജങ് ആശുപത്രിയിൽ ചെസ്റ്റ് സർജനായി ഒരു വർഷം. വൈകാതെ മദ്രാസ് ഐ ഐ ടിയിൽ പ്രൊഫസറും ഒപ്പം റെയിൽവെ ആശുപത്രിയിൽ സർജനും. അവിടെനിന്നാണ് സി അച്യുതമേനോന്റെ വിളികേട്ട് 1974 ൽ തിരുവനന്തപുരത്തേക്ക് വരുന്നതും ശ്രീചിത്ര എന്ന സ്ഥാപനം പടുത്തുയർത്തുന്നതും. ഇരുപതുകൊല്ലത്തിനകം വിശ്രുത കാർഡിയാക് സർജനെന്ന പേരും പെരുമയും മാത്രമല്ല കൃത്രിമ ഹൃദയവാൽവ് നിർമ്മിക്കാൻ നേതൃത്വം നല്കിയ മെഡിക്കൽ സയന്റിസ്റ്റ് എന്ന അപൂർവ്വ

ബഹുമതിയും. ഒരു ഡോക്ടറുടെ കരിയർഗ്രാഫ് സാധാരണ നിലയിൽ അങ്ങനെ തുടരേണ്ടതായിരുന്നു. പക്ഷേ, 1994 ൽ ശ്രീചിത്രയിലെ സർവ്വീസ് കാലാവധി തീർന്നപ്പോൾ ഡോ. എം എസ് വല്യത്താൻ പൊടുന്നനെ സ്റ്റെതസ്കോപ്പും കത്തിയും താഴെവച്ചു. പിന്നീട് ഇന്നേവരെ ഒരു നെഞ്ചും കീറിയില്ല. ആരുടെ ഹൃദയവും പരിശോധിച്ചില്ല. ഒരു മലയാളി ഡോക്ടർക്കും കിട്ടാത്ത അസാധാരണ ചങ്കൂറ്റം. തുടർന്ന് കാൽവച്ചത് ചെയ്തുവന്ന തൊഴിലുമായി ഒരു ബന്ധവുമില്ലാത്ത രംഗത്തേക്കായിരുന്നു. മണിപ്പാൽ യൂണിവേഴ്സിറ്റിയുടെ സ്ഥാപക വൈസ് ചാൻസലറായി നിയമനം. മികച്ച ഭരണാധികാരി എന്ന പേര് തിരുവനന്തപുരത്തുവച്ചുതന്നെ നേടിയ അദ്ദേഹം മണിപ്പാലിലും അത് ആവർത്തിച്ചു. പ്രവർത്തനം തുടങ്ങി അഞ്ചുവർഷത്തിനുള്ളിൽ ശ്രീചിത്ര, ദേശീയ പ്രാധാന്യമുള്ള സ്ഥാപനമായി പാർലമെന്റ് അംഗീകരിച്ചപോലെ മണിപ്പാൽ യൂണിവേഴ്സിറ്റിയും അഞ്ചാണ്ടിനിടെ അഖിലേന്ത്യാ അക്കാദമിക് സമൂഹത്തിന്റെ ആദരവും അംഗീകാരവും നേടി. അഞ്ചുകൊല്ലത്തെ കാലാവധി തീർന്നപ്പോൾ പക്ഷേ, വല്യത്താൻ മണിപ്പാൽ വിട്ടു. എക്സ്ടെൻഷൻ വേണ്ട, വേറൊരിടത്തും വി സിയാകാനുമില്ല. കരിയർ കഴിഞ്ഞു എന്നെഴുതി കുത്തിടാമായിരുന്നു. എന്നാൽ രണ്ടായിരാമാണ്ടോടെ കണ്ടത് വേറൊരു വല്യത്താനെ. പുതിയ ആകാശവും പുതിയ ഭൂമിയും കണ്ടെത്താൻ ആയുർവേദത്തിന്റെ മഹത്തായ ചരിത്രത്തിലേക്ക്. സുശ്രുതൻ, ചരകൻ, വാഗ്ഭടൻ... ഇന്ത്യയുടെ പ്രാചീന ബൗദ്ധികപ്രകാശത്തിന്റെ ദീപശിഖ വീണ്ടെടുത്ത് മൂന്നു വലിയ കൃതികൾ. *ചരക പൈതൃകം, സുശ്രുത പൈതൃകം, വാഗ്ഭട പൈതൃകം*. ആ കൃതികളിലൂടെ പുതിയൊരു വല്യത്താൻ നമുക്കു മുന്നിൽ കൈകൂപ്പി നില്ക്കുന്നു. ആയുർവേദ പാരമ്പര്യത്തിന്റെ തെളിമയും എളിമയും ആ മുഖത്തുണ്ടായി. ഇപ്പറഞ്ഞ മൂന്നു കൃതികൾ കൊണ്ടും ഡോ. വല്യത്താന്റെ ജീവിതദൗത്യം തീർന്നിരുന്നില്ല. ഇന്ത്യയിൽ പുതിയൊരു ശാസ്ത്രശാഖ തുറന്ന് അതിലാണ് ഇപ്പോൾ ഗവേഷണം, ആയുർവേദിക് ബയോളജിയിൽ. ആയുർവേദത്തിലെ സിദ്ധാന്തങ്ങളെയും പ്രക്രിയകളെയും ആധുനിക ബയോളജിയിലൂടെ വിലയിരുത്തുകയാണ് ഈ പഠനശാഖയിൽ. ഉദാഹരണത്തിന് രസായനങ്ങൾ മനുഷ്യന് യൗവനം പ്രദാനം ചെയ്യുന്നു എന്ന പ്രമാണം. പക്ഷേ, ഇതിന് ആധുനിക വൈദ്യശാസ്ത്രപ്രകാരം എന്തു തെളിവാണുള്ളത്? ആയുർവേദത്തിൽ പുതിയ കണ്ടെത്തലുകൾ നേടാനുള്ള വലിയ ദൗത്യമാണ് വല്യത്താനു മുന്നിൽ എൺപത്തി ഏഴാം വയസ്സിലുള്ളത്.

നോക്കൂ, തിരുവനന്തപുരം മെഡിക്കൽ കോളേജിൽ നിന്ന് 1956 ൽ തുടങ്ങിയ യാത്ര ആറു പതിറ്റാണ്ടു പിന്നിടുമ്പോൾ ഏതെല്ലാം വഴികളിലൂടെ, എത്രയോ ദേശാന്തരങ്ങൾ കടന്ന് എവിടെ എത്തിനില്ക്കുന്നു എന്ന്. വല്യത്താന്റെ ഒരു സഹപാഠിയും സമാന മാതൃകയായില്ല. പിന്നാലെ വന്നവരും ഇങ്ങനെ പോയില്ല. പ്രശസ്തരായി, സെറ്റിൽഡ് ലൈഫ്.

ഡോ. എം എസ് വല്യത്താൻ അവരെയെല്ലാം ഓർത്തുകൊണ്ട് പറഞ്ഞു: "ഐ ആം നൊമാഡിക്. നെവർ സെറ്റിൽഡ്!"

ആദിമ ഗോത്രമനുഷ്യനെപ്പോലെ അലയുന്നു.

അത് അലച്ചിലാണോ? അല്ലേയല്ല. അറിവിന്റെ പുതിയ ചക്രവാളങ്ങൾ തേടിയുള്ള പ്രയാണം.

അപ്പോൾ എട്ടര പതിറ്റാണ്ടു ജീവിതത്തിൽ, ആറു പതിറ്റാണ്ടിലേറെയുള്ള കരിയറിൽ എവിടെനിന്നു കഥ പറഞ്ഞുതുടങ്ങണം?

രാജാരവിവർമ്മയുടെ തലയണ

ഡോ. വല്യത്താൻ, രാജാരവിവർമ്മയെപ്പറ്റി ഒരു കഥ പറഞ്ഞുകൊണ്ടാണ് തുടങ്ങിയത്. വല്യത്താന്റെ പിതാവ് മാർത്താണ്ഡവർമ്മയുടെ മാവേലിക്കരയിലെ കുടുംബത്തിൽ നിന്നാണ് രവിവർമ്മ വിവാഹം കഴിച്ചത്.

ഒരിക്കൽ എന്റെ അമ്മയുടെ അച്ഛൻ രാജാരവിവർമ്മയ്ക്ക് ഒരു എഴുത്തുകൊടുത്ത് ഒരു വാല്യക്കാരനെ കിളിമാനൂർ കൊട്ടാരത്തിലേക്കു വിട്ടു. അയാൾ കിളിമാനൂരിൽ എത്തുമ്പോൾ നേരം ഇരുട്ടിയിരുന്നു. കൊട്ടാരത്തിൽനിന്ന് അത്താഴം നല്കി, കിടക്കാൻ പായയും. വാല്യക്കാരൻ ഒന്നു മയങ്ങാൻ കിടന്നപ്പോൾ ഒരു റാന്തൽ വെളിച്ചം അടുത്തുവരുന്നു. അയാൾ പരിഭ്രാന്തിയോടെ എഴുന്നേറ്റപ്പോൾ മുന്നിൽ രാജാരവിവർമ്മ. "ദാ ഇത് തലയ്ക്കു വച്ച് കിടന്നോളൂ" എന്നു പറഞ്ഞ് ഒരു തലയണ നീട്ടുന്നു. വാല്യക്കാരൻ അതു വാങ്ങി തലയ്ക്കുവച്ച് കിടന്നുറങ്ങി. നേരം വെളുത്തപ്പോഴാണ് രസം. പായ ചുരുട്ടിവയ്ക്കുന്ന വാല്യക്കാരനോട് രാജാരവിവർമ്മ പറഞ്ഞു: "തലയണ മാവേലിക്കരയ്ക്ക് കൊണ്ടുപൊയ്ക്കൊള്ളൂ. ഇനി ഇത് ഇവിടാരും ഉപയോഗിക്കില്ല."

ആ തലയണയുമായി വാല്യക്കാരൻ മാവേലിക്കരയിൽ വന്ന കഥ അമ്മ പറഞ്ഞുകേട്ടിട്ടുണ്ട്. ഇതൊരു തമാശ നിറഞ്ഞ ചെറിയ സംഭവമാണെങ്കിലും അതിലൂടെ രാജാരവിവർമ്മയിലെ വലിയ മനുഷ്യനെയാണ് തിരിച്ചറിയുന്നത്.

തിക്താനുഭവങ്ങളുടെ നടുവിൽ രാജാരവിവർമ്മ

രാജാരവിവർമ്മയ്ക്ക് അദ്ദേഹം ജീവിച്ചിരുന്ന കാലത്ത് ഒരു വലിയ കലാകാരനെന്നോ മഹാനായ വ്യക്തിയെന്നോ ഉള്ള ആദരവും ബഹുമതിയും തിരുവിതാംകൂറിലെ ഭരണകൂടം നല്കിയോ എന്നു സംശയിക്കേണ്ടിയിരിക്കുന്നു. ആയില്യം തിരുനാളാണ് അന്ന് ഭരണം. ആയില്യം തിരുനാളിന് സാഹിത്യത്തിലായിരുന്നു താല്പര്യം.

കേരളവർമ്മ വലിയകോയിത്തമ്പുരാന് അതുകൊണ്ടുതന്നെ പ്രോത്സാഹനം ലഭിച്ചു. അവസാനം രാജകോപം അടങ്ങാതെ തടവിലാക്കിയെങ്കിലും.

വിശാഖം തിരുനാൾ സ്ഥാനമേറ്റപ്പോഴാണ് രാജാരവിവർമ്മയ്ക്ക് തിക്താനുഭവങ്ങളുണ്ടായത്. മദ്രാസ് ഗവർണർ തിരുവിതാംകൂർ സന്ദർശിച്ച വേളയിൽ കോട്ടയ്ക്കകത്തെ വലിയ കൊട്ടാരത്തിൽ വച്ച് യാദൃച്ഛികമായി ഉണ്ടായ ഒരു സംഭവം വിശാഖം തിരുനാളിനെ രവിവർമ്മയിൽ നിന്ന് അകറ്റി. രാജസദസ്സിൽ വച്ച് രാജാരവിവർമ്മയെ ഇവിടെ കാണാനില്ലല്ലോ എന്ന് ഗവർണർ, വിശാഖം തിരുനാളിനോട് ആരാഞ്ഞു. ആ സദസ്സിലേക്ക് രവിവർമ്മയെ ക്ഷണിച്ചിരുന്നില്ല എന്നതാണ് സത്യം. ഉടൻ തന്നെ ആളയച്ച് രാജാരവിവർമ്മയെ വരുത്തി. സദസ്സിലെത്തിയ രവിവർമ്മ വിശാഖം തിരുനാളിനു മുന്നിൽ നിന്നുകൊണ്ടാണ് ഗവർണറോട് സംസാരിച്ചത്. രാജാവിനു മുന്നിൽ ഇരിക്കാനുള്ള അധികാരം രവിവർമ്മയ്ക്ക് ഇല്ല എന്നതിനാലായിരുന്നു ഇത്. സിറ്റ്ഡൗൺ എന്നു രാജാരവിവർമ്മയോട് ഗവർണർ പറഞ്ഞെങ്കിലും അദ്ദേഹം ഇരുന്നില്ല. താങ്കൾ ഇരിക്കുന്നില്ലെങ്കിൽ ഞാനും ഇരിക്കുന്നില്ല എന്നായി ഗവർണർ. ഗവർണർ എഴുന്നേറ്റുനിന്ന് സംസാരം തുടർന്നതോടെ വിശാഖം തിരുനാളും എഴുന്നേല്ക്കാൻ നിർബ്ബന്ധിതനായി. ആ സംഭവത്തോടെ വിശാഖം തിരുനാളിനോട് അനിഷ്ടത്തിലായി രാജാരവിവർമ്മ. രാജാരവിവർമ്മയുടെ ഒരു പെയിന്റിങ്ങിൽ എന്റെ അച്ഛന്റെ അമ്മൂമ്മയും കഥാപാത്രമാണ്. മേൽക്കച്ചയൊക്കെ ധരിച്ച് ഒരു പെൺകുട്ടിയോടൊപ്പം നില്ക്കുന്നതാണത്. 1880 കാലത്തെ പെയിന്റിങ്ങാണത്. ആ പെയിന്റിങ്ങുകൾ ഒന്നും മാവേലിക്കരയിലോ കിളിമാനൂരിലോ ഇല്ല.

കാവൽക്കൊട്ടാരം

ഞാൻ ജനിച്ച മാവേലിക്കരയിലെ കൊട്ടാരം, *കാവൽക്കൊട്ടാരം* എന്ന പേരിലാണ് അറിയപ്പെട്ടിരുന്നത്. ഇന്ന് അതില്ലെങ്കിലും തിരുവിതാംകൂർ രാഷ്ട്രീയചരിത്രത്തിലെ സംഭവബഹുലമായ ഒരേട് ഈ കൊട്ടാരത്തിലുണ്ട്. മാർത്താണ്ഡവർമ്മ മഹാരാജാവ് അയൽരാജ്യങ്ങൾ വെട്ടിപ്പിടിച്ച് തിരുവിതാംകൂറിന്റെ വിസ്തൃതി വിപുലമാക്കുന്ന കാലം. അന്ന് രാമയ്യൻ ദളവയാണ് മന്ത്രി. വെട്ടിപ്പിടിച്ച് വെട്ടിപ്പിടിച്ച് മാവേലിക്കര എത്തിയപ്പോൾ അവിടെ ഒരു സബ്സിഡിയറി കാപ്പിറ്റൽ രൂപീകരിച്ചു രാമയ്യൻ ദളവ. അദ്ദേഹത്തിന് താമസിക്കാൻ ഒരു ചെറിയ കൊട്ടാരവും പണിതു. കാവല്ക്കാർക്ക് താമസിക്കാൻ 50 മീറ്റർ അകലെ മറ്റൊരു പുരയും തീർത്തു. ആ കാവലിൻപുരയാണ് പിന്നീട് *കാവൽക്കൊട്ടാര*മായി പരിണമിച്ചത്. എന്റെ കുട്ടിക്കാലത്ത് രാമയ്യൻ ദളവയുടെ കൊട്ടാരം നിലനില്പുണ്ടായിരുന്നു.

രാമയ്യൻ ദളവയും ചെമ്പകശ്ശേരിയും

രാമയ്യൻ ദളവ ഈ കൊട്ടാരത്തിൽ വച്ചാണ് മരിക്കുന്നത്. മരണസമയത്ത് ധർമ്മരാജ അടുത്തുണ്ടായിരുന്നു. മാർത്താണ്ഡവർമ്മ പറഞ്ഞയച്ചതായിരുന്നു അദ്ദേഹത്തെ. അവസാന നിമിഷത്തിൽ രാമയ്യൻ ദളവ

യ്ക്ക് ശ്വാസതടസ്സമുണ്ടായിരുന്നു. ചെമ്പകശ്ശേരി രാജ്യം കീഴടക്കിയത് യുദ്ധത്തിലൂടെയായിരുന്നില്ല. ഭരണകൂടത്തിലെ ഒരു വിഭാഗത്തിന് കോഴ കൊടുത്ത് വശത്താക്കിയായിരുന്നു. ഒരു യുദ്ധം ഒഴിവാക്കുക എന്ന തന്ത്രവും ഇതിനുപിന്നിൽ ഉണ്ടായിരുന്നു. ദേവനാരായണൻ എന്ന നമ്പൂതിരിയായിരുന്നു അന്ന് ചെമ്പകശ്ശേരി ഭരിച്ചിരുന്നത്. ബ്രാഹ്മണനെ ചതിച്ച് രാജ്യം കീഴടക്കുന്നത് മഹാപാപമാകുമെന്നു വിശ്വസിച്ച ധർമ്മരാജാവ് രാമയ്യനോടു പറഞ്ഞു: "നമുക്ക് അതങ്ങ് തിരിച്ചുകൊടുത്തേക്കാം..."

രാമയ്യന്റെ മറുപടി ഉടൻ വന്നു: "പട്ടരു ചത്താൽ കുഴിച്ചുമൂടണം. ചെമ്പകശ്ശേരി വിട്ടുകൊടുത്താൽ ഉണ്ണാൻ നെല്ലുണ്ടാവില്ല."

അത്രയ്ക്ക് വീറായിരുന്നു ശ്വാസം കിട്ടാത്ത വേളയിലും രാമയ്യന്. എന്റെ കുട്ടിക്കാലത്ത് കേട്ട കഥയാണിത്.

പടയോട്ടത്തിന്റെ ഓർമ്മ

ധർമ്മരാജാവിന്റെ കാലത്താണല്ലോ മലബാറിൽ ടിപ്പുവിന്റെ പടയോട്ടം. അക്കാലത്ത് നിരവധി കുടുംബങ്ങൾ തിരുവിതാംകൂറിൽ അഭയം തേടിയിരുന്നു. ആശ്രയം തേടി വന്നവരെയെല്ലാം ധർമ്മരാജാവ് സ്വാഗതം ചെയ്തു. അന്നുവന്ന ചില കുടുംബങ്ങൾ മാവേലിക്കരയിലെ ദളവയുടെ കൊട്ടാരത്തിലും *കാവൽക്കൊട്ടാരത്തിലും* താമസിച്ചിട്ടുണ്ട്. കോട്ടയ്ക്കൽ ആര്യവൈദ്യശാല മാനേജിങ് ട്രസ്റ്റി പി കെ വാരിയരുടെ ആത്മകഥയിൽ ടിപ്പുവിന്റെ പടയോട്ടത്തെ തുടർന്ന് മലബാറിൽനിന്ന് അനവധി ക്ഷത്രിയ കുടുംബങ്ങൾ തിരുവിതാംകൂറിൽ അഭയം തേടിയതായി എഴുതിയിട്ടുണ്ട്. മാവേലിക്കര കൊട്ടാരം ഒരു അഭയാർത്ഥിശാഖയുടെ ആസ്ഥാനമായിരുന്നു. ധർമ്മരാജാവാണ് അഭയാർത്ഥികുടുംബങ്ങൾക്ക് സഹായം നല്കിയതും ടിപ്പുവിന്റെ രോഷത്തിന് പാത്രമായതും. എന്റെ അച്ഛന്റെ പൂർവ്വികന്മാർ മാവേലിക്കര ശാഖയിലെ അംഗങ്ങളായിരുന്നു.

മുദ്രാരാക്ഷസത്തിന്റെ കഥ

അമ്മയുടെ അച്ഛൻ മാവേലിക്കര ഉദയവർമ്മ, കേരളപാണിനിയുടെ ഭാര്യാസഹോദരനാണ്. എന്റെ അച്ഛന്റെ അമ്മാവനും. മാവേലിക്കരയിൽ മിഡിൽ സ്കൂളിന്റെ ഹെഡ്മാസ്റ്ററായിരുന്നു അദ്ദേഹം. എഴുപതു വയസ്സു കഴിഞ്ഞപ്പോൾ മാവേലിക്കരയിൽ ഒരു ഹിന്ദി സ്കൂൾ തുടങ്ങി മറ്റൊരു ചരിത്രവുമെഴുതി അദ്ദേഹം. ഇന്ന് ആ സ്കൂൾ ഉദയവർമ്മ കോളേജ് എന്ന പേരിൽ അറിയപ്പെടുന്നു. അദ്ദേഹം സംസ്കൃത നാടകങ്ങൾ പരിഭാഷപ്പെടുത്തുമായിരുന്നു. വിശാഖദത്തൻ എന്ന ബംഗാളി കവി പത്താം നൂറ്റാണ്ടിൽ എഴുതിയ വിശ്രുതമായ *മുദ്രാരാക്ഷസം* എന്ന നാടകം അദ്ദേഹം പരിഭാഷപ്പെടുത്തി. അക്കാലത്ത് സംസ്കൃതനാടകങ്ങൾ പൊതുവെ ശൃംഗാരവും പ്രണയവുമൊക്കെ ആധാരമാക്കിയവയായിരുന്നു. എന്നാൽ *മുദ്രാരാക്ഷസം* രാഷ്ട്രീയനാടകമായിരുന്നു. നവനന്ദന്മാരെ നീക്കി ചന്ദ്രഗുപ്തമൗര്യൻ സാമ്രാജ്യം വിപുലമാക്കാനുള്ള ശ്രമങ്ങൾ ആരംഭി

ക്കുന്നു. നവനന്ദന്മാർക്ക് അമാത്യരാക്ഷസൻ എന്നൊരു മന്ത്രിയുണ്ട്. ചന്ദ്രഗുപ്തന്റെ മന്ത്രിയും ഉപദേശകനും ചാണക്യനാണ്. അമാത്യരാക്ഷസനും ചാണക്യനും തമ്മിലുള്ള രാഷ്ട്രീയ വടംവലിയാണ് *മുദ്രാരാക്ഷസ*ത്തിന്റെ പ്രമേയം. അസാധാരണമായ ഈ നാടകം കഴിഞ്ഞ നൂറ്റാണ്ടിന്റെ തുടക്കത്തിൽ മാവേലിക്കര ഉദയവർമ്മ മലയാളത്തിലേക്ക് പരിഭാഷപ്പെടുത്തി.

കേരളവർമ്മയുടെ സഹോദരൻ

ഉദയവർമ്മയുടെ പിതാവായിരുന്നു രാജരാജവർമ്മ. കേരളവർമ്മ വലിയകോയിത്തമ്പുരാന്റെ സഹോദരനായിരുന്നു അദ്ദേഹം. കേരള വാഗ്ഭടൻ എന്നറിയപ്പെട്ടിരുന്ന രാജരാജവർമ്മ പ്രസിദ്ധ ആയുർവേദ വൈദ്യനുമായിരുന്നു. കോട്ടയ്ക്കൽ ആര്യവൈദ്യ സമാജത്തിന്റെ സ്ഥാപക പ്രസിഡന്റായിരുന്നു അദ്ദേഹം. മരണംവരെ ആ പദവി വഹിച്ചു. പി എസ് വാരിയരുടെ കോട്ടയ്ക്കൽ ആര്യവൈദ്യശാല തുടങ്ങുന്നതിനു മുൻപ് നിലവിൽ വന്നതാണ് സമാജം. ധന്വന്തരിമഠത്തിന്റെ സ്ഥാപകൻ നാരായണ പിള്ള, രാജരാജവർമ്മയുടെ ശിഷ്യനായിരുന്നു. കേരളവർമ്മ വലിയകോയിത്തമ്പുരാന്റെ ഡയറിയിൽ 'ബ്രദർ' എന്നു പരാമർശിച്ചിരുന്നത് രാജരാജവർമ്മയെപ്പറ്റിയായിരുന്നു. കേരളവർമ്മ എഴുതുന്നതൊക്കെ സഹോദരനെ കാണിച്ചിരുന്നു.

അങ്ങനെ രാഷ്ട്രീയത്തിന്റെയും സാഹിത്യത്തിന്റെയും പശ്ചാത്തലമുള്ള *കാവൽക്കൊട്ടാര*ത്തിൽ മാർത്താണ്ഡവർമ്മയുടെയും വട്ടപ്പറമ്പ് വല്യത്താൻ കുടുംബാംഗമായ ജാനകിയുടെയും ഇളയമകനായാണ് എന്റെ ജനനം.

ഞങ്ങൾ ആറുപേരായിരുന്നു. മൂന്നു സഹോദരിമാർ കുട്ടിക്കാലത്തു തന്നെ മരിച്ചു. അക്കാലത്ത് ശിശുമരണനിരക്ക് വളരെ കൂടുതലാണല്ലോ. എന്റെ മൂത്തസഹോദരന് 93 വയസ്സായി. തിരുവനന്തപുരത്ത് വിശ്രമജീവിതം നയിക്കുന്നു. സഹോദരി മരിച്ചു.

ബിരുദപഠനത്തിനു പോയ അച്ഛൻ

എന്റെ അച്ഛൻ മെട്രിക്കുലേഷൻ കഴിഞ്ഞ് ബിരുദപഠനത്തിന് പോയിരുന്നു. കോട്ടയം സി എം എസ് കോളേജിലാണ് ചേർന്നത്. ഇന്റർമീഡിയറ്റും ബിരുദവും ഒന്നിച്ചുള്ള കോഴ്സാണ്. അന്ന് തമ്പുരാക്കന്മാർക്ക് ക്ലാസിലും പ്രത്യേക ഇരിപ്പിടമാണ്. അങ്ങനെ സി എം എസ് കോളേജിലെ ക്ലാസിൽ അച്ഛന് പ്രത്യേക മേശയും ഇരിപ്പിടവും നല്കി. കോട്ടയത്ത് വീടു വാടകയ്ക്കെടുത്ത് കുശിനിക്കാരനുമായാണ് വാസം. മൂന്നുനാലു മാസം കഴിഞ്ഞപ്പോൾ അച്ഛനാകെ മുഷിഞ്ഞു. ആ സമയത്ത് അച്ഛന്റെ അച്ഛൻ മരിച്ചു. അന്ന് നാട്ടിലേക്കു മടങ്ങിയ അച്ഛൻ പിന്നീട് പഠിക്കാൻ പോയില്ല. പകരം രണ്ട് അനുജന്മാരെ പഠിപ്പിക്കാനുള്ള ചുമതല ഏറ്റെടുത്തു. അക്കാലത്ത് കൊട്ടാരത്തിന് വലിയ ഭൂസ്വത്തുണ്ടെങ്കിലും

കാര്യമായ വരുമാനമൊന്നുമില്ല. നൂറു തേങ്ങ കൊടുത്താൽ അഞ്ച് രൂപ കിട്ടിയേക്കും. അത്രതന്നെ. അന്ന് കൃഷി വാണിജ്യാടിസ്ഥാനത്തിൽ ചെയ്യാനുള്ള പരിജ്ഞാനമൊന്നും കൊട്ടാരത്തിലുള്ളവർക്കില്ല. എന്നാൽ അക്കാലത്തും കൃഷിയെ വാണിജ്യവിജയമാക്കിയ കഥ മാമ്മൻ മാപ്പിളയുടെ ആത്മകഥയിൽ വിവരിക്കുന്നുണ്ട്. അദ്ദേഹം ശാസ്ത്രീയമായി കൃഷി നടത്തി. അതെന്തായാലും, കൊട്ടാരത്തിലെ പ്രയാസങ്ങൾക്കിടയിലും അച്ഛൻ അനുജന്മാരെ നന്നായി പഠിപ്പിച്ചു. ഒരാൾ ഡോക്ടറായി. മറ്റൊരു അനുജൻ രജിസ്ട്രാറുമായി.

സഹോദരിമാരുടെ മരണം

എന്റെ മൂത്ത സഹോദരി മരിക്കുമ്പോൾ ഞാൻ ജനിച്ചിട്ടില്ല. എനിക്ക് എട്ടുവയസ്സുള്ളപ്പോഴാണ് രണ്ടാമത്തെ സഹോദരി ടൈഫോയ്ഡ് വന്നു മരിക്കുന്നത്. കുടുംബത്തെയാകെ ഉലച്ച സംഭവമായിരുന്നു അത്. അന്നത്തെ മാവേലിക്കര ജില്ലാ മെഡിക്കൽ ഓഫീസർ ഡോ. ഇ കെ രാമൻ പിള്ളയാണ് സഹോദരിയെ ചികിത്സിച്ചത്. പക്ഷേ, ഫലപ്രദമായ ഇംഗ്ലീഷ് ചികിത്സയൊന്നും അന്നില്ല. പനിക്കുള്ള ഒരു 'മിക്സ്ചറാ'ണ് ആദ്യം നല്കുക. സത്യത്തിൽ അത് മരുന്നേ അല്ല. ടൈഫോയ്ഡ് വരുന്നവർക്ക് തൊണ്ടവേദന കലശലായുണ്ടാകും. അതു മാറാൻ പഞ്ഞിയിൽ മരുന്നു മുക്കി അണ്ണാക്കിൽ തുടയ്ക്കും. ഇന്ന് ആലോചിക്കുമ്പോൾ വളരെ പ്രാകൃതമായ ചികിത്സയാണത്. ചികിത്സയെന്നു പറയാനുമില്ല. അതിനെക്കാൾ പ്രാകൃതമായ ഒരു കുത്തിവയ്പ് ഉണ്ടാകും. 20 സി സിയുടെ കൂറ്റൻ സിറിഞ്ചിലാണ് കുത്തിവയ്പ്. ടൈഫോയ്ഡ് വന്നു കഴിഞ്ഞാൽ ശരീരത്തിൽ ജലാംശം കാണില്ല. ഡീഹൈഡ്രേഷൻ കാരണം ഞരമ്പു കിട്ടാനും ബുദ്ധിമുട്ടാണ്. രാമൻപിള്ള ഡോക്ടർക്കാണെങ്കിൽ പ്രായമേറിയിരുന്നു. 20 സി സിയുടെ സിറിഞ്ചിൽ സലൈൻ അദ്ദേഹം കുത്താൻ തുടങ്ങും. ഞരമ്പു കിട്ടാതെ, കിട്ടുന്ന ഏതെങ്കിലും ഞരമ്പിൽ കുത്തുമ്പോൾ അക്ക (സഹോദരി) കിടന്നു പിടയുകയാവും. അത് കണ്ടുനില്ക്കാനാവില്ല. അക്ക ഒരുപാടു വേദനിച്ചു. അമ്മയും അച്ഛനും ഞാനും എല്ലാം അതു കണ്ടുനില്ക്കാനാവാതെ കരയും. ഒരു ദിവസം അക്ക ഞങ്ങളെ വിട്ടുപോയി.

പുണ്ണിൽ തീക്കൊള്ളി വയ്ക്കുംപോലെ മൂന്നാഴ്ചകൾക്കുശേഷം അക്കയുടെ 13 വയസ്സായ അനുജത്തിയും ടൈഫോയ്ഡിന് ഇരയായി ഞങ്ങളെ വിട്ടുപിരിഞ്ഞു. ചികിത്സ മുഴുവൻ ആയുർവേദത്തിലായിരുന്നു. കുടുംബത്തിലെ ഏറ്റവും വലിയ ദുരന്തം ആ ഘട്ടമായിരുന്നു.

പില്ക്കാലത്ത് ഞാൻ തിരുവനന്തപുരം മെഡിക്കൽ കോളേജിൽ പഠിക്കുമ്പോഴും ടൈഫോയ്ഡ് നാട്ടിൽ ഭീതി പരത്തുന്ന രോഗമായി തുടരുകയാണ്. അന്ന് രോഗം സ്ഥിരീകരിക്കുന്ന ഒരു രീതിയുണ്ട്. അഞ്ചുദിവസംകൊണ്ട് പനി മാറിയില്ലെങ്കിൽ രക്തം പരിശോധനയ്ക്ക് അയയ്ക്കും. ഊഹത്തിന്റെ അടിസ്ഥാനത്തിലാണിത്. എല്ലാവരുടെയും രക്തം പരി

ശോധിക്കാനുള്ള മാർഗ്ഗമില്ല എന്നോർക്കണം. അക്കാലത്ത് മെഡിക്കൽ കോളേജ് ആശുപത്രി തുടങ്ങിയിട്ടില്ല. പകരം ജനറൽ ആശുപത്രിയിലാണ് പരിശീലനം. ആശുപത്രിയിലെ രണ്ടു വാർഡ് ഫീവർ വാർഡാണ്. അത്രയ്ക്ക് രോഗികളെക്കൊണ്ടു നിറഞ്ഞിരുന്നു. രക്തപരിശോധനയിൽ ടൈഫോയ്ഡ് സ്ഥിരീകരിച്ചാൽ തന്നെയും ചികിത്സയൊന്നും കാര്യമായില്ല. രോഗികളിൽ മുപ്പതു ശതമാനവും മരിക്കും. അന്നു ന്യൂമോണിയ വന്നും മരണം സാധാരണം.

ഇന്ന് ചികിത്സാരംഗമൊക്കെ എത്രയോ മാറിയിരിക്കുന്നു. അന്ന് കാറ്ററാക്ട് ഓപ്പറേഷൻ കഴിഞ്ഞ രോഗി തുമ്മാൻ പാടില്ല. തുമ്മിയാൽ തീർന്നു!

മാവേലിക്കരയിലെ കുട്ടിക്കാലം

മാവേലിക്കര സർക്കാർ സ്കൂളിലായിരുന്നു എന്റെ എലിമെന്ററി പഠനം. പിന്നീട് പ്രിപ്പറേറ്ററി. അതുകഴിഞ്ഞ് ഫസ്റ്റ് ഫോം, സെക്കന്റ് ഫോം എന്നിങ്ങനെ ഹൈസ്കൂൾ വരെ. ജാതിഭേദമില്ലാതെ എല്ലാവർക്കും പ്രവേശനമുണ്ടായിരുന്നു മാവേലിക്കര സർക്കാർ സ്കൂളിൽ. അന്നത്തെ ഹെഡ്മാസ്റ്റർ എം സി തോമസ് സാറായിരുന്നു. പ്രസിദ്ധനായിരുന്നു അദ്ദേഹം. എന്റെ അച്ഛന്റെ കസിൻ രാജരാജവർമ്മ അവിടെ ഇംഗ്ലീഷ് അദ്ധ്യാപകനായിരുന്നു. 102-ാം വയസ്സിൽ കിളിമാനൂരിൽ വച്ചായിരുന്നു അദ്ദേഹത്തിന്റെ അന്ത്യം. ഞാൻ ശ്രീചിത്രയിലിരിക്കെ അദ്ദേഹത്തെ ഇടയ്ക്കിടെ പോയി കാണുമായിരുന്നു.

മലയാളം പഠിപ്പിച്ചിരുന്നത് വരിക്കോലിൽ കേശവൻ ഉണ്ണിത്താൻ സാറായിരുന്നു. കവിയുമായിരുന്നു അദ്ദേഹം. മലയാളഭാഷയോട് എനിക്ക് വലിയ സ്നേഹമുണ്ടാകാൻ കാരണക്കാരൻ അദ്ദേഹമാണ്. അന്നു ഞാൻ കഥയും ലേഖനവുമൊക്കെ എഴുതിയിരുന്നു. ഉണ്ണിത്താൻ സാറിനെ വളരെ വർഷങ്ങൾക്കുശേഷം കാണാനിടയായി. ഒരു ദിവസം ശ്രീചിത്രയിലെ റിസപ്ഷനിസ്റ്റ് എന്നോടു പറഞ്ഞു, 'സാറിനെ കാണാൻ ഒരാൾ വന്നിരിക്കുന്നു, സാറിനെ പഠിപ്പിച്ച ആളാണെന്നുപറഞ്ഞു. ഉണ്ണിത്താൻ സാറെന്നാണ് പേര്. നടക്കാനൊക്കെ പ്രയാസമാണ്...'

പറഞ്ഞ മാത്രയിൽ എനിക്ക് ആളിനെ പിടികിട്ടി. ഞാൻ അങ്ങോട്ടു വരാമെന്ന് റിസപ്ഷനിസ്റ്റിനോടു പറഞ്ഞു. ഞാൻ എത്തുമ്പോൾ സാർ വീൽച്ചെയറിലാണ്. കണ്ടമാത്രയിൽ എന്നോടു ചോദിച്ചു: "വല്യത്താന് എന്നെ മനസ്സിലായോ?"

"സാറിനെ മനസ്സിലായി എന്നു മാത്രമല്ല സാർ പഠിപ്പിച്ചതും ഓർമ്മയിലുണ്ട്." ഞാൻ പറഞ്ഞു. അദ്ധ്യാപകരില്ലാത്ത ചില പീരിയഡുകളിൽ സാർ വന്ന് സാറിന്റെ കവിതകൾ ചൊല്ലുമായിരുന്നു. സാർ എഴുതിയ *രാഗരംഗം* എന്ന പുസ്തകത്തിൽ നിന്ന്. അതിൽ ഒരു കവിത ഓർമ്മ വരുന്നു: "ആരാണോതുക നിത്യമിപ്പുലരിയെ പിന്നിട്ട് ചാടിക്കടന്ന്..."

ഇത്രയും ചൊല്ലിക്കഴിഞ്ഞപ്പോൾ സാർ അടുത്തുനിന്ന മകനോടു പറഞ്ഞു: "ഞാൻ നിന്നോടു പറഞ്ഞില്ലേ വല്യത്താൻ എന്നെ ഓർക്കുമെന്ന്!"

വീട്ടിൽ നിന്നിറങ്ങുമ്പോൾ മകൻ പറഞ്ഞിരുന്നു: "വെറുതെ പോകുകയാണ്. അച്ഛനെയൊന്നും അദ്ദേഹം ഓർക്കുന്നുണ്ടാവില്ല..."

ഉണ്ണിത്താൻ സാറിനൊപ്പം നീലകണ്ഠപ്പിള്ളസാറിനെയും ഓർക്കുന്നു. അന്നത്തെ അദ്ധ്യാപകർ പരീക്ഷയ്ക്ക് പഠിപ്പിക്കുന്ന വെറും സാറന്മാർ ആയിരുന്നില്ല. അറിവിലേക്കും സ്നേഹത്തിലേക്കും കൂട്ടിക്കൊണ്ടുപോകുന്ന വലിയ ഗുരുക്കന്മാരായിരുന്നു അവർ.

മെഡിസിൻ വിദ്യാർത്ഥി (1951)

മാവേലിക്കര ഗവൺമെന്റ് ഹൈസ്കൂളിൽനിന്ന് പത്താംക്ലാസ് പാസായ വല്യത്താന്റെ തുടർപഠനം തിരുവനന്തപുരം ഇന്റർമീഡിയറ്റ് കോളേജിലായിരുന്നു. അതുകഴിഞ്ഞ് തിരുവനന്തപുരം മെഡിക്കൽ കോളേജിൽ 1951 ൽ ആദ്യബാച്ചിൽ മെഡിക്കൽ വിദ്യാർത്ഥിയായി. ഡോക്ടറാകാനുള്ള പശ്ചാത്തലം എന്തായിരുന്നു എന്നു ചോദിച്ചപ്പോൾ ഡോ. എം എസ് വല്യത്താൻ പുഞ്ചിരിച്ചു. എന്നിട്ടു ചോദിച്ചു: "ഡോ. ശങ്കരൻ വല്യത്താനെ അറിയുമോ?"

ഡോ. എം എസ് വല്യത്താൻ എന്ന പേരിന്റെ പൂർണ്ണരൂപമാണ് മാർത്താണ്ഡവർമ്മ ശങ്കരൻ വല്യത്താൻ. അപ്പോൾ ശങ്കരൻ വല്യത്താനെ അറിയുമോ എന്നു ചോദിച്ചതിന്റെ അർത്ഥമെന്താകും? ലേഖകൻ ഒന്നു പരുങ്ങിയപ്പോൾ അദ്ദേഹം തന്നെ കാര്യം വ്യക്തമാക്കി. "എന്റെ അമ്മയുടെ വലിയമ്മാവനാണ് ഡോ. ശങ്കരൻ വല്യത്താൻ. 1902 ൽ എഡിൻബറോ യൂണിവേഴ്സിറ്റിയിൽനിന്ന് എം ഡി നേടിയ ആൾ. ബ്രിട്ടീഷ് ഭരണകാലത്ത് തിരുവിതാംകൂറിലെ വലിയ ഡോക്ടറായിരുന്നു. അദ്ദേഹത്തിന്റെ പേരുതന്നെയാണ് എനിക്കും. ഡോക്ടർ വലിയമ്മാവൻ എഡിൻബറോയിൽ നിന്ന് നേടിയ ബിരുദ സർട്ടിഫിക്കറ്റ് ഇന്നും ഞാൻ ഭദ്രമായി സൂക്ഷിച്ചിട്ടുണ്ട്. വലിയമ്മാവന്റെ പുസ്തകങ്ങൾ ഞാൻ ശ്രീചിത്രയ്ക്ക് സംഭാവന നല്കി.

ആദ്യബാച്ചിൽ 60 പേർ

തിരുവനന്തപുരം മെഡിക്കൽ കോളേജിലെ ആദ്യബാച്ചിൽ 60 പേരായിരുന്നു. 2011 ൽ ആദ്യബാച്ചിന്റെ 60-ാം വാർഷികം നടന്നപ്പോൾ മുപ്പതു പേർ മാത്രമായി. പകുതിപ്പേർ യാത്രയായിരുന്നു.

ഞാൻ പഠിക്കാനെത്തുമ്പോൾ മെഡിക്കൽ കോളേജ് ആശുപത്രി പണി പൂർത്തിയാക്കിയിരുന്നില്ല. നഴ്സുമാരുടെ ഹോസ്റ്റൽ മാത്രം പണി തീർത്തിരുന്നു. നഴ്സുമാർ ഇല്ലാത്തതിനാൽ അത് ആൺകുട്ടികളുടെ ഹോസ്റ്റലായി. അന്ന് മെഡിക്കൽ കോളേജിലുള്ള റോഡ് ആകെ തകർന്ന നിലയിലാണ്. പ്രദേശമാകട്ടെ കാടുപിടിച്ചു കിടക്കുന്നു. കുറുക്കൻ വിഹരിക്കുന്ന സ്ഥലം. സന്ധ്യകഴിഞ്ഞാൽ ആരും പുറത്തിറങ്ങില്ല. മൂന്നാം വർഷമാണ് (1953 ൽ) മെഡിക്കൽ കോളേജ് ആശുപത്രി നിലവിൽ വരുന്നത്. പ്രധാനമന്ത്രി നെഹ്റുവായിരുന്നു ഉദ്ഘാടകൻ. എം ബി ബി എസ്

രണ്ടാംവർഷമായപ്പോഴേക്കും ഞാൻ ഒരു വീട് വാടകയ്ക്കെടുത്ത് താമസം തുടങ്ങി. പന്തളത്തുനിന്ന് അമ്മയെയും കൂട്ടിക്കൊണ്ടുവന്നു. മെൻസ് ഹോസ്റ്റലിനു നേരെ എതിർവശത്തായിരുന്നു ആ വീട്. ആ വീട് പിന്നീട് ചെമ്മനം ചാക്കോ വാങ്ങി. അദ്ദേഹം തന്നെ ആ വീട്ടിലേക്ക് എന്നെ കൂട്ടിക്കൊണ്ടുപോയി. അന്നു ഞാൻ പറഞ്ഞു: 'ദാ ഇവിടെയാണ് എന്റെ അമ്മ കിടന്നത്.'

ആ സ്ഥാനത്ത് അപ്പോൾ ചെമ്മനത്തിന്റെ അമ്മ കിടക്കുകയായിരുന്നു.

പഠനത്തിൽ ഞാൻ ഔട്ട് സ്റ്റാൻഡിങ് ഒന്നുമായിരുന്നില്ല. അന്നത്തെ സഹപാഠികളിൽ ഡോ. സുകുമാരൻ, ഡോ. ബലരാമൻനായർ, ഡോ. ജോർജ് തോമസ് തുടങ്ങിയവരെ ഓർമ്മിക്കുന്നു.

ലോകാരോഗ്യസംഘടനയിൽ നിന്ന് കേരളസർക്കാരിന്റെ ക്ഷണം സ്വീകരിച്ചെത്തിയ സ്വീഡൻകാരൻ ഡോ. ഹോയർ ആയിരുന്നു തിരുവനന്തപുരം മെഡിക്കൽ കോളേജിലെ ആദ്യ പ്രിൻസിപ്പൽ. അതുകഴിഞ്ഞ് ഒരുവർഷം ഡോ. സി ഒ കരുണാകരൻ പ്രിൻസിപ്പലായി.

പബ്ലിക് ഹെൽത്ത് ലാബറട്ടറി മേധാവിയായിരുന്ന ഡോ. സി ഒ കരുണാകരൻ മികച്ച സംഘാടകനും പ്രഭാഷകനുമായിരുന്നു. മെഡിക്കൽ കോളേജ് ആശുപത്രി നിർമ്മിക്കാൻ സി പിയുടെ കാലത്തുതന്നെ തീരുമാനിച്ചിരുന്നെങ്കിലും അതു നടപ്പിലാകുന്നത് പിന്നീടാണ്. അന്ന് അവിട്ടം തിരുനാൾ ആശുപത്രിക്കു (എസ് എ ടി) ചുറ്റും ഉണ്ടായിരുന്ന 120 ഏക്കർ ഏറ്റെടുത്താണ് മെഡിക്കൽ കോളേജ് പണിയാൻ തീരുമാനിച്ചത്. അതിനു ചുമതലപ്പെടുത്തിയത് ഡോ. സി ഒ കരുണാകരന്റെ നേതൃത്വത്തിലുള്ള ഒരു സമിതിയെയായിരുന്നു. അവർ മദ്രാസ് മെഡിക്കൽ കോളേജും മറ്റും സന്ദർശിച്ച ശേഷമാണ് ഒരു രൂപരേഖ ഉണ്ടാകുന്നത്. 1950 കളുടെ തുടക്കത്തിലാണിത്. തുടർന്ന് മെഡിക്കൽ കോളേജ് നിർമ്മാണത്തിനുള്ള സ്പെഷ്യൽ ഓഫീസറായി കരുണാകരനെ നിയമിക്കുകയും ചെയ്തു.

60 പേരിൽ ജയിച്ചത് 25 പേർ

തിരുവനന്തപുരം മെഡിക്കൽ കോളേജ് ആദ്യബാച്ചിലെ 60 പേരിൽ 25 പേർ മാത്രമാണ് ഒരു വിഷയവും തോല്ക്കാതെ കോഴ്സ് പാസായത്. പാസായവർക്കെല്ലാം ഉടൻ ജോലി കിട്ടാൻ സൗകര്യമുണ്ടായിരുന്നു.

എം ബി ബി എസ് കഴിഞ്ഞപ്പോൾ സർജറി സ്പെഷ്യലൈസ് ചെയ്യാമെന്നായിരുന്നു ആഗ്രഹം. അതിനുപക്ഷേ, ഇവിടെ സൗകര്യമുണ്ടായിരുന്നില്ല. അതിനാൽ 1957 ൽ ഇംഗ്ലണ്ടിലേക്ക് കപ്പൽ കയറി.

ഉൽക്കണ്ഠയോടെ 18 ദിവസം കപ്പൽയാത്ര

1957 ൽ ബോംബെയിൽനിന്നും ലണ്ടനിലേക്ക് കപ്പലിൽ യാത്ര ചെയ്യാൻ 1800 രൂപയായിരുന്നു ടിക്കറ്റ്. ലണ്ടൻ തുറമുഖമായ ടിൽബറിയിലേക്കായിരുന്നു കപ്പൽ. ബോംബെയിൽ നിന്ന് പതിനെട്ടു ദിവസത്തെ

കടൽയാത്രയാണ്. എനിക്ക് കേരളം വിട്ട് യാത്രചെയ്ത് പരിചയമൊന്നുമില്ല. അക്കാലത്ത് ബോംബെയിലുണ്ടായിരുന്ന ജ്യേഷ്ഠനാണ് ടിക്കറ്റെടുത്തുനല്കിയത്. ജൂലായിലെ ഒരു മഴക്കാലത്താണ് ഞാൻ കപ്പൽ കയറുന്നത്. യാത്രയാക്കാൻ ജ്യേഷ്ഠൻ ഉണ്ടായിരുന്നു. കൊളംബോയിൽനിന്നുവന്ന പി ആന്റ് ഒ എന്ന യാത്രക്കപ്പലിലെ യാത്രക്കാരിൽ കഷ്ടിച്ച് അഞ്ചുശതമാനം ഇന്ത്യക്കാരേ ഉണ്ടായിരുന്നുള്ളൂ. നിറയെ വിദേശികളായതിനാൽ അവരുടെ ആഹാരരീതിയായിരുന്നു കപ്പലിൽ. എനിക്കാണെങ്കിൽ മദ്യപിച്ചോ നോൺവെജിറ്റേറിയൻ കഴിച്ചോ ശീലമില്ല. വളരെ പ്രയാസമായി ആഹാരം കഴിക്കാൻ. പോരാത്തതിന് കടൽച്ചൊരുക്കും. എല്ലാ ദിവസവും എല്ലാ നേരവും ചപ്പാത്തിയും തോരനും മാത്രമായി ആഹാരം.

ഇംഗ്ലണ്ടിലേക്ക് പോകുന്ന സമയത്ത് കേരളത്തിലെ എം ബി ബി എസ് ഡിഗ്രി ഇന്ത്യൻ മെഡിക്കൽ കൗൺസിൽ അംഗീകരിച്ചിട്ടുണ്ടായിരുന്നില്ല. അന്ന് ലണ്ടനിലെ എഫ് ആർ സി എസിന്റെ ആദ്യപരീക്ഷ അതികഠിനമാണ്. മുപ്പതു ശതമാനം വിദ്യാർത്ഥികളേ കഷ്ടിച്ചു ജയിക്കൂ. വല്ലാത്ത ഉൽക്കണ്ഠയിലായിരുന്നു കപ്പൽയാത്ര. ഡോ. കെ എൻ പൈ പറഞ്ഞത് ഓർത്തു: 'ആദ്യപരീക്ഷ പാസായില്ലെങ്കിൽ വല്യത്താൻ തിരിച്ചുവരേണ്ടിവരും!'

കപ്പലിൽ കയറുമ്പോൾ ആകെ ഇരുന്നൂറു പൗണ്ടേ കൈയിലുണ്ടായിരുന്നുള്ളൂ. അന്ന് വിദേശനാണ്യത്തിന് കർശനനിയന്ത്രണമാണ്. 40 പൗണ്ട് ഫീസ് കൊടുക്കണം. വാടക, ഭക്ഷണം എല്ലാംകൂടി നോക്കുമ്പോൾ വല്ലാതെ ഞെരുങ്ങും. ആ ഉൽക്കണ്ഠ പുറമെ. അതുകൊണ്ട് കപ്പൽയാത്ര ഒട്ടും ആസ്വാദ്യമായിരുന്നില്ല.

ബോംബെയിൽനിന്നു പുറപ്പെട്ട കപ്പൽ ആദ്യ നങ്കൂരമിടുന്നത് യമനിലെ ഏദൻ തുറമുഖത്താണ്. തുടർന്ന് സൂയസ് കനാൽ താണ്ടും. അവിടെ അലക്സാണ്ഡ്രിയയിൽ അടുക്കും. തുടർന്ന് മെഡിറ്ററേനിയയിൽ കയറി മാൾട്ടയിൽ നങ്കൂരമിടും. പിന്നീട് ഫ്രാൻസിന്റെ മാഴ്സയിൽ ഇറങ്ങും. അതുകഴിഞ്ഞ് ജിബ്രാൾട്ടർ സ്പെയിൻ ചുറ്റി നേരെ ടിൽബറിയിൽ.

അന്ന് ലണ്ടനിൽനിന്ന് ഇന്ത്യയിലേക്ക് ഒരു കത്തെഴുതിയാൽ രണ്ടാഴ്ചയെങ്കിലും വേണം വിലാസക്കാരന്റെ പക്കലെത്താൻ. ചുരുക്കത്തിൽ ഒരു കത്തെഴുതി മറുപടി കിട്ടാൻ ഒരുമാസം കാത്തിരിക്കണം. എന്റെ ആദ്യ കത്തു കിട്ടിയപ്പോൾ അമ്മയ്ക്കു വലിയ ആശ്വാസമായി. അക്കാലത്ത് ഇംഗ്ലണ്ടിൽ പോകുന്നതൊക്കെ ഒരു സാഹസമാണല്ലോ. ലണ്ടനിൽ മലയാളികളെ ധാരാളമായി കാണാനായില്ല. എന്നാൽ ലണ്ടനിൽ മാനേജ്മെന്റ് പഠിക്കാനെത്തിയ ഒരു ബാലകൃഷ്ണനെ അന്നു പരിചയപ്പെട്ടു. ലിവർപൂളിലെ വൈ എം സി എ ഹോസ്റ്റലിൽ ഞങ്ങൾ ഒരുമിച്ചായിരുന്നു താമസം. വൈക്കം സ്വദേശിയായ അദ്ദേഹം പിന്നീട് തോഷിബയിൽ ഉദ്യോഗസ്ഥനായി. ഇപ്പോൾ കൊച്ചിയിൽ താമസിക്കുന്നു.

സർജറിയിലെ ഉപരിപഠനം

ഇംഗ്ലണ്ടിൽ സർജറിയിലെ ഉപരിപഠനം രണ്ടു വിധത്തിലാണ്. റോയൽ കോളേജ് ഓഫ് സർജൻസ് നല്കുന്ന ഫെലോഷിപ്പ് (എഫ് ആർ സി എസ്) ആണ് ആദ്യത്തേത്. രണ്ടാമത്തേത് എം എസ്. ഇത് യൂണിവേഴ്സിറ്റി നല്കുന്ന ബിരുദമാണ്.

ഫെലോഷിപ്പ് ലഭിക്കണമെങ്കിൽ ഇംഗ്ലണ്ടിലെ ആശുപത്രികളിൽ ജൂനിയർ ഡോക്ടറായി ജോലി നോക്കണം. സർജറി ചെയ്യുകയും വേണം. അങ്ങനെ ലണ്ടനിലും ലിവർപൂളിലുമായി ഹൗസ് സർജൻ, സീനിയർ ഹൗസ് ഓഫീസർ പദവികളിൽ ഞാൻ ജോലി ചെയ്തുതുടങ്ങി. നിത്യേന മൂന്നുമണിക്കൂർ ലക്ചർ കോഴ്സ് മാത്രമാണ് ഫെലോഷിപ്പ് കിട്ടാനുള്ള അക്കാദമിക് പഠനം. 1960 ൽ ഞാൻ ഫെലോഷിപ്പ് പൂർത്തിയാക്കി മുഴുവൻസമയ സർജനായി ജോലി ആരംഭിച്ചു. പക്ഷേ, ഒരു വർഷം കൊണ്ട് എനിക്കത് മുഷിഞ്ഞു. ഇനി എന്ത്, എങ്ങനെ എന്ന് സ്വയം ചോദിച്ചുതുടങ്ങി. അവിടെനിന്നാണ് കൂടുതൽ പഠനം, ഗവേഷണം എന്നൊക്കെയുള്ള ചിന്തകളിലേക്ക് പോകുന്നത്. അന്നും ഇന്നും ഇന്ത്യയിലെ ഡോക്ടർമാർക്ക് പേരിനുശേഷം കുറെയേറെ ബിരുദങ്ങൾ എഴുതിവയ്ക്കാൻ ഭ്രമമുണ്ട്. ഒരു തൊഴിൽ എന്ന നിലയിൽ സർജന് എഫ് ആർ സി എസ് മതിയായിരുന്നു എന്നത് വേറെ കാര്യം. ലിവർപൂളിലെ എന്റെ പ്രൊഫസർ വെൽസിന് എഫ് ആർ സി എസും എം എസും ഉണ്ടായിരുന്നു. അതും പ്രചോദനമായി. അങ്ങനെ ലിവർപൂൾ യൂണിവേഴ്സിറ്റിയിൽ എം എസ്സിന് ഞാൻ പേര് രജിസ്റ്റർ ചെയ്തു. അവിടെയും ആശുപത്രിയിൽ ജോലി ചെയ്തുകൊണ്ടുവേണം കോഴ്സ് പഠിക്കാൻ. പക്ഷേ, അതുകൊണ്ടുമാത്രം ഡിഗ്രി കിട്ടില്ല. തീസിസ് എഴുതിയെങ്കിലേ പറ്റൂ. തീസിസ് എഴുതണമെങ്കിൽ പരീക്ഷണങ്ങൾ നടത്തണം. പരീക്ഷണം നടത്താൻ അന്നും ഇന്നും ബ്രിട്ടനിൽ സൗകര്യം കുറവാണ്. അതുകൊണ്ട് അമേരിക്കയിൽ ഫിലാഡൽഫിയയിലെ ഡോ. ജോൺ ഗിബ്ബണിന്റെ അടുത്തേക്ക് എന്നെ അയച്ചു പ്രൊഫ. വെൽസ്.

ലോകത്തെ ആദ്യ ഓപ്പൺ ഹാർട്ട്

ലോകത്താദ്യമായി ഓപ്പൺ ഹാർട്ട് ശസ്ത്രക്രിയ നടത്തിയ വലിയ മനുഷ്യനാണ് ഡോ. ഗിബ്ബൺ. അദ്ദേഹം തന്നെയാണ് ഹാർട്ട് ലങ് മെഷീൻ കണ്ടുപിടിച്ചതും. അതു നിർമ്മിക്കാൻ അനവധി വർഷം വേണ്ടിവന്നു അദ്ദേഹത്തിന്. ഹൃദയം തുറന്ന് ശസ്ത്രക്രിയ നടത്തുന്ന സമയത്ത്, ഹൃദയത്തിന്റെയും ശ്വാസകോശത്തിന്റെയും പ്രവർത്തനം സമാന്തരമായി നടത്തുന്ന യന്ത്രമാണ് ഹാർട്ട് ലങ് മെഷീൻ. 1952 ലാണ് ഡോ. ജോൺ ഗിബ്ബൺ ആദ്യമായി ഓപ്പൺഹാർട്ട് ശസ്ത്രക്രിയ നടത്തുന്നത്.

അങ്ങനെയുള്ള വലിയ മനുഷ്യനു മുന്നിലാണ് ഞാൻ എത്തിപ്പെട്ടത്. വിസ്മയകരമായ ലോകമായിരുന്നു അത്. എങ്കിലും ഓപ്പൺഹാർട്ട് ശസ്ത്രക്രിയയിൽ എനിക്ക് വലിയ താല്പര്യമൊന്നും അന്നു തോന്നി

യില്ല. ഞാൻ ജനറൽ സർജറിയാണ് തെരഞ്ഞെടുത്തത്. അന്ന് ഓപ്പൺ ഹാർട്ട് വളരെ സങ്കീർണ്ണമായ ശസ്ത്രക്രിയയാണ്. ഏഴാം ഉത്സവം പോലെയായിരുന്നു അന്ന് ഓപ്പൺഹാർട്ട് ശസ്ത്രക്രിയ നടന്നിരുന്നത്. ഡോക്ടർമാരും നഴ്സുമാരുമടക്കം ഒരുപാടുപേർ, ഒട്ടേറെ മുന്നൊരുക്കങ്ങൾ, ധാരാളം രക്തം വേണം... ഹൃദയം തുറന്നാൽ എന്തു സംഭവിക്കുമെന്ന് വലിയ ഉൽക്കണ്ഠയുള്ള കാലമാണ്. ഇന്ന് ഒരു ദിവസം മൂന്ന് ഓപ്പൺ ഹാർട്ട് നടത്താവുന്ന വിധം ഓപ്പറേഷൻ പ്രക്രിയ ലളിതമായിരിക്കുന്നു.

ഡോ. ജോൺ ഗിബ്ബണിന്റെ ടേബിളിൽ വച്ചാണ് ഞാൻ ആദ്യമായി ഹൃദയം തുറന്നുകാണുന്നത്. ഹൃദയം അത്ഭുതകരമായ ഒരു അവയവമാണല്ലോ. സാധാരണക്കാരന് അത് തുറന്നുകാണുന്നത് അതിനേക്കാൾ അത്ഭുതകരം. ജറ്റ്വിമാനം നൂറുകണക്കിന് യാത്രക്കാരുമായി വളരെ വലിയ ഉയരത്തിൽ പറക്കുന്നത് നമുക്ക് ഒരു വിസ്മയം തന്നെയാണ്. എന്നാൽ, പൈലറ്റിന് അതൊരു സാധാരണ കാര്യം മാത്രം. അതുപോലെയായിരുന്നു ഡോ. ഗിബ്ബണിന്റെ ഹൃദയശസ്ത്രക്രിയ. പക്ഷേ, അത് ഒട്ടും ലഘുവായ കാര്യവുമല്ല. തകർന്ന പഴയ കെട്ടിടം അതേപടി നിലനിർത്തി പുതുക്കിപ്പണിയുന്നതുപോലെയാണ് ഓപ്പൺ ഹാർട്ട് ശസ്ത്രക്രിയ. ആർക്കിടെക്റ്റും ബിൽഡറും ഒക്കെയാണ് ആ സമയത്ത് ഡോക്ടർ.

1962 ൽ ലിവർപൂൾ യൂണിവേഴ്സിറ്റിയിൽ നിന്ന് എം എസ് നേടിയ ഞാൻ ഇന്ത്യയിലേക്കു മടങ്ങി.

ഇന്ത്യയിൽ അവസരം തേടി...

ജന്മനാട്ടിലേക്ക് മടങ്ങിവരാൻ ആരാണ് മോഹിക്കാത്തത്? ഇന്ത്യയിൽ തൊഴിൽ ചെയ്യാൻ ഒരവസരം കിട്ടുമോ എന്നു ചോദിച്ച് ഞാൻ നിരവധി പേർക്ക് കത്തെഴുതിയെങ്കിലും ആരും തിരിഞ്ഞുനോക്കിയില്ല. മടങ്ങിവന്ന ഞാൻ മൂന്നാലുമാസം വെറുതെ നിന്നു. ആ സമയത്താണ് ചണ്ഡിഗറിൽ പോസ്റ്റ് ഗ്രാജുവേറ്റ് ഇൻസ്റ്റിറ്റ്യൂട്ട് തുടങ്ങുന്നത്. അവിടെ 1964 ൽ സർജനായി ചേർന്നു. അവിടെ ഡെന്റൽ സർജനായിരുന്നു പില്ക്കാലത്ത് ജീവിതപങ്കാളിയായ ഡോ. അഷിമ.

ഡോ. അഷിമയുമായുള്ള പ്രേമം

ഇന്നത്തെപ്പോലെ ഡേറ്റിങ് ഒന്നുമുള്ള കാലമല്ലല്ലോ. ലൈബ്രറിയിൽ വച്ച് ഡോ. അഷിമയെ പതിവായി കാണും, സംസാരിക്കും. സംസാരിക്കുന്നത് വ്യക്തിപരമായ കാര്യങ്ങളല്ല, പുസ്തകങ്ങളെപ്പറ്റിയൊക്കെയാണ്. എങ്കിലും അസാധാരണമായി ഞങ്ങൾക്കിടയിൽ എന്തോ ഒന്ന് സംഭവിക്കുന്നതായി ഇരുവർക്കും അറിയാമായിരുന്നു. എന്നാൽ അടുത്തപടി എന്തെന്ന് അറിയില്ലായിരുന്നു. എനിക്കാണെങ്കിൽ വയസ്സ് 30 ആകുന്നു. വിവാഹം കഴിക്കേണ്ട പ്രായം കടക്കുന്നു.

ഞാൻ ഡിപ്പാർട്ട്മെന്റ് മേധാവി സന്തോക് സിങ് ആനന്ദിനെ കണ്ടു. അദ്ദേഹം പ്രശസ്തനായ ഹണ്ടേറിയൻ പ്രൊഫസറാണ്. പില്ക്കാലത്ത്

വല്യത്താനും ഭാര്യയും ആദ്യകാല ചിത്രം

ഞാനും ഹണ്ടേറിയൻ പ്രൊഫസറായി. ഞാൻ അദ്ദേഹത്തെ കണ്ട് സ്വകാര്യം പറഞ്ഞു: 'ഞാൻ അഷിമയെ ഇഷ്ടപ്പെടുന്നു.'

അദ്ദേഹം ചോദിച്ചു: "അഷിമ നിങ്ങളെ ഇഷ്ടപ്പെടുന്നുണ്ടോ?"

"ഞാൻ ചോദിച്ചിട്ടില്ല. പക്ഷേ, ഇഷ്ടമാണെന്നാണ് തോന്നുന്നത്."

അങ്ങനെ അദ്ദേഹം അഷിമയുടെ കുടുംബത്തോട് സംസാരിച്ചു. പക്ഷേ, അതുകൊണ്ടായില്ലല്ലോ. അവർക്ക് എന്റെ നാടോ വീടോ ഒന്നും അറിയില്ലല്ലോ. വധുവിന്റെ വീട്ടുകാർക്ക് അത്യാവശ്യമായും അറിയേണ്ട കാര്യവും അതാണല്ലോ!

വിവാഹാലോചനയുമായി പട്ടം താണുപിള്ള

ഡോ. അഷിമയുടെ പിതാവിനെ നേരിൽക്കണ്ട് ഞാൻ വിവരം പറയുകയായിരുന്നു. അദ്ദേഹത്തിന് ഡൽഹിക്ക് തെക്കോട്ടുള്ള ഭൂഭാഗത്തെപ്പറ്റി ഒന്നും അറിയില്ല. ഡോ. അഷിമയുടെ കുടുംബം സ്വാതന്ത്ര്യത്തലേന്ന് വളരെ നാടകീയമായി ലാഹോർ വിട്ട് ഇന്ത്യയിലേക്ക് വരികയായിരുന്നു. ഇന്ത്യയുടെ അതിർത്തിരേഖ ബ്രിട്ടീഷുകാർ തയ്യാറാക്കിയ രഹസ്യവിവരം അറിഞ്ഞ ഒരു മുസ്ലിം ജഡ്ജിയാണ് അഷിമയുടെ പിതാവിനോട് വിവരം പറയുന്നത്. 'ഇന്നു രാത്രി ഞാനൊരു വാഹനം നിങ്ങൾക്കായി ഏർപ്പാടാക്കാം. നാളെ അതു പറ്റിയെന്നു വരില്ല' എന്നാണ് അദ്ദേഹം പറഞ്ഞത്. അതിൻപ്രകാരം കിട്ടിയ സാമഗ്രികൾ ഒരു ട്രക്കിലാക്കി അഷിമയുടെ കുടുംബം അമൃത്സറിലേക്ക് പോകുകയായിരുന്നു. രണ്ടുമൂന്നു ദിവസം ഗുരുദാസ്പൂരിലെ അഭയാർത്ഥിക്യാമ്പിൽ കഴിഞ്ഞശേഷമാണ് ഒരു വീട് തരപ്പെടുന്നത്.

അപ്പോൾ അങ്ങനെയൊരു പശ്ചാത്തലമുള്ള കുടുംബത്തിൽനിന്നും അറിയപ്പെടാത്ത ഭൂപ്രദേശത്ത്, അറിയപ്പെടാത്ത ചെറുപ്പക്കാരന് മകളെ എങ്ങനെ കല്യാണം കഴിച്ചുകൊടുക്കും! അതായിരുന്നു അഷിമയുടെ കുടുംബത്തിന്റെ ഉൽക്കണ്ഠ. ആ ഉൽക്കണ്ഠ താൻ പരിഹരിക്കാമെന്ന് ചാണ്ഡിഗർ പി ജി ഇൻസ്റ്റിറ്റ്യൂട്ടിന്റെ ഡയറക്ടർ പറഞ്ഞെങ്കിലും പെണ്ണിന്റെ വീട്ടുകാർക്ക് ഉറപ്പായും അറിയേണ്ടത് എന്റെ വീടും പശ്ചാത്തലവുമാണല്ലോ. അതു പറയാൻ അദ്ദേഹത്തിന് കഴിയില്ലല്ലോ.

ഒടുവിൽ ഞാൻതന്നെ ഒരു വഴി കണ്ടെത്തി. പഞ്ചാബിൽ അറിയപ്പെടുന്ന ഒരു മലയാളിയെക്കൊണ്ട് പറയിപ്പിക്കുക.

പട്ടം താണുപിള്ള പഞ്ചാബ് ഗവർണറാണ്. അദ്ദേഹത്തെ എനിക്ക് നേരിട്ടറിയാം. അദ്ദേഹത്തെ ചെന്നുകണ്ടു. ആ സമയത്ത് പട്ടം ആന്ധ്ര ഗവർണറായി മാറിയിരുന്നു. എന്റെ ആവശ്യമനുസരിച്ച് പട്ടം, വരനെ പരിചയപ്പെടുത്തി വധുവിന്റെ പിതാവിന് കത്തെഴുതി. ആ കത്തിൽ കല്യാണം ഉറപ്പിച്ചു. അഷിമയെ വിവാഹം കഴിക്കാൻ ആഗ്രഹിക്കുന്ന വിവരം അമ്മയെ അറിയിച്ചുകൊണ്ട് ഞാൻ കത്തെഴുതി. അമ്മ പറഞ്ഞു: വ്യത്യസ്ത ജീവിതപശ്ചാത്തലത്തിൽനിന്നു വരുന്നവരാണ് നിങ്ങൾ. ഇരുവർക്കും നല്ല വിദ്യാഭ്യാസമുണ്ട്. കാര്യങ്ങൾ പരസ്പരം മനസ്സിലാക്കി ജീവിതം മുന്നോട്ടു കൊണ്ടുപോകാൻ നിങ്ങൾക്കു സാധിക്കട്ടെ...

അന്ന് ജാംഷഡ്പൂരിൽ സഹോദരിയുടെ കുടുംബത്തിനൊപ്പമായിരുന്നു അമ്മ. അമൃത്സറിലെ ആര്യസമാജത്തിൽ വച്ചായിരുന്നു ഞങ്ങളുടെ വിവാഹം. ആര്യസമാജത്തിന്റെ അനുയായികളായിരുന്നു അഷിമയുടെ കുടുംബങ്ങൾ. ശ്രീനാരായണഗുരു അരുളിയപോലെ ലളിതവിവാഹമായിരുന്നു ആര്യസമാജം അന്ന് പിന്തുടർന്നുപോന്നത്.

കല്യാണച്ചെലവ് ഒന്നേകാൽ രൂപ

ഞങ്ങളുടെ കല്യാണത്തിന്റെ ആകെ ചെലവ് ഒന്നേകാൽ രൂപയായിരുന്നു. പുടവ കൊടുത്തില്ല. താലി ചാർത്തിയില്ല. ഒരു ഫോട്ടോപോലും എടുത്തില്ല. സദ്യയുമില്ല. ഒരു ഹോമം മാത്രമായിരുന്നു ചടങ്ങ്. ഒരു മന്ത്രം ഉരുവിടാനുണ്ടായിരുന്നു. അത് മാവേലിക്കരവച്ച് ഹൃദിസ്ഥമാക്കിയ 'സർവ്വേച സുഖിനഃസന്തു' എന്ന മന്ത്രമായിരുന്നു. ഇന്ത്യയുടെ ഏകത്വത്തെപ്പറ്റി ഞാൻ അപ്പോൾ ഓർത്തു. 1964 ൽ വിവാഹം കഴിഞ്ഞ് ഒരു വർഷമായപ്പോൾ ഞാനും അഷിമയും അമേരിക്കയിലേക്ക് പോയി. കാർഡിയാക് സർജറിയിൽ ഉപരിപഠനമായിരുന്നു എന്റെ ലക്ഷ്യം.

മൂന്നുവർഷം ചാണ്ടിഗറിൽ സർജറിയുമായി തുടരുമ്പോൾ എനിക്കു മനസ്സിലായി ജനറൽ സർജന്റെ ജോലി ചുരുങ്ങിവരികയാണെന്ന്. എല്ലിന്റെ ശസ്ത്രക്രിയ ഓർത്തോവിഭാഗക്കാർ കൊണ്ടുപോയിരിക്കുന്നു. യൂറോളജിയിലേത് ആ വിഭാഗങ്ങൾ കരസ്ഥമാക്കി. അങ്ങനെ കണ്ണ്, മൂക്ക്, ഒക്കെ ഓരോ പ്രത്യേക വിഭാഗത്തിന്റേതായിരിക്കുന്നു. ചുരുക്കത്തിൽ ജനറൽ സർജറി എന്ന വിഭാഗം ചുരുങ്ങി വന്നിരിക്കുന്നു. ഈ പശ്ചാത്തലത്തിലാണ് കാർഡിയാക് സർജറി പഠിക്കാൻ തീരുമാനിച്ചത്. അഷിമ ഓർത്തോയിലും ഉപരിപഠനം നടത്തി.

(1974 ൽ തിരുവനന്തപുരത്തു തിരിച്ചുവരുമ്പോൾ മാത്രമാണ് മാവേലിക്കരയിലെ എന്റെ തറവാട്ടിലേക്ക് അഷിമ വലതുകാൽ വയ്ക്കുന്നത്. അതായത് വിവാഹം കഴിഞ്ഞ് ഒരു പതിറ്റാണ്ടു കഴിഞ്ഞപ്പോഴായിരുന്നു ഗൃഹപ്രവേശം. ഞങ്ങൾക്കു രണ്ടു മക്കളാണ്. മകൾ മന്ന കസ്തൂർബാ മെഡിക്കൽ കോളേജിൽ ഡോക്ടറാണ്. മകൻ മനീഷ് അമേരിക്കയിൽ ഡോക്ടറാണ്.)

വീണ്ടും അമേരിക്കയിൽ

എന്റെ രണ്ടാം അമേരിക്കൻ പഠനവും പരിശീലനവും എട്ടുവർഷം ദീർഘിച്ചിരുന്നു. ഹൃദയ ശസ്ത്രക്രിയയിലെ പരിശീലനം, ജോലി, ഗവേഷണം ഇതെല്ലാം എന്നെ തിരക്കിലാക്കി. ഞാൻ ജോലി ചെയ്ത ജോൺസ് ഹോപ്കിൻസ്, ജോർജ് ടൗൺ എന്ന രണ്ട് യൂണിവേഴ്സിറ്റി ആശുപത്രികളും വിശ്വവിഖ്യാതമാണ്. എന്റെ ഗുരുനാഥന്മാരായ ഡോ. ഗോട്ടും ഡോ. ഹഫ്നഗലും അതുപോലെതന്നെ വിഖ്യാതരായിരുന്നു.

സർജറിയെക്കുറിച്ച് പറയുമ്പോൾ ഞാൻ എപ്പോഴും ഓർമ്മിക്കുന്നത് പതിനെട്ടാം നൂറ്റാണ്ടിലെ സർജനായ ഡോ. ജോൺ ഹണ്ടറെ ആണ്. അദ്ദേഹം എഴുതി: 'ഓപ്പറേഷനാണ് സർജറി എന്നു പറയുന്നത് ശരിയല്ല. സർജറി ഓപ്പറേഷനേക്കാൾ വലിയ കാര്യമാണ്. ഓപ്പറേഷൻ ഒരു തീവ്രപ്രക്രിയയാണ്. ചികിത്സിച്ച് ഭേദമാക്കാത്തതിനാലാണ് ഓപ്പറേഷൻ നടത്തുന്നത്. അതുകൊണ്ട് ചികിത്സയുടെ പരാജയമാണ് ഓപ്പറേഷൻ.

അതിനാൽ ഓപ്പറേഷൻ ഒഴിവാക്കാനുള്ള തന്ത്രം കണ്ടുപിടിക്കുകയാണ് ബുദ്ധിമാന്മാർ ചെയ്യേണ്ടത്.'

രോഗിയുടെ പക്ഷത്തുനിന്ന് ചിന്തിച്ചാൽ അത് വളരെ ശരിയാണ്. രോഗിക്ക് ശരീരം വെട്ടിമുറിക്കണമെന്ന ആവശ്യം ഒന്നുമില്ലല്ലോ. ജോൺ ഹണ്ടറുടെ വാചകം എന്നെ വളരെയധികം സ്വാധീനിച്ചു.

മണ്ടത്തരമാകുമെന്ന് ഡോ. ഹഫ്നഗൽ

കാർഡിയാക് സർജറി പഠനം കഴിഞ്ഞ് 1972 ൽ ഇന്ത്യയിലേക്ക് മടങ്ങാൻ തീരുമാനിച്ചപ്പോൾ അതു മണ്ടത്തരമായിരിക്കുമെന്ന് എന്നോടു പറഞ്ഞത് എന്റെ മേധാവിയും ഗുരുവുമായ ഡോ. ഹഫ്നഗൽ ആയിരുന്നു. അന്ന് ഇന്ത്യയിലെ സ്ഥിതി പരിതാപകരമായിരുന്നല്ലോ. ജനങ്ങളിൽ പകുതിയും ആഹാരമില്ലാത്ത അവസ്ഥയിൽ. ആഹാരം കിട്ടുന്നവർക്കു പോലും പോഷകാംശക്കുറവ്. അങ്ങനെയുള്ള ഇന്ത്യയിൽ സർജറി, ഗവേഷണം, പരിശീലനം എന്നൊക്കെ പറഞ്ഞ് എടുത്തുചാടിപ്പോകുന്നതിൽ എന്തു കാര്യം?

മടങ്ങിവന്നപ്പോൾ ന്യൂഡൽഹി സഫ്ദർജങ് ഹോസ്പിറ്റലിൽ ജോലി കിട്ടിയെങ്കിലും ഗവേഷണത്തിനോ ആശയസംവാദത്തിനോ അവസരമുണ്ടായിരുന്നില്ല. എന്റെ മനസ്സിൽ അമേരിക്കയിലെ ഡോ. ചാൾസ് ഹഫ്നഗലിന്റെ പ്രവർത്തന രീതിയായിരുന്നല്ലോ മാതൃക. കൂടെയുള്ള വിദ്യാർത്ഥികളുമായി ചർച്ചയിൽ ഏർപ്പെടുമ്പോഴാണല്ലോ ഒരാൾ മികവുറ്റ ഡോക്ടറാകുന്നത്. സഫ്ദർജങ്ങിൽ അതു നടപ്പില്ലെന്ന് ബോദ്ധ്യമായി. അങ്ങനെയാണ് മദ്രാസ് ഐ ഐ ടിയിൽ പ്രൊഫസറായി നിയമനം തേടുന്നത്. ഗവേഷണത്തിന്റെയും സാങ്കേതികവിദ്യാവികസനത്തിന്റെയും സ്ഥാപനമാണല്ലോ ഐ ഐ ടി. അവിടെ പ്രൊഫസറും മദ്രാസ് റെയിൽവെ ആശുപത്രിയിൽ സർജനും എന്ന ഇരട്ട ജോലിയായി എനിക്ക്. സാങ്കേതികവിദ്യ പഠിപ്പിക്കുന്ന സ്ഥാപനമായിരുന്നു ഐ ഐ ടിയെങ്കിലും അവിടെ ഒന്നും പുതുതായി നിർമ്മിച്ചിരുന്നില്ല. വിമാനത്തെപ്പറ്റി ക്ലാസ് എടുക്കുമെന്നല്ലാതെ വിമാനം ഉണ്ടാക്കാത്ത അവസ്ഥ. അതും എന്നെ മടുപ്പിച്ചു.

ശ്രീചിത്രയിലേക്ക്...

അങ്ങനെയിരിക്കുമ്പോഴാണ് സി അച്യുതമേനോൻ എന്നെ തിരുവനന്തപുരത്തേക്ക് ക്ഷണിക്കുന്നത്. 17 വർഷം മുമ്പ് ഞാൻ അവിടം വിട്ടതാണ്. പരദേശി വരുംപോലെയാണ് ഞാൻ മടങ്ങിവന്നത്.

ശ്രീചിത്രയ്ക്കുവേണ്ടി കെട്ടിടംപണി കഴിഞ്ഞിട്ട് രണ്ടരവർഷമായിരുന്നു അപ്പോൾ. പ്രവർത്തനം തുടങ്ങാത്തതിനാൽ ആ കെട്ടിടം വാടകയ്ക്ക് കൊടുത്താലോ എന്ന ആലോചന നടന്നിരുന്നു.

അന്ന് സംസ്ഥാന ശാസ്ത്രസാങ്കേതിക കൗൺസിലിനു കീഴിലായിരുന്നു ശ്രീചിത്രയുടെ പ്രവർത്തനങ്ങൾ. അമേരിക്കയിലേതുപോലെ

ശാസ്ത്രസാങ്കേതിക ഗവേഷണവും വികസനവുമായിരുന്നു എന്റെ മനസ്സിൽ. അത്തരത്തിൽ ഒരു ആശുപത്രി ഇന്ത്യയിൽ അന്നുണ്ടായിരുന്നില്ല. ഹൃദയ ശസ്ത്രക്രിയ, അതിനുവേണ്ടിയുള്ള ശാസ്ത്രസാങ്കേതികവിദ്യയ്ക്കായി ഗവേഷണം, ബൗദ്ധികമായ അന്തരീക്ഷം പങ്കിടുന്ന ഒരു കൂട്ടം ചെറുപ്പക്കാർ ഇത്രയുമായിരുന്നു എന്റെ ഉള്ളിൽ. 1976 ൽ ആശുപത്രി തുറന്നു. 22 മാസത്തിനുശേഷം ആദ്യത്തെ ശസ്ത്രക്രിയ. അഞ്ചുവർഷം പിന്നിട്ടപ്പോൾ ദേശീയപ്രാധാന്യമുള്ള ഇൻസ്റ്റിറ്റ്യൂട്ട് എന്ന നിലയിൽ പാർലമെന്റിൽ ചട്ടം പാസാക്കുന്നു. എല്ലാം വേഗത്തിൽ. വിമാനം കയറുന്ന രംഗം ഞാൻ ഓർമ്മിച്ചു. എയർപോർട്ടിലേക്ക് കടക്കുമ്പോൾ അനേകം കവാടങ്ങളിൽ പരിശോധനയുണ്ടാകും. അതെല്ലാം കഴിഞ്ഞ് പെട്ടെന്ന് ഒരു മൂവിങ് ഫ്ളാറ്റ്ഫോമിലേക്ക് കയറുന്നു. തുടർന്ന് കാര്യങ്ങൾ നാം അറിയാത്ത വേഗത്തിലാണ്. സമാനമായ കാര്യങ്ങളാണ് ശ്രീചിത്രയിലും സംഭവിച്ചത്. ആശുപത്രി തുടങ്ങുന്നു, ഹൃദയ ശസ്ത്രക്രിയയിലേക്ക് കടക്കുന്നു. ഹൃദയവാൽവ് കണ്ടെത്തുന്നു, ഇന്ത്യയുടെ പ്രധാനമന്ത്രി അടക്കം ഉന്നതർ ഓരോരുത്തരായി ശ്രീചിത്ര സന്ദർശിക്കുന്നു... എന്തൊരു വേഗമായിരുന്നു കാര്യങ്ങൾക്ക്.

എത്ര ഹൃദയ ശസ്ത്രക്രിയ?

എത്ര ഹൃദയ ശസ്ത്രക്രിയ നടത്തിയെന്ന് ഞാൻ കണക്കുവച്ചിട്ടില്ല. ശ്രീചിത്രയിലാണ് കൂടുതലും ചെയ്തത്. വർഷം 600-700 ഓപ്പൺ ഹാർട്ട് നടത്തി. അങ്ങനെ 18 വർഷം. ശ്രീചിത്രയിൽ ഞാൻ ആദ്യമായി ഹൃദയ ശസ്ത്രക്രിയ നടത്തുന്നത് 1976 ലാണ്. കൊല്ലം തീരപ്രദേശത്തുനിന്നുള്ള മേഴ്സി എന്ന പത്തുവയസ്സുകാരിയായിരുന്നു രോഗി. കേരളത്തിലെ ആദ്യകാല ഓപ്പൺ ഹാർട്ട് ആയിരുന്നു അത്. അതിനുമുമ്പ് കോലഞ്ചേരിയിൽ ചെയ്തിട്ടുണ്ടെന്ന് കേട്ടിട്ടുണ്ട്. ഇന്ത്യയിലെ ആദ്യത്തെ ഓപ്പൺ ഹാർട്ട് ഏതെന്ന് അന്വേഷിച്ചുപോയാലും തർക്കങ്ങൾ ഉണ്ടാകും. കൃത്യമായി രേഖ പരിശോധിച്ച് ഉറപ്പുവരുത്തുക അത്ര എളുപ്പമല്ല.

മേഴ്സിക്ക് ഹൃദയത്തിൽ സുഷിരമായിരുന്നു പ്രശ്നം. അതേപ്പറ്റിയൊന്നും രക്ഷിതാക്കൾക്ക് അറിയില്ലായിരുന്നു. മറ്റു കുട്ടികളോടൊപ്പം കളിക്കുമ്പോൾ കുട്ടി പെട്ടെന്നു തളരുന്നു, അടിക്കടി അവശയാകുന്നു. ഇവയായിരുന്നു പ്രശ്നം. അതുകൊണ്ടുതന്നെ സ്കൂളിൽ പോയില്ല. കൊല്ലത്തെ ഏതോ ഡോക്ടർ മേഴ്സിയെ നോക്കിയശേഷം ശ്രീചിത്രയിലേക്ക് റഫർ ചെയ്തു. ഇവിടെവന്നശേഷം കത്തീറ്ററൈസേഷന് കുട്ടിയെ വിധേയമാക്കി. ഞരമ്പിലൂടെ ഒരു സൂക്ഷ്മ ഉപകരണം ഹൃദയത്തിലേക്ക് കടത്തിവിട്ട് പരിശോധന നടത്തുന്നതാണ് കത്തീറ്ററൈസേഷൻ എന്നു ലളിതമായി പറയാം. കത്തീറ്റർ വഴി ഹൃദയത്തിൽ ഒഴുകുന്ന ഒരു രാസവസ്തു രക്തത്തിൽ ചേർന്ന് പ്രവഹിക്കുന്നതിന്റെ തത്സമയ ചിത്രം പരിശോധിക്കുമ്പോൾ ഹൃദയത്തിലെ രക്തചംക്രമണത്തിന്റെ

പ്രശ്നം എന്തെന്ന് വ്യക്തമായി തിരിച്ചറിയാനാകും. ഇപ്പോൾ പക്ഷേ, കത്തീറ്ററൈസേഷൻ വേണ്ട. എക്കോ കാർഡിയോഗ്രാം ചെയ്താൽ ഹൃദയത്തിന്റെ പ്രശ്നം തിരിച്ചറിയാനാകും. അന്നത് നിലവിലില്ല.

കുട്ടിയുടെ രോഗം തിരിച്ചറിഞ്ഞ് രക്ഷിതാക്കളോട് പറയണമല്ലോ. ഹൃദയം തുറന്നുള്ള ഓപ്പറേഷനാണ്. ചെറിയ ഓപ്പറേഷനാണെങ്കിൽ പോലും ഇന്നും മനുഷ്യന് ഭയമാണ്. അപ്പോൾ വളരെ സാധാരണക്കാരായ മേഴ്സിയുടെ രക്ഷിതാക്കളുടെ മാനസികാവസ്ഥ ഊഹിക്കാമല്ലോ. എങ്കിലും സത്യം പറഞ്ഞ് ബോദ്ധ്യപ്പെടുത്തണം. മേഴ്സിയെ അടുത്തിരുത്തി രക്ഷിതാക്കളോട് ഞാൻ പറഞ്ഞു: 'നിങ്ങളുടെ കുഞ്ഞിന്റെ ഹൃദയത്തിൽ ഒരു സുഷിരമുണ്ട്. അതിലൂടെ ശ്വാസകോശത്തിലേക്ക് രക്തം പോകുന്നു. ശ്വാസകോശത്തിൽ സ്വാഭാവികമായി എത്തേണ്ടതിന്റെ ഇരട്ടി രക്തം ഇങ്ങനെ ചെന്നുചേരുന്നു. അതുകാരണമാണ് മേഴ്സിക്ക് ശ്വാസം മുട്ടലും മറ്റു പ്രശ്നങ്ങളും. ഓപ്പൺഹാർട്ട് ചെയ്തില്ലെങ്കിൽ മറ്റു കുട്ടികളെപ്പോലെ വളരാനാകില്ല. അതുകൊണ്ട് ഓപ്പറേഷൻ വേണം. എന്നാൽ ഓപ്പറേഷൻ റിസ്കുള്ളതുതന്നെയാണ്. പക്ഷേ, ശസ്ത്രക്രിയ ചെയ്യാതിരിക്കുമ്പോഴുള്ള അപകടത്തെക്കാൾ കുറവാണിത്.'

ഞാൻ പറഞ്ഞതെല്ലാം അവർ കേട്ടിരുന്നു. ഇടയ്ക്ക് ചില സംശയങ്ങളും ചോദിച്ചു. അതെല്ലാം കഴിഞ്ഞയുടൻ അവർ ഓപ്പൺഹാർട്ടിന് സമ്മതിച്ചു.

ശസ്ത്രക്രിയയ്ക്കുള്ള ടീമിൽ 12 പേരുണ്ടായിരുന്നു. മൂന്നു മണിക്കൂർ നീണ്ടുനിന്നു ആ ശസ്ത്രക്രിയ. ആദ്യ ശസ്ത്രക്രിയയായതിനാലാണ് അത്രയും നേരമെടുത്തത്. ഒരു മ്യൂസിക് ട്രൂപ്പിലെ അംഗങ്ങൾ മുമ്പ് ഒന്നിച്ചുപാടിയിട്ടില്ലെങ്കിൽ റെഡിയായി വരാൻ അല്പം സമയമെടുക്കുമല്ലോ. നാലഞ്ചു ശസ്ത്രക്രിയ കഴിഞ്ഞപ്പോൾ സമയം കുറഞ്ഞുകുറഞ്ഞുവന്നു. ഒരു ലയമായി. അത് ഒന്നരമണിക്കൂറായി. ഒരു വർഷം കഴിഞ്ഞപ്പോൾ ഓപ്പൺഹാർട്ടിന്റെ സമയം ഒരു മണിക്കൂറായി പിന്നെയും താണു.

അമേരിക്കയിൽ എന്റെ അദ്ധ്യാപകനായ ലോകപ്രശസ്ത കാർഡിയാക് സർജൻ ഡോ. ചാൾസ് ഹഫ്നഗൽ മറ്റു രാജ്യങ്ങളിലും ഓപ്പൺഹാർട്ട് ശസ്ത്രക്രിയ നടത്തിയിരുന്നു. അപ്പോഴെല്ലാം അദ്ദേഹത്തിന്റെ ടീമിനെ കൂടെ കൂട്ടിയിരുന്നു. സത്യത്തിൽ ടീംവർക്കാണ് ശസ്ത്രക്രിയ.

ശ്രീചിത്രയിലെ ആദ്യ ഓപ്പൺ ഹാർട്ടിന് അനസ്തീഷ്യ നല്കിയ ഡോ. മോഹൻദാസ് പില്ക്കാലത്ത് ശ്രീചിത്രയുടെ ഡയറക്ടറായി.

ഇന്നത്തെക്കാലത്ത് ഹൃദയത്തിലെ സുഷിരം അടയ്ക്കാൻ ഓപ്പൺഹാർട്ടിന്റെ ആവശ്യമില്ല. കത്തീറ്റർ വഴി ഒരു ക്യാപ്പ് ഹൃദയത്തിൽ കടത്തി അത് അടയ്ക്കാവുന്നതേയുള്ളൂ.

ഹൃദയം തുറക്കുന്ന നേരം

നെഞ്ചിന്റെ മദ്ധ്യഭാഗത്ത് വാരിയെല്ലുകൾക്ക് ഇടയിലായി കാണുന്ന

സ്റ്റെർനം എന്ന എല്ലു മുറിച്ചാണ് ഓപ്പൺ ഹാർട്ടിന്റെ തുടക്കം. അങ്ങനെ തുറന്നു കഴിഞ്ഞാൽ ഹൃദയം കാണാം. ഹൃദയം എന്ന അവയവം തുറസ്സായി ഇരിക്കുകയല്ല. അത് പെരികാർഡിയം എന്ന സൂക്ഷ്മസഞ്ചിക്കുള്ളിലാണ്. പെരികാർഡിയത്തിൽ ലൂബ്രിക്കന്റാണുള്ളത്. ഹൃദയത്തിന്റെ വികാസസങ്കോചങ്ങൾക്ക് ഈ ലൂബ്രിക്കേഷൻ ആവശ്യമാണ്. പെരികാർഡിയം മുറിച്ചശേഷമാണ് ഹൃദയത്തെ സമീപിക്കാനാവുക. തുടർന്ന് ഹാർട്ട് ലങ് മെഷീൻ ഘടിപ്പിക്കുന്നു. ഹൃദയത്തിലേക്ക് രക്തം വരുന്നതും പോകുന്നതുമായ രണ്ടു പ്രധാന രക്തക്കുഴലുകളാണ് മെഷീനിൽ ഘടിപ്പിക്കുക. അതായത് ഹാർട്ട് ഓപ്പറേഷന് വിധേയമാക്കുന്ന രോഗിയുടെ ഹൃദയത്തിന്റെയും ശ്വാസകോശത്തിന്റെയും പ്രവർത്തനം സമാന്തരമായി ഹാർട്ട് ലങ് മെഷീനിലൂടെ നടക്കുന്നു എന്നർത്ഥം.

ഹൃദയത്തിന്റെ പ്രവർത്തനം നിറുത്തുമ്പോൾ ഡോക്ടർക്ക് സ്വാഭാവികമായും ഉൽക്കണ്ഠ തോന്നാം. ഇതു വീണ്ടും പഴയപടി സ്പന്ദിക്കുമെന്ന് എന്താണുറപ്പ്? ലോകത്ത് ആദ്യമായി ഓപ്പൺ ഹാർട്ട് നടത്തിയ ഡോ. ഗിബ്ബണിന് വലിയ ഉൽക്കണ്ഠകൾ ഉണ്ടായിക്കാണും എന്നു തീർച്ച. ലോകത്ത് പതിറ്റാണ്ടുകളായി അനേകം ഓപ്പൺഹാർട്ടുകൾ നടത്തി വിജയിച്ചിട്ടുണ്ടെങ്കിലും ഇന്നും ഹൃദയം തുറക്കുമ്പോൾ ഡോക്ടർക്ക് ഉൽക്കണ്ഠ തോന്നുന്നത് സ്വാഭാവികം. പക്ഷേ, മുൻഗാമികൾ നമുക്ക് വഴി തുറന്നു തരികയായിരുന്നല്ലോ?

ഓരോ ശസ്ത്രക്രിയയ്ക്കുമുമ്പും എന്റെ പ്രാർത്ഥനയുണ്ടാകും. ശസ്ത്രക്രിയയ്ക്ക് എന്നല്ല എല്ലാ നല്ല കാര്യത്തിനു മുമ്പും ഞാൻ പ്രാർത്ഥിക്കാറുണ്ട്. ഏതു കാര്യത്തിനിറങ്ങുമ്പോഴും എല്ലാം ശുഭമാകട്ടെ എന്നു മനസ്സു പറയും. അതുകൊണ്ട് ഓപ്പറേഷൻ ശരിയാകണേ, ജീവിതം ശരിയാകണേ എന്നാണ് പ്രാർത്ഥിക്കുക. എല്ലാ ദിവസവും പ്രാർത്ഥനയോടെയാണ് തുടങ്ങുക.

ഒരു വാൽവ് പ്രവർത്തിക്കുന്നു

ശ്രീചിത്രയിൽ ശസ്ത്രക്രിയാദൗത്യത്തിനൊപ്പം വലിയൊരു ലക്ഷ്യവുമുണ്ടായിരുന്നു. കൃത്രിമ ഹൃദയവാൽവ് വികസിപ്പിക്കുക. അത് എളുപ്പമല്ലെന്നറിയാമായിരുന്നു. അക്കാലത്ത് വിദേശത്തുനിന്ന് ഇറക്കുമതി ചെയ്ത കൃത്രിമ ഹൃദയവാൽവാണ് ഇന്ത്യയിൽ ഉപയോഗിച്ചിരുന്നത്. പന്നിയുടെ ഹൃദയവാൽവ് സംസ്കരിച്ച് ഉണ്ടാക്കിയതായിരുന്നു അവ. ഇവിടെയും അതു പോരായിരുന്നോ, ഇറച്ചിക്കായി കൊല്ലുന്ന പന്നികളുടെ ഹൃദയം ധാരാളമായി കിട്ടില്ലേ എന്നൊക്കെ പലരും ചോദിച്ചിരുന്നു. അതു കാര്യമറിയാതെയുള്ള ചോദ്യമായിരുന്നു അക്കാലത്ത്.

ശ്രീചിത്രയിൽ മാത്രം ഒരു മാസം ഹൃദയവാൽവിന് പ്രശ്നമുള്ള നാന്നൂറോളം രോഗികൾ വന്നുകൊണ്ടിരുന്നു. നൂറു പന്നിയെ കൊന്നാൽ ചിലപ്പോൾ ആരോഗ്യമുള്ള 20, 22 വാൽവ് കിട്ടിയെന്നിരിക്കും. ഞാൻ കേരളത്തിലെമ്പാടും അറവുശാലകളിൽ വിവരം അന്വേഷിച്ചു. മിക്കയി

ടത്തും അഞ്ചോ പത്തോ എണ്ണത്തിനെ മാത്രമേ കൊല്ലുന്നുള്ളൂ. കൂത്താട്ടുകുളത്തു മാത്രം നൂറെണ്ണത്തിനെ കശാപ്പു ചെയ്യുന്നുണ്ട്. അതുകൊണ്ടും കാര്യമില്ല. ആവശ്യവും ലഭ്യതയും തമ്മിൽ ഒരിക്കലും ഒത്തുപോകുന്നില്ല. മാത്രമല്ല പന്നിവാൽവ് കിട്ടിയാൽ തന്നെ ഇവിടെ പ്രോസസ് ചെയ്യുകയും എളുപ്പമല്ല. അങ്ങനെ വന്നപ്പോഴാണ് കൃത്രിമവാൽവ് നിർമ്മിച്ചേ തീരൂ എന്നു വന്നത്. അപ്പോഴും എന്തിന് പാടുപെടുന്നു, അമേരിക്കയിൽ നിന്ന് വാൽവ് ഇറക്കുമതി ചെയ്താൽ പോരേ എന്ന ചോദ്യം ഉയർന്നുകൊണ്ടിരുന്നു.

രൂപവും പ്രവർത്തനവും

വാൽവിന്റെ ധർമ്മം ഒരു വശത്തേക്കു മാത്രം രക്തം കടത്തിവിടുകയാണ്. ഒരു വൺവേ ട്രാഫിക്. നാല് അറകളും രണ്ടു പ്രധാന രക്തവാഹികളുമാണല്ലോ ഹൃദയത്തിനുള്ളത്. ഹൃദയത്തിൽ നിന്ന് അശുദ്ധ രക്തം ശ്വാസകോശത്തിലേക്ക് നയിക്കുന്ന ഒരു ധമനി. രണ്ടാമത്തേത് ശുദ്ധരക്തം കൊണ്ടുപോകുന്നതും. ശുദ്ധീകരിച്ച രക്തം ധമനിയിലേക്ക് പമ്പു ചെയ്തുകഴിഞ്ഞാൽ വാൽവ് അല്പംനേരം അടഞ്ഞിരിക്കും. അപ്പോൾ മറ്റേ വാൽവ് തുറക്കും രക്തം ശരീരത്തിലേക്ക് ഒഴുകിപ്പോകുംവരെ. വീണ്ടും തുറന്ന് രക്തം പമ്പു ചെയ്യുന്നു. ഈ ചാക്രികപ്രവർത്തനമാണ് ഹൃദയം മരണംവരെ തുടരുന്നത്.

കൃത്രിമവാൽവും ഇങ്ങനെതന്നെയാണ് പ്രവർത്തിക്കുക. വാൽവിലെ ഡിസ്കിനു പകരം ചിലപ്പോൾ ബോൾ ആയിരിക്കും ചിലതിൽ. ശ്രീചിത്ര വാൽവിൽ ഡിസ്ക് തന്നെയായിരുന്നു. രണ്ടായാലും രക്തസമ്മർദ്ദമനുസരിച്ച് അവ ചലിച്ചുതുടങ്ങും.

ഒരുദിവസം ഒരുലക്ഷം പ്രാവശ്യമാണ് ഹൃദയം രക്തം പമ്പ് ചെയ്യുന്നത്. അതായത് ഒരു ലക്ഷം പ്രാവശ്യം ഹൃദയവാൽവ് അടയ്ക്കുകയും തുറക്കുകയും ചെയ്യുന്നു. കൃത്രിമവാൽവിന് കുറഞ്ഞത് പത്തുകൊല്ലം ആയുസ്സുണ്ടാകണം. അതായത് 36 കോടി തവണ വാൽവ് തുറക്കുകയും അടയ്ക്കുകയും ചെയ്യണം. ഇതിനു പിഴവ് വരാൻ പാടില്ല. ഇതെല്ലാം ഉറപ്പാക്കണമെങ്കിൽ സങ്കീർണ്ണമായ എൻജിനീയറിങ് ടെസ്റ്റുകൾക്ക് പുറമെ കൃത്രിമവാൽവ് ആദ്യം ഒരു മൃഗത്തിൽ ഘടിപ്പിക്കണം.

ആടിന്റെ ദീനരോദനം

ശ്രീചിത്രയിൽ അതു പരീക്ഷിച്ചത് ആടിലായിരുന്നു. കോയമ്പത്തൂരിൽ നിന്ന് കൊണ്ടുവന്ന ശേഷിയുള്ള ആടുകളായിരുന്നു. മനുഷ്യഹൃദയത്തിനു സമാന വലിപ്പമുള്ള ഹൃദയമായിരുന്നു അവയുടേത്. പലേടത്തും അന്വേഷിച്ചശേഷം കോയമ്പത്തൂരിൽ നിന്നാണ് ഇത്തരം ആടുകളെ കിട്ടിയത്. കൃത്രിമ വാൽവ് ഘടിപ്പിച്ച ആട് കുറഞ്ഞത് മൂന്നു മാസമെങ്കിലും ജീവിച്ചിരിക്കണം എന്നാണ് നിബന്ധന. ആദ്യമാദ്യം വാൽവ് ഘടിപ്പിച്ച

ആട് പിറ്റേന്നുതന്നെ ചത്തുവീണു. നല്ല കരുത്തുള്ള ആടുകളായിരുന്നു. അനസ്തേഷ്യ കൊടുത്ത് മയക്കിയശേഷമാണ് ശസ്ത്രക്രിയ. വാൽവ് പിടിപ്പിച്ചശേഷം വീണ്ടും തുന്നിക്കെട്ടും. ബോധം വീഴുമ്പോൾ ഉണരുന്ന ആട് സാധാരണപോലെ വെള്ളം കുടിക്കുകയും പുല്ലു തിന്നുകയുമൊക്കെ ചെയ്യും. അതു കാണുമ്പോൾ സന്തോഷവും അഭിമാനവുമൊക്കെ തോന്നുമെങ്കിലും പാവം മിണ്ടാപ്രാണിയെ ക്രൂരപരീക്ഷണത്തിന് വിധേയമാക്കിയല്ലോ എന്ന തീരാസങ്കടവും തോന്നും. പുല്ലു തിന്നുകൊണ്ടു നില്ക്കുന്ന ആട് 'മേ' എന്നു കരഞ്ഞുകൊണ്ടാണല്ലോ നമ്മെ നോക്കുക... അതൊരു ദയനീയ സ്വരമായി മനസ്സിലങ്ങനെ മുഴങ്ങിക്കൊണ്ടിരിക്കുന്നു.

ഭഗീരഥന്റെ പ്രയത്നം പോലെയായിരുന്നു വാൽവ് നിർമ്മാണം. അറുപതിനായിരം വർഷം പ്രയത്നിച്ചിട്ടും ഫലമില്ലാതെ ഭഗീരഥൻ വീണ്ടും ഒന്നേ എന്നു തുടങ്ങിയ സ്ഥിതി. 1982 ലാണ് വാൽവ് വികസിപ്പിക്കാനുള്ള ശ്രമം ശ്രീചിത്രയിൽ തുടങ്ങുന്നത്. നീണ്ട ഏഴുവർഷം വേണ്ടിവന്നു ശ്രീചിത്ര വാൽവ് സഫലമാകാൻ. ആദ്യ മൂന്നു മോഡലും പരാജയപ്പെട്ടു. വിജയിച്ച നാലാമത്തെ മോഡലാണ് ഇപ്പോൾ ശ്രീചിത്ര ടി ടി കെ വാൽവ് എന്ന പേരിൽ വിപണിയിലുള്ളത്. ഒരു ഡസൻ ആടുകളിൽ പരീക്ഷിച്ചശേഷമാണ് വാൽവ് ശരിയായി പ്രവർത്തിക്കുമെന്ന് ഉറപ്പിക്കാനായത്.

വാൽവ് വികസനത്തിന്റെ ആദ്യവർഷങ്ങളിൽ 'ഇതൊന്നും ഇവിടെ നടക്കാൻ പോകുന്നില്ല' എന്ന് പൊതുവെ ഒരു വിശ്വാസമുണ്ടായിരുന്നു. കേരളത്തിലെ മുതിർന്ന ഡോക്ടർമാർ പോലും പരസ്യമായി അങ്ങനെ പ്രതികരിച്ചിരുന്നു. അതൊക്കെ വലിയ വേദനയുണ്ടാക്കിയെങ്കിലും എനിക്ക് ലക്ഷ്യം നേടാനുള്ള വലിയ പ്രേരണയായി ഓരോ എതിരഭിപ്രായവും മാറിക്കൊണ്ടിരുന്നു.

വാൽവിന്റെ ഫ്രെയിം ക്രോമിയം കോബാൾട്ട് അലോയ് ആയിരുന്നു. വിമാനത്തിലൊക്കെ ഉപയോഗിക്കുന്ന അലോയ് ആണ്. ഡിസ്കിനുള്ള മെറ്റീരിയൽ ലൈറ്റ് പ്ളാസ്റ്റിക്കായിരുന്നു. അൾട്രാ ഹൈ പോളി എത്തിലിൻ എന്നാണ് വ്യവസായലോകത്ത് ഇതറിയപ്പെടുന്നത്.

അക്കാലത്ത് ഈ അലോയ് ഇറക്കുമതി ചെയ്യുകയായിരുന്നു. എങ്കിലും വേണ്ടിവന്നാൽ അതു നിർമ്മിച്ചുതരാമെന്ന് മിശ്രധാതു നിഗത്തിന്റെ അധികൃതർ എനിക്ക് ഉറപ്പു തന്നിരുന്നു.

കൃത്രിമ വാൽവ് മെറ്റൽ ഫ്രെയിമിൽ തുന്നിച്ചേർക്കാനുള്ള പ്ലാസ്റ്റിക്ക് ഫാബ്രിക്ക് നിർമ്മിച്ചുതന്നത് കോയമ്പത്തൂരിലെ സൗത്ത് ഇന്ത്യ ടെക്സ്റ്റൈൽ അസോസിയേഷൻ ആയിരുന്നു.

പരീക്ഷണശാലയിൽ വിജയം ഉറപ്പായ വാൽവ് പിന്നീട് വാണിജ്യാടിസ്ഥാനത്തിൽ വികസിപ്പിച്ചത് മദ്രാസിലെ ടി ടി കെ ആയിരുന്നു. ഇന്ന് ഒരു ലക്ഷത്തി അമ്പതിനായിരത്തിലേറെപ്പേർ ആ വാൽവുമായി ജീവിക്കുന്നു. പ്രതിമാസം 1300 വാൽവ് ഉല്പാദിപ്പിക്കുന്നുണ്ട്. ഇവ ഇന്ത്യയിലും പുറത്തും ചെലവാകുന്നു.

ഭഗീരഥപ്രയത്നം

ഏതു പരീക്ഷണത്തിലെയും പരാജയങ്ങളെപ്പറ്റി ആരും എഴുതാറില്ല. ശ്രീചിത്രയിലെ ഹൃദയവാൽവിനുവേണ്ടി ഏഴുവർഷം തുടർച്ചയായ ഗവേഷണം. ഇതിനിടെ മൂന്നു മോഡൽ പരാജയപ്പെട്ടു. ഒരു ഇംഗ്ലീഷ് വാരിക വളരെ മോശമായി ഞങ്ങളെ അധിക്ഷേപിച്ച് ഫീച്ചർ എഴുതി. ഇന്ത്യയുടെ ആദ്യ റോക്കറ്റ് വിജയകരമായി വിക്ഷേപിക്കുന്നതുവരെ ശാസ്ത്രജ്ഞർ കളിയാക്കലുകൾക്ക് വിധേയരായിരുന്നല്ലോ. കളിയാക്കിയവർ ഒരു കാര്യം ഓർത്തില്ല. പരാജയപ്പെട്ട പരീക്ഷണങ്ങൾ ഇല്ലാതെ ആരും സ്വന്തമായി ഒന്നും വികസിപ്പിച്ചിട്ടില്ല. അഥവാ പരാജയമറിയാതെ ഞങ്ങൾ ഒരു സാങ്കേതികവിദ്യ വികസിപ്പിച്ചു എന്നു പറഞ്ഞാൽ അതു കള്ളമാണുതാനും.

ഭർത്തൃഹരിയുടെ 'നീതിശതക'ത്തിലെ ഒരു ശ്ലോകമാണ് ഓർമ്മ വരുന്നത്:

"ആരഭ്യതേ നഖലു വിഘ്നഭയേന നീചൈഃ
ആരഭ്യവിഘ്ന വിഹതാ വിരമന്തി മധ്യാഃ
വിഘ്നൈഃ പുനഃപുനരപി പ്രതിഹന്യമാനാ
പ്രാരബ്ധമുത്തമ ജനാ നപരിത്യജന്തി"

നീചർ വിഘ്നങ്ങളുണ്ടാകുമെന്ന ഭയത്താൽ ഒരിക്കലും ഒരു കാര്യം തുടങ്ങുന്നില്ല. മധ്യമൻമാർ വിഘ്നം ഉണ്ടാകുമ്പോൾ തങ്ങൾ തുടങ്ങിയ കൃത്യം ഉപേക്ഷിക്കുന്നു. ഉത്തമരാകട്ടെ നിരന്തരം വിഘ്നം ഉണ്ടായാലും തുടങ്ങിയ കൃത്യത്തിൽനിന്ന് ഒരുകാലത്തും മാറുന്നില്ല.

ആദ്യ ഹൃദയവാൽവ് ഘടിപ്പിക്കുന്നു

ശ്രീചിത്രയിൽ ആദ്യമായി കൃത്രിമ ഹൃദയവാൽവ് ഘടിപ്പിക്കുന്നത് 1990 ലാണ്. പരീക്ഷിച്ചു വിജയിച്ച വാൽവ് മനുഷ്യശരീരത്തിൽ ഘടിപ്പിക്കാൻ മെഡിക്കൽ എത്തിക്സ് കമ്മിറ്റിയുടെ അനുവാദം വേണമായിരുന്നു. ജസ്റ്റിസ് സുകുമാരനായിരുന്നു കമ്മിറ്റി അദ്ധ്യക്ഷൻ. ബോംബെയിലെ പ്രസിദ്ധ കാർഡിയാക് സർജൻ നിമിഷ ഷാ അടക്കം നാലുപേർ അംഗങ്ങളും. ആ കമ്മിറ്റിയുടെ അംഗീകാരത്തോടെയാണ് ആദ്യ ശസ്ത്രക്രിയ നടത്തിയത്. ഇവിടെ ആദ്യ ശസ്ത്രക്രിയ കഴിഞ്ഞപ്പോൾ ഇന്ത്യയിലെ പ്രധാനപ്പെട്ട അഞ്ചു മെഡിക്കൽ കോളേജുകളിലും ശ്രീചിത്ര വാൽവ് ഉപയോഗിക്കാൻ എത്തിക്സ് കമ്മിറ്റി അനുവാദം നല്കി. പോണ്ടിച്ചേരി ജിപ്മർ, ബോംബെ കെ ഇ എം ഹോസ്പിറ്റൽ അങ്ങനെ അഞ്ചു സ്ഥാപനങ്ങൾ. എല്ലായിടത്തുമായി ഇരുനൂറ്റി എൺപതോളം വാൽവുമാറ്റ ശസ്ത്രക്രിയകൾ രണ്ടുവർഷങ്ങൾക്കുള്ളിൽ നടന്നു. അതു വലിയ വാർത്തയായിരുന്നു. ലോകപ്രസിദ്ധ മെഡിക്കൽ ജേണലുകളിൽ ശ്രീചിത്ര വാൽവിനെപ്പറ്റി വിശദമായ പഠനങ്ങൾ വന്നു.

അങ്ങനെയാണ് ശ്രീചിത്ര വാൽവിന് വിശ്വാസ്യത കൈവരുന്നത്.

അന്ന് പൂജപ്പുരയിലെ ചെറിയ ഫാക്ടറിയിലാണ് ടി ടി കെ വാൽവ് നിർമ്മിച്ചിരുന്നത്. അക്കാലത്ത് ടി ടി കെയിലെ ടെക്നീഷ്യന്മാരെ ശ്രീചിത്ര പരിശീലിപ്പിച്ചിരുന്നു. 'ടെക്നോപ്രൂവ്' എന്ന പേരിൽ ഒരു പ്രത്യേക വിഭാഗം ശ്രീചിത്രയിൽ ഇതിനുവേണ്ടി തുറന്നിരുന്നു. ഇന്ന് എല്ലാവരും ഇൻഡസ്ട്രിയൽ ഇങ്കുബേഷൻ എന്നു കൊട്ടിഘോഷിക്കാറുണ്ടല്ലോ. ആ പേരു പോലും വരുന്നതിന് എത്രയോ പതിറ്റാണ്ടു മുൻപായിരുന്നു ശ്രീചിത്രയിൽ ഇങ്കുബേഷൻ സെന്റർ തുറക്കുന്നത്. ടി ടി കെയിലെ ടെക്നീഷ്യന്മാർ ശ്രീചിത്രയിലെ എൻജിനീയർമാരോടൊപ്പം ചേർന്ന് മാസങ്ങളോളം പരിശീലനം നേടി.

ആദ്യത്തെ രണ്ടുവർഷം തിരുവനന്തപുരത്ത് നിർമ്മിച്ച വാൽവ്, മൂന്നാംവർഷം മുതൽ മദ്രാസിൽ സ്വന്തം പ്ലാന്റ് തുടങ്ങി ടി ടി കെ അവിടെ ഉല്പാദനം തുടർന്നു. ഇപ്പോഴാകട്ടെ കഴക്കൂട്ടത്താണ് ടി ടി കെയുടെ വാൽവ് നിർമ്മാണകേന്ദ്രം.

മുരളീധരനു കിട്ടിയ വാൽവ്

തൃശൂർ സ്വദേശിയായ മുരളീധരൻ എന്ന ചെറുപ്പക്കാരനാണ് ശ്രീചിത്രയിൽ ആദ്യമായി വാൽവ് ഘടിപ്പിക്കുന്നത്. 1990 ഡിസംബർ ആറിനായിരുന്നു ശസ്ത്രക്രിയ. ഇപ്പോൾ 30 വർഷമാകുന്നു. എല്ലാ ഡിസംബർ ആറിനും മുരളീധരൻ എന്നെ വിളിക്കും, ഞാൻ സുഖമായി ജീവിച്ചിരിക്കുന്നു എന്നറിയിക്കാൻ എന്നോണം.

ഞാൻ ആദ്യമായി വാൽവ്മാറ്റ ശസ്ത്രക്രിയ നടത്തുന്ന വിവരം എന്റെ ഗുരു ഡോ. ഹഫ്നഗലിനെ കത്തിലൂടെ അറിയിച്ചിരുന്നു. അദ്ദേഹം ആശംസ അയച്ചുതന്നു. നേരത്തെ ശ്രീചിത്ര വാൽവ് വികസിപ്പിക്കുന്ന വിവരം അദ്ദേഹം അറിഞ്ഞിരുന്നു എന്നു മാത്രമല്ല തിരുവനന്തപുരത്തു വന്ന് അതിന്റെ പുരോഗതി നേരിട്ട് വിലയിരുത്തുകയും ചെയ്തിരുന്നു. 1983 ൽ ബോംബെയിൽ ഒരു സമ്മേളനത്തിനു വന്ന ഹഫ്നഗലിനെ ഞാൻ ശ്രീചിത്രയിലേക്ക് കൂട്ടിക്കൊണ്ടുവരികയായിരുന്നു. തന്റെ ശിഷ്യൻ കൃത്രിമവാൽവ് വികസിപ്പിക്കുകയും അതു വിജയകരമായി മനുഷ്യനിൽ പരീക്ഷിക്കുകയും ചെയ്തു എന്നറിഞ്ഞതിൽ അദ്ദേഹത്തിന് വലിയ അഭിമാനമായിരുന്നു.

ശ്രീചിത്രയിലെത്തിയ പ്രധാനമന്ത്രിമാർ

ശ്രീചിത്ര ഇൻസ്റ്റിറ്റ്യൂട്ട് ദേശീയ പ്രാധാന്യമുള്ള ഇൻസ്റ്റിറ്റ്യൂട്ടായി പ്രഖ്യാപിക്കാനുള്ള ബിൽ മൊറാർജി ദേശായി പ്രധാനമന്ത്രിയായിരിക്കെയാണ് ആദ്യമായി രാജ്യസഭയിൽ പാസാക്കിയത്. എന്നാൽ ബിൽ ലോക്സഭയിൽ അവതരിപ്പിക്കുംമുമ്പ് മൊറാർജി സർക്കാർ അധികാരമൊഴിഞ്ഞു. പിന്നീട് ഇന്ദിരാഗാന്ധി പ്രധാനമന്ത്രിയായി പുതിയ സർക്കാർ വന്നു. അപ്പോൾ കേരളത്തിലും ഭരണമാറ്റമുണ്ടായി. നായനാർ സർക്കാർ അധികാരമേറ്റിരുന്നു. അതിനാൽതന്നെ ആദ്യം മുതൽ തുടങ്ങേണ്ടിവന്നു.

ഇതിനുമുമ്പ് ശ്രീചിത്ര സാമ്പത്തിക പ്രതിസന്ധിയിലുമായി, സി എച്ച് മുഹമ്മദ് കോയ സർക്കാരിന്റെ കാലത്ത്. സർക്കാരിന് പണമില്ല. എവിടെ നിന്ന് എടുത്തുതരാൻ? ശ്രീചിത്രയിൽ ശമ്പളം കൊടുക്കാൻകൂടി കാശില്ല. മൊത്തം നാല്പതുലക്ഷം രൂപ വേണം. അവസാനം എസ് ബി ടി കടം തന്നു. ശ്രീചിത്രയിലെ ഉപകരണങ്ങളുടെ കൊളാറ്ററൽ സെക്യൂരിറ്റി പോരാ, എന്റെ വ്യക്തിപരമായ ജാമ്യം കൂടി. അങ്ങനെ എത്രയെത്ര പ്രതിസന്ധികൾ...

ലോക്സഭയിൽ ശ്രീചിത്രയെക്കുറിച്ചുള്ള ബിൽ അവതരിപ്പിക്കുന്നതു സംബന്ധിച്ച് തലേന്നാണ് പ്രധാനമന്ത്രി ഇന്ദിരാഗാന്ധി, സഹമന്ത്രി ശിവരാജ് പാട്ടീലിനോടു പറയുന്നത്. ശ്രീചിത്രയെപ്പറ്റി ഒന്നും അറിയില്ലെന്നു പറഞ്ഞ ശിവരാജ് പാട്ടീലിനോട് ഇന്ദിര പറഞ്ഞു: "ദാറ്റ് ഇൻസ്റ്റിറ്റ്യൂട്ട് മേക്സ് ഹാർട്ട് വാൽവ്സ്!"

അത്ര കൃത്യമായ ഓർമ്മയായിരുന്നു ഇന്ദിരാഗാന്ധിക്ക്. പിന്നീട് ശിവരാജ് പാട്ടീൽ എന്നെ വിളിക്കുകയും സ്ഥാപനത്തെപ്പറ്റി വിശദവിവരങ്ങൾ ചോദിച്ചറിയുകയും ചെയ്തു. അന്ന് പ്രധാനമന്ത്രിയുടെ ഓഫീസിൽ സഹമന്ത്രിയായിരുന്നു ശിവരാജ് പാട്ടീൽ. പിന്നീട് അദ്ദേഹം സ്പീക്കറായി.

മണിപ്പാലിലേക്ക്

എന്റെ സേവന കാലാവധി പൂർത്തിയായ 1994 ൽ ഞാൻ ശ്രീചിത്ര വിട്ടു. തുടർന്ന് മണിപ്പാൽ യൂണിവേഴ്സിറ്റിയുടെ ആദ്യ വി സിയായി ഒരു പുതുലോകത്തേക്ക് പ്രവേശിച്ചു. മണിപ്പാലിലേക്ക് പോകുമ്പോൾ കാർഡിയാക് സർജനായി തുടരാൻ എനിക്ക് ഒട്ടും ഇഷ്ടമായിരുന്നില്ല.

വി സിയുടെ ജോലി സർജറിയുമായി ഒരു ബന്ധവുമില്ലാത്തതാണ്. ഐൻസ്റ്റൈൻ ആയാലും സാധാരണക്കാരനായാലും തലച്ചോറിന്റെ ഒരിഞ്ച് അളവെടുത്താൽ ബ്രെയിൻ സെല്ലുകളുടെ എണ്ണം തുല്യമായിരിക്കും. എന്നാൽ സെല്ലുകൾ തമ്മിലുള്ള വയറിങ് വ്യത്യസ്തമായിരിക്കും. തലച്ചോറിലെ കോടിക്കണക്കിന് സെല്ലുകൾ (ന്യൂറോണുകൾ) ബഹുശതം കോടി വയറിങ് കൊണ്ട് സദാ ബന്ധപ്പെട്ടിരിക്കുന്നു. ഈ ബന്ധപ്പെടൽ തലച്ചോറിന്റെ പ്രവർത്തനങ്ങളെ-ബൗദ്ധികപ്രവർത്തനങ്ങൾ ഉൾപ്പെടെ-നിയന്ത്രിക്കുന്നു.

1950 കളിൽ ഡോക്ടർ പെൻഫീൽഡ് എഴുതിയത് ഓർമ്മവന്നു. നമ്മൾ പുതിയ കാര്യങ്ങൾ പഠിക്കുമ്പോൾ തലച്ചോറിൽ പുതിയ ഒരു വയറിങ് നടക്കുകയാണ്. പുതിയ അറിവു സമ്പാദിക്കാൻ ശ്രമിക്കുമ്പോൾ തലച്ചോറിലെ വയറിങ് സ്വയം മാറുന്നു. പരമ്പരാഗതമായി ചെയ്തുവരുന്ന കാര്യത്തിൽ നിന്ന് വ്യത്യസ്തമായി ഒന്നു ചെയ്യുമ്പോഴാണ് പുതിയ വയറിങ് തലച്ചോറിൽ ഉടലെടുക്കുന്നത്. ഈ നിരീക്ഷണം എന്നെ ആകർഷിച്ചു.

ആയുർവേദത്തിലേക്ക്

മണിപ്പാലിൽ വച്ച് ആയുർവേദപഠനത്തിലേക്ക് തിരിയാൻ ഒരു പശ്ചാത്തലമുണ്ടായിരുന്നു. ശ്രീചിത്രയിൽ ഓപ്പറേഷൻ തിയേറ്ററിൽ നില്ക്കുമ്പോൾ ആലോചിക്കുമായിരുന്നു, ഇതിനുള്ളിൽ നഴ്സുമാരും മറ്റു സഹപ്രവർത്തകരുമല്ലാതെ ബാക്കിയെല്ലാം ഇറക്കുമതിയാണല്ലോ? ഇന്ത്യയിൽ മോഡേൺ മെഡിസിൻ വന്നിട്ട് 250 കൊല്ലമായി. ഇത്രയും കാലത്തിനിടെ ഇന്ത്യക്കാരൻ മോഡേൺ മെഡിസിനിൽ എന്തെങ്കിലും ഒരു കണ്ടുപിടിത്തം നടത്തിയിട്ടുണ്ടോ? ലോകം അംഗീകരിച്ച സിദ്ധാന്തം ആവിഷ്കരിച്ചിട്ടുണ്ടോ? എത്രയോ തലമുറകൾ, എത്രയോ പ്രഗല്ഭർ മോഡേൺ മെഡിസിൻ പഠിച്ചു... എന്നിട്ടും സി വി രാമൻ ഫിസിക്സിൽ കണ്ടെത്തിയ പോലെ ഒന്ന് എന്തുകൊണ്ട് മെഡിസിനിൽ ഇന്ത്യയിൽനിന്ന് ഉണ്ടായില്ല? പുതിയ സിദ്ധാന്തങ്ങൾ ആവിഷ്കരിക്കാൻ ഇന്ത്യക്കാർക്ക് കഴിവില്ലേ?

നൊബേൽ നേടിയ ഷോക്‌ലി, 1961 ൽ പറഞ്ഞു: 'ശാസ്ത്രത്തെ തിരിച്ചുമറിക്കുന്ന സിദ്ധാന്തങ്ങളും കണ്ടുപിടിത്തങ്ങളും കൊണ്ടുവരാൻ വെള്ളക്കാർക്കേ കഴിയൂ, മറ്റാർക്കും പറ്റില്ല.' ഈ പ്രസ്താവനയുടെ പേരിൽ അദ്ദേഹത്തിന് വളരെയേറെ ശകാരം കിട്ടി.

സുശ്രുതൻ, ചരകൻ, വാഗ്ഭടൻ

ചരകൻ *ചരകസംഹിത* എഴുതുന്നത് എ ഡി ഒന്നാം നൂറ്റാണ്ടിലാണ്. തന്റെ കാലത്തിനു മുമ്പുണ്ടായിരുന്ന *അഗ്നിവേശതന്ത്ര*ത്തെ പുനഃസംസ്കരിച്ചാണ് തന്റെ രചനയെന്ന് ചരകൻ എല്ലാ അദ്ധ്യായത്തിലും വ്യക്തമാക്കിയിട്ടുണ്ട്. പില്ക്കാലത്ത് മൂല*ചരകസംഹിത*യിലെ പല ഭാഗങ്ങളും നഷ്ടമായി. അവയെല്ലാം കണ്ടെത്തി കൂട്ടിച്ചേർത്ത് ഇന്നത്തെ നിലയിലുള്ള *ചരകസംഹിത*യാക്കിയത് കാശ്മീരി പണ്ഡിതനായ ദൃഢബലനാണ്. ഇന്നു നമ്മൾ വായിക്കുന്നത് ദൃഢബലൻ പ്രസിദ്ധീകരിച്ച *ചരകസംഹിത*യാണെന്നു പറയാം.

സുശ്രുതന്റെ *സുശ്രുതസംഹിത*യുടെ കാര്യവും ഇങ്ങനെതന്നെ. എ ഡി നാലാം നൂറ്റാണ്ടിൽ നാഗാർജുനൻ സമാഹരിച്ച കൃതിയാണ് ഇന്നു ലഭ്യമായിട്ടുള്ളത്. ഇപ്പറയുന്ന നാഗാർജുനൻ നളന്ദയിലെ നാഗാർജുനനോ, ആന്ധ്രയിലെ നാഗാർജുനനോ, കൊണ്ടയിലെ നാഗാർജുനനോ എന്നൊന്നും വ്യക്തമല്ല. സുശ്രുതന്റെ ജീവിതകാലത്തെപ്പറ്റി ചരിത്രകാരന്മാർക്ക് ഭിന്നാഭിപ്രായമുണ്ടെങ്കിലും എന്റെ ഊഹത്തിൽ ബുദ്ധനു മുമ്പ് ആയിരിക്കാനാണ് സാദ്ധ്യത. കാരണം പാണിനി ജീവിച്ചിരുന്നത് ബി സി നാലാം നൂറ്റാണ്ടിലാണ്. അതല്ല ഏഴാം നൂറ്റാണ്ടെന്നും പറയുന്നു. അത് എന്തുതന്നെയായാലും പാണിനിയുടെ *അഷ്ടാദ്ധ്യായി*യിൽ (പാണിനീയം) മൂന്നോ നാലോ തവണ 'സുശ്രുതേന പ്രോക്തം സൗശ്രുതം' എന്നു പറയുന്നുണ്ട്. അപ്പോൾ പാണിനിക്കും രണ്ടു നൂറ്റാണ്ടു മുമ്പെങ്കിലും ആയിരിക്കണം സുശ്രുതന്റെ കാലം. അല്ലെങ്കിൽ പാണിനിയുടെ കാലത്ത്

സുശ്രുതസംഹിത ഇത്രമാത്രം പരിചിതമായി നിറഞ്ഞുനില്ക്കില്ലായിരുന്നു.

'വൃദ്ധസുശ്രുതൻ' എന്ന് എല്ലാവരും സുശ്രുതനെ വിളിച്ചിരുന്നു. ബനാറസിലാണ് ജീവിച്ചിരുന്നതെന്ന് കരുതുന്നു. സുശ്രുതൻ എഴുതിയ കൃതികൾ ഒന്നും ഇന്നു ലഭ്യമല്ല. എ ഡി നാലാം നൂറ്റാണ്ടിൽ പുനഃസംസ്കരിച്ച *സുശ്രുതസംഹിത*യാണ് ഇന്നത്തെ നിലയിൽ നമുക്ക് കിട്ടുന്നത്. അതായത് മൂലരചനയും പുനഃസംസ്കരണവും തമ്മിൽ എട്ടുനൂറ്റാണ്ടിന്റെ വിടവ്.

വാഗ്ഭടന്റെ കാലം

അഷ്ടാംഗഹൃദയം എഴുതിയ വാഗ്ഭടന്റെ കാലം എ ഡി ആറാം നൂറ്റാണ്ടാണ്. ഇന്നത്തെ പാകിസ്ഥാനിൽ ഉൾപ്പെട്ട സിന്ധുദേശക്കാരനാണ് വാഗ്ഭടൻ. അക്കാര്യം അദ്ദേഹം തന്നെ വ്യക്തമാക്കുന്നുണ്ട്. പിതാവ് വൈദ്യനായിരുന്നു. ചരകനും സുശ്രുതനും എഴുതിയ വലിയ ഗ്രന്ഥങ്ങൾ ഇന്നത്തെ കാലത്ത് പഠിക്കാൻ പ്രയാസമാണ്, അതുകൊണ്ട് യുഗാനുരൂപമായി (കാലത്തിനനുസരിച്ച്) ഒരു പുസ്തകം താൻ എഴുതുകയാണെന്ന് വാഗ്ഭടൻ പറയുന്നു. പുതുമയുടെ അവകാശവാദമൊന്നും വാഗ്ഭടനിൽ നിന്ന് ഉണ്ടാകുന്നില്ല. വാഗ്ഭടൻ എഴുതിയത് അതിദീർഘമല്ല, വായിക്കാൻ എളുപ്പമാണുതാനും.

*അഷ്ടാംഗഹൃദയ*ത്തിന്, ഇന്ത്യയിൽ മറ്റെവിടെയും കിട്ടുന്നതിലേറെ പ്രസിദ്ധി കേരളത്തിൽ ഉണ്ടായി. ആയുർവേദം പഠിപ്പിക്കുന്ന ഗുജറാത്തിയിലോ കർണ്ണാടകയിലോ ഉത്തർപ്രദേശിലോ ഒന്നും *അഷ്ടാംഗഹൃദയ*ത്തിന് ഇന്നും ഇപ്പോഴും ഇത്ര പ്രസിദ്ധി ഇല്ല.

അതേസമയം ബുദ്ധമതത്തിലൂടെ ആയുർവേദം പ്രചരിച്ച ടിബറ്റിലും ചൈനയിലുമെല്ലാം വാഗ്ഭടനായിരുന്നു മുന്നിൽ. നളന്ദ സർവ്വകലാശാലയിൽ സംസ്കൃതത്തോടൊപ്പം ആയുർവേദവും പഠിപ്പിച്ചിരുന്നു. മഹായാന ബുദ്ധിസമായിരുന്നല്ലോ അവിടത്തെ പ്രധാന പാഠ്യപദ്ധതി. അതേപോലെ പ്രാധാന്യം നല്കിയാണ് നളന്ദയിൽ ആയുർവേദവും പഠിപ്പിച്ചിരുന്നത്. സാരാനാഥിലെ ടിബറ്റൻ ഇൻസ്റ്റിറ്റ്യൂട്ടിൽ ഇപ്പോഴും വാഗ്ഭടന്റെ *അഷ്ടാംഗഹൃദയം* പ്രത്യേക പാഠ്യപുസ്തകമായുണ്ട്.

വേഷം മാറി ആയുർവേദം പഠിച്ച വാഗ്ഭടൻ

*അഷ്ടാംഗഹൃദയ*ത്തിന് ഏറ്റവും കൂടുതൽ വ്യാഖ്യാനങ്ങൾ പിറന്നതും കേരളത്തിലാണ്. സമാനമായി ആര്യഭടന്റെ *ആര്യഭടീയ*ത്തിനും ഇന്ത്യയിൽ ഏറ്റവും കൂടുതൽ വ്യാഖ്യാനം ഉണ്ടായതും കേരളത്തിലാണ്. ഇത് എങ്ങനെ സംഭവിച്ചു എന്നത് ഒരത്ഭുതമാണ്. കേൾക്കുന്ന പല കഥകളിൽ ഒന്ന് ഭ്രഷ്ടിനെത്തുടർന്ന് വാഗ്ഭടൻ ജന്മനാട്ടിൽനിന്ന് നാടുവിട്ട് കേരളത്തിലെത്തി എന്നാണ്. തൃശൂരിൽ സമാധി പ്രാപിച്ചു എന്നും കഥ

കളിലുണ്ട്. *ഐതിഹ്യമാല*യിലുള്ള ഇക്കഥ രാഹുൽ സംകൃത്യായനും പറയുന്നുണ്ട്.

വാഗ്ഭടൻ ജീവിച്ചിരുന്ന ആറാം നൂറ്റാണ്ടിൽ ആയുർവേദം പഠിക്കുന്നതും പഠിപ്പിക്കുന്നതും പ്രാക്ടീസ് ചെയ്യുന്നതുമെല്ലാം ബുദ്ധമതക്കാരാണ്. സഹാനുഭൂതിയും വൈദ്യസഹായവും ബുദ്ധമതത്തിന്റെ കൂടപ്പിറപ്പാണ്. ബ്രാഹ്മണനായ വാഗ്ഭടൻ ആയുർവേദം പഠിക്കാനായി വേഷം കെട്ടി ബുദ്ധഭിക്ഷുവായി. അങ്ങനെ ഒരു ബുദ്ധഗുരുവിന്റെ അടുത്ത് ആയുർവേദപഠനം തുടങ്ങി. പഠിപ്പു പൂർത്തിയാകാറായപ്പോൾ ഗുരുവിന് ആളെ പിടികിട്ടി. എന്നാൽ ഗുരുശാപം ഏറ്റുവാങ്ങുംമുൻപേ വാഗ്ഭടൻ അവിടം വിട്ട് ജന്മനാട്ടിലെത്തി. അവിടെ എത്തിയപ്പോഴാകട്ടെ ബ്രാഹ്മണരെല്ലാം ചേർന്ന് വാഗ്ഭടന് ഭ്രഷ്ട് കല്പിച്ചു. തുടർന്നായിരുന്നു ദക്ഷിണേന്ത്യയിലേക്കുള്ള പലായനം.

വാഗ്ഭടൻ കേരളത്തിലെത്തുന്ന സമയം വടക്കേ ഇന്ത്യയിൽനിന്ന് ബ്രാഹ്മണർ കേരളത്തിലേക്ക് കുടിയേറുന്ന കാലമാണ്. രാഷ്ട്രീയമായ എന്തോ ഒരു മാറ്റത്തെത്തുടർന്നായിരുന്നു ആ കുടിയേറ്റം. കടൽത്തീരത്തിനും പശ്ചിമഘട്ടത്തിനും മദ്ധ്യേയുള്ള സമതലത്തിലേക്കായിരുന്നു സംഘംസംഘമായുള്ള കുടിയേറ്റം. അക്കാലത്ത് തൃശൂർ കേന്ദ്രീകരിച്ച് നിരവധി ബ്രാഹ്മണ കോളനികൾ അവിടെ ഉണ്ടായിരുന്നു. അവിടെയാണ് വാഗ്ഭടൻ എത്തിയത്. സംസ്കൃതം അറിയാവുന്ന ഒരു സമൂഹത്തിലേക്ക് വാഗ്ഭടൻ എത്തിയതിനാൽ വലിയ സ്വീകാര്യത ലഭിച്ചു. മാത്രമല്ല വാഗ്ഭടൻ വലിയ കവിയുമായിരുന്നല്ലോ. ചരകനും സുശ്രുതനും തങ്ങൾ പറയുന്നതിന്റെ കാവ്യമാധുര്യമൊന്നും നോക്കിയവരല്ല. വാഗ്ഭടനാകട്ടെ ഓരോ പ്രയോഗത്തിലും കാവ്യമധുരിമ ഉറപ്പുവരുത്തി വലിയ കവിയെന്ന ആദരവും നേടി. വാഗ്ഭടന്റെ അന്ത്യം കേരളത്തിലല്ല ലങ്കയിലായിരുന്നു എന്നും കഥയുണ്ട്. കഥ എന്തുതന്നെയായാലും *അഷ്ടാംഗഹൃദയ*ത്തിന് ഏറ്റവും വളക്കൂറുള്ള മണ്ണായി കേരളം എന്നതിൽ സംശയമില്ല. ആര്യഭടന്റെ *ആര്യഭടീയ*ത്തിനും സമാനമായ സ്വീകാര്യതയുണ്ടായി കേരളത്തിൽ.

എ ഡി നാലാം നൂറ്റാണ്ടിൽ പാറ്റ്നയിലെ കുസുമപുരത്താണ് ആര്യഭടൻ ജീവിച്ചിരുന്നതെന്നു കരുതുന്നു. *ആര്യഭടീയ*സിദ്ധാന്തത്തെ പില്ക്കാലത്ത് ബ്രഹ്മഗുപ്തനും മറ്റും പുച്ഛിച്ചുതള്ളിയിരുന്നു. ഭൂമി സൂര്യനെ ചുറ്റുകയാണെങ്കിൽ ഭൂമിയിലുള്ള മനുഷ്യരൊക്കെ തലകറങ്ങി വീണുപോകില്ലേ എന്നായിരുന്നു ബ്രഹ്മഗുപ്തന്റെ ആക്ഷേപം. അത്തരത്തിൽ ആര്യഭടന്റെ സിദ്ധാന്തത്തിന്റെ പ്രസക്തി ഇല്ലാതാക്കാൻ ശ്രമിച്ചെങ്കിലും എ ഡി ആറാം നൂറ്റാണ്ടോടെ കേരളത്തിൽ *ആര്യഭടീയം* ഗണിതപണ്ഡിതരുടെ ശ്രദ്ധയാകർഷിച്ചുതുടങ്ങി. പിന്നീട് എ ഡി 14 മുതൽ 17 വരെയുള്ള മൂന്നു നൂറ്റാണ്ടുകാലം കേരളത്തിൽ ഗണിതശാസ്ത്രം വലിയ വളർച്ച നേടി. ഈ കാലയളവിനെ കേരള സ്കൂൾ ഒഫ് മാത്തമാറ്റിക്സ്

എന്ന് പില്ക്കാലത്ത് പാശ്ചാത്യപണ്ഡിതർ വിശേഷിപ്പിച്ചു. ഇരിങ്ങാലക്കുടയ്ക്കടുത്ത സംഗമഗ്രാമത്തിൽ മാധവനാണ് ഗണിതശാസ്ത്ര സ്കൂളിന്റെ തുടക്കക്കാരൻ. അതു പിന്നീട് ജ്യേഷ്ഠദേവൻ, നീലകണ്ഠ സോമയാജി, പരമേശ്വരൻ എന്നിവരിലൂടെ വളർന്നുപന്തലിച്ചു. തൃക്കണ്ടിയൂർ കേന്ദ്രീകരിച്ചായിരുന്നു ഈ ബൗദ്ധിക മുന്നേറ്റം. ഇതിൽ പരമേശ്വരന്റെ *ദിഗ്ഗണിത*വും ജ്യേഷ്ഠദേവന്റെ *യുക്തിഭാഷ*യും ആഗോളശ്രദ്ധയാകർഷിച്ചു. ഇന്നും ഈ കൃതികൾ ചർച്ചചെയ്യപ്പെടുന്നു.

ചുരുക്കത്തിൽ അന്യനാട്ടിൽ നിന്ന് ഇവിടേക്കു വന്ന ആയുർവേദവും ഗണിതശാസ്ത്രവും സ്വാംശീകരിക്കാനും അതിൽ ഗവേഷണം നടത്തി പുതിയ കാര്യങ്ങൾ കണ്ടെത്താനും കേരളീയർക്കു കഴിഞ്ഞു. എന്നാൽ പാശ്ചാത്യശാസ്ത്രം കേരളത്തിൽ വന്നപ്പോൾ ഇത്തരമൊരു മുന്നേറ്റമൊന്നും ഉണ്ടായില്ല എന്നതാണ് അമ്പരപ്പിക്കുന്ന കാര്യം. പത്തൊൻപതാം നൂറ്റാണ്ടിൽ കല്ക്കട്ടയിലെ പ്രസിഡൻസി കോളേജിൽ പാശ്ചാത്യശാസ്ത്രം പഠിക്കുകയും പിന്നീട് പഠിപ്പിക്കുകയും ചെയ്ത ജെ സി ബോസും റേയും അടക്കം പ്രമുഖർ ഗവേഷണം നടത്തി പുതിയ കാര്യങ്ങൾ കണ്ടെത്തുകയും ചെയ്തു. പ്രസിഡൻസി കോളേജ് ആരംഭിച്ച കാലത്തു തന്നെയാണ് തിരുവനന്തപുരത്ത് യൂണിവേഴ്സിറ്റി കോളേജും തുടങ്ങുന്നത്. സി വി രാമൻപിള്ളയെ യൂണിവേഴ്സിറ്റി കോളേജിൽ ഇംഗ്ലീഷ് പഠിപ്പിച്ച റോസ് എന്ന സായിപ്പ് അടക്കം ഒട്ടേറെ മികച്ച വിദേശ അധ്യാപകർ ഇവിടെ ഉണ്ടായിരുന്നു. അവരെ കേട്ടുപഠിക്കുകയും പിന്നീട് പഠിപ്പിക്കുകയും ചെയ്ത തലമുറ പക്ഷേ, ശാസ്ത്രത്തിൽ എന്തെങ്കിലും പുതുതായി കണ്ടെത്തിയില്ല. കല്ക്കട്ടയിൽ സംഭവിച്ചത് ഇവിടെ എന്തുകൊണ്ട് ഉണ്ടായില്ല? ആലോചനാമൃതമാണത്.

ചരകൻ

ചരകൻ എ ഡി ഒന്നാം നൂറ്റാണ്ടിൽ ജീവിച്ചിരുന്നതായി പൊതു അഭിപ്രായമുണ്ട് എന്നതിനപ്പുറം കൂടുതലായി ഒന്നും അറിയില്ല എന്നതാണ് നേര്. ബി സി രണ്ടാം നൂറ്റാണ്ടാണ് ചരകന്റെ കാലമെന്നും അന്നു ജീവിച്ചിരുന്ന, മഹാഭാഷ്യമെഴുതിയ പതഞ്ജലി തന്നെയാണ് ചരകൻ എന്നും വാദിക്കുന്നവരുണ്ട്. അതു ശരിയാണെന്നു തോന്നുന്നില്ല. വ്യാകരണം നന്നായി പഠിച്ച ഒരാളാണ് പതഞ്ജലി. അദ്ദേഹം അത്രമാത്രം വൈദ്യവും പഠിച്ചിരിക്കാൻ ഇടയില്ല. അക്കാലത്ത് ജനപദങ്ങളിലേക്ക് യാത്രചെയ്യുന്ന വൈദ്യന്മാരുടെ സംഘം ഉണ്ടായിരുന്നു. ഭിഷക്കുകൾ എന്നാണ് ഇവർ അറിയപ്പെട്ടിരുന്നത്. ഇന്നത്തെ മെഡിക്കൽ ക്യാമ്പുപോലെ ഓരോ സ്ഥലത്തു താമസിച്ച് അവർ ചികിത്സ നടത്തി. അങ്ങനെ യാത്ര ചെയ്യുന്ന സ്ഥലത്തിൽനിന്ന് (ചരക്) വന്നയാളാണ് ചരകൻ എന്നും അനുമാനങ്ങളുണ്ട്. എന്നാൽ ഇക്കാര്യത്തിൽ എനിക്കു വിയോജിപ്പുണ്ട്. സംഘങ്ങൾ പുസ്തകം എഴുതാറില്ല. കമ്മിറ്റി കൂടി പുസ്തകങ്ങൾ എഴു

താൻ പറ്റുമോ? അസാധാരണ വ്യക്തിക്കേ ഇത്തരം മഹത്തായ രചനകൾ നിർവ്വഹിക്കാൻ കഴിയൂ.

ചൈനീസ് അനുമാനപ്രകാരം കുശാന വംശ ചക്രവർത്തിയായിരുന്ന കനിഷ്കന്റെ കാലത്താണ് (എ ഡി ഒന്നാം നൂറ്റാണ്ട്) ചരകൻ ജീവിച്ചിരുന്നത്. കനിഷ്കൻ ഏതു മതവിശ്വാസിയായിരുന്നു എന്നു വ്യക്തമല്ല. കനിഷ്കൻ പുറത്തിറക്കിയ നാണയങ്ങളിൽ ബുദ്ധമുദ്രയുണ്ട്. ചിലതിൽ സോറോഷ്ടരുടെ മുദ്രയാണുള്ളത്. ചിലതിൽ ശൈവമുദ്ര. കനിഷ്കൻ ശൈവനായിരുന്നു എന്നു കരുതുന്നുണ്ടെങ്കിലും എല്ലാ മതങ്ങളോടും അദ്ദേഹം താദാത്മ്യം പ്രാപിക്കുന്ന അവസ്ഥ ഇന്നും ഹിന്ദു എന്നു വിശേഷിപ്പിക്കുന്ന സമൂഹത്തിൽ അന്തർലീനമായിരിക്കുന്നു. ഹിന്ദുക്കൾക്ക് ബുദ്ധക്ഷേത്രത്തെയോ പാഴ്സി ദേവാലയത്തെയോ നോക്കി തൊഴുന്നതിൽ അസ്വസ്ഥതയില്ല. ഏതു മതത്തെയും സ്വീകരിക്കുന്ന ഒരു ജീൻ ഭാരതീയന്റെ രക്തത്തിലുണ്ട്.

കനിഷ്കന്റെ രാജസദസ്സിലെ ഏറ്റവും പ്രിയപ്പെട്ട രണ്ടു വ്യക്തികളിലൊരാളായിരുന്നു ചരകൻ. *ശ്രീബുദ്ധ ചരിത*മെഴുതിയ മഹാകവി അശ്വഘോഷനായിരുന്നു മറ്റേയാൾ. ബ്രാഹ്മണനായ അശ്വഘോഷൻ ബുദ്ധമതം സ്വീകരിക്കുകയായിരുന്നു.

ആയുർവേദത്തിലെ മൂന്നു ക്ലാസിക്കുകളിൽ *സുശ്രുതസംഹിത*യുടെ പ്രത്യേകത സർജറിയെപ്പറ്റി ഏറ്റവും പ്രാധാന്യത്തോടെ പ്രതിപാദിക്കുന്നു എന്നതാണ്.

അക്കാലത്ത് കാശിരാജാവായിരുന്ന ദിവോ ദാസനെ ആയുർവേദ വിദ്യാർത്ഥികൾ ധന്വന്തരിയായി കരുതി ബഹുമാനിച്ചിരുന്നു. 'ദിവോദാസ കാശി രാജ ധന്വന്തരി' എന്നാണ് ചൊല്ല്. കാശിയിലുള്ള ആയുർവേദ പാഠശാലയെ ധന്വന്തരി പാഠശാല എന്നാണ് പറഞ്ഞിരുന്നത്. അവിടെയുള്ള വിദ്യാർത്ഥികൾ കാശിരാജാവിനെ കണ്ട് പറയുന്നതുതന്നെ അങ്ങ് ആയുർവേദം പഠിപ്പിക്കണമെന്നാണ്. എന്താണ് പഠിക്കേണ്ടതെന്ന് ചോദിക്കുമ്പോൾ ശല്യം (സർജറി) ആണെന്ന് വിദ്യാർത്ഥികൾ മറുപടി നല്കുന്നു.

ആയുർവേദത്തിലെ എട്ടുഭാഗങ്ങളിൽ ആദ്യത്തേത് ശല്യതന്ത്രമാണ്.

വൈദ്യശാസ്ത്രത്തിലെ ഏറ്റവും പ്രധാന വിഭാഗം ശല്യമാണെന്നും അതു പഠിച്ച് ചികിത്സിച്ചാൽ പെട്ടെന്ന് ഫലം കിട്ടുമെന്നും കാശിരാജാവ് പറയുന്നു. സർജറി ചെയ്യുന്ന വൈദ്യന് പുണ്യം കിട്ടുമെന്നും സ്വർഗ്ഗവാതിൽ തുറന്നുകിട്ടുമെന്നുമൊക്കെ വിശേഷണങ്ങളുണ്ട്. ധനവും പ്രസിദ്ധിയും ഉണ്ടാക്കുന്നതാണ് സർജറി എന്നും വാഴ്ത്തുന്നുണ്ട്.

സർജറിയുടെ ഉപകരണങ്ങൾ, രീതി എന്നിവയൊക്കെ സുശ്രുതൻ വിശദീകരിക്കുന്നുണ്ട്. സർജറി പഠിക്കാൻ ആദ്യം അനാട്ടമി പഠിക്കണമെന്നും അവയവങ്ങൾ ഡിസെക്ട് ചെയ്ത് പഠിക്കണമെന്നുമൊക്കെ പറയുന്നുണ്ട്. ദുർഘട പ്രസവഘട്ടത്തിൽ ഏതുതരം സർജറി ആകാമെന്നും സുശ്രുതൻ പറയുന്നുണ്ട്.

സുശ്രുതന്റെ കാലത്തെ ശസ്ത്രക്രിയ

മയക്കിക്കിടത്താതെയുള്ള ശസ്ത്രക്രിയയായിരുന്നു സുശ്രുതന്റെ കാലത്തേത്. അന്ന് ലോകത്ത് ഒരിടത്തും മയക്കിക്കിടത്തിയുള്ള ശസ്ത്രക്രിയ നിലവിൽ വന്നിരുന്നതുമില്ല. പത്തൊൻപതാം നൂറ്റാണ്ടിലാണ് അനസ്തീഷ്യ കണ്ടുപിടിക്കുന്നത്. അതിനുമുമ്പുള്ള കാലത്ത് ചൈനയിലും യൂറോപ്പിലുമെല്ലാം ശസ്ത്രക്രിയ നടന്നത് ബോധം മറയ്ക്കാതെയായിരുന്നു. അങ്ങനെ ശസ്ത്രക്രിയ ചെയ്യുമ്പോൾ അതിവേഗം ചെയ്യണം എന്നു നിഷ്കർഷിച്ചിരുന്നു. അതിനുള്ള കഴിവ് വൈദ്യന് ഉണ്ടായിരിക്കണം.

ചരകന്റെയും സുശ്രുതന്റെയും കാലത്ത് ശസ്ത്രക്രിയയ്ക്ക് വിധേയനാകും മുമ്പ് രോഗിയെ ധാരാളം വീഞ്ഞ് കുടിപ്പിച്ചിരുന്നു. അതുമൂലം ബോധം മറയില്ലെങ്കിലും വേദന അറിയാത്ത ഒരവസ്ഥ ഉണ്ടാകുമായിരുന്നു. എങ്കിലും രോഗിയെ പിടിച്ചുകിടത്താനായി ബലിഷ്ഠനെ നിയോഗിച്ചിരുന്നു.

പത്തൊൻപതാം നൂറ്റാണ്ടിൽ യാദൃച്ഛികമായാണ് ബോധംകെടുത്താനുള്ള മരുന്നു കണ്ടെത്തുന്നത്. ഹംഫ്രി ഡേവി എന്ന കെമിസ്റ്റ് നൈട്രസ് ഓക്സൈഡ് കണ്ടുപിടിക്കുകയും അതു ശ്വസിച്ചപ്പോൾ ഒരു സുഖാവസ്ഥ അനുഭവപ്പെടുകയുമായിരുന്നു. അത് അദ്ദേഹത്തിനും അസിസ്റ്റന്റിനും ഇഷ്ടമായി. അക്കാലത്ത് ലണ്ടനിൽ ലാഫിങ് ഗ്യാസ് ആസ്വദിക്കുന്ന ഒരു സമൂഹം വളർന്നുവന്നു. അവിടെനിന്നാണ് മയക്കുമരുന്നിന്റെ ഉപയോഗത്തിലേക്ക് കാര്യങ്ങൾ നീങ്ങുന്നത്. ലാഫിങ് ഗ്യാസ് കുറച്ചുകൂടി ശ്വസിച്ചാൽ മയക്കം ഉണ്ടാകുമെന്നും വേദന അറിയാത്ത ആ അവസ്ഥ കുറേസമയം തുടരുമെന്നും വ്യക്തമായി. വേദന അറിയാതെ പല്ലെടുക്കാൻ മൂന്നു മിനിട്ടു മതി. പക്ഷേ, മൂന്നു മിനിട്ട് അബോധാവസ്ഥ ഉണ്ടാകണം.

ആയുർവേദത്തിൽ ശസ്ത്രക്രിയ നിലച്ചതിന്റെ കഥ

സുശ്രുതന്റെ കാലത്ത് നിലവിലിരുന്ന ആയുർവേദത്തിലെ ശസ്ത്രക്രിയ പില്ക്കാലത്ത് നിലച്ചുപോയി. എ ഡി അഞ്ചാം നൂറ്റാണ്ടോടെയാണ് ആയുർവേദാചാര്യന്മാർ ശസ്ത്രക്രിയ ചെയ്യാതെയായത്. ഒടിഞ്ഞ എല്ല് നേരെയാക്കി വച്ചുകെട്ടി ചികിത്സിക്കുന്നവരെയൊക്കെ താഴ്ന്ന ജാതിക്കാരായി കാണാനുള്ള ഒരു പ്രവണത വളർന്നുവന്നു. കൈകൊണ്ട് ജോലി ചെയ്യുന്നവരെയെല്ലാം (ശസ്ത്രക്രിയ മാത്രമല്ല നെയ്ത്തും പാത്രനിർമ്മാണവും എല്ലാം) മോശപ്പെട്ട പണിയാണെന്ന് ഒരു ധാരണ അക്കാലത്ത് രൂപപ്പെട്ടു. അതിന്റെ ദോഷം ഇന്നും ഭാരതം അനുഭവിക്കുകയാണ്. തൊഴിലിന്റെ അടിസ്ഥാനത്തിലുള്ള ആ വിഭജനം ഇന്ത്യയെ പരിതാപകരമായ ഒരു അവസ്ഥയിൽ എത്തിച്ചു. വിദഗ്ദ്ധ തൊഴിലാളികൾ ഇല്ലാതെ ഒരു രാജ്യത്തിനും പുരോഗതിയില്ല.

പ്രസിദ്ധ കെമിസ്റ്റായിരുന്ന പി സി റേ *ഹിസ്റ്ററി ഓഫ് ഇന്ത്യൻ കെമിസ്ട്രിയിൽ* ഇക്കാര്യം പരാമർശിക്കുന്നുണ്ട്. കൈവേലക്കാരെ മാനിക്കാത്ത

ഇന്ത്യ ധാർമ്മികമായി അധഃപതിച്ചുകൊണ്ടിരിക്കുന്നു എന്നാണ് അദ്ദേഹം എഴുതിയത്. ബൗദ്ധികമായ കാര്യം മാത്രം മഹാകാര്യമാണെന്ന തോന്നൽ ഇന്ത്യയെ പിന്നോട്ടടിച്ചു. ബൗദ്ധിക മുന്നേറ്റം വേണ്ടെന്നല്ല അതിനർത്ഥം. ബൗദ്ധിക മുന്നേറ്റത്തിനൊപ്പം കൈവേലയിലെ മുന്നേറ്റവും പ്രധാനമാണ്.

ചരകന്റെ തത്ത്വചിന്ത

ചരകൻ വൈദ്യൻ മാത്രമല്ല, തത്ത്വചിന്തകനുമായിരുന്നു. ഈ പ്രപഞ്ചത്തിൽ മനുഷ്യൻ ഭാഗമാകുന്നത് എങ്ങനെ? പ്രപഞ്ചത്തിലെ സംഭവവികാസങ്ങൾ മനുഷ്യനെ സ്വാധീനിക്കുന്നുണ്ടോ? മനുഷ്യന്റെ പ്രവൃത്തികൾ പ്രപഞ്ചത്തെ സ്വാധീനിക്കുന്നുണ്ടോ? ഇക്കാണുന്ന ലോകത്തിന്റെ തുടക്കം എന്താണ്? അവസാനം എന്താണ്? മനുഷ്യന് നിയതി എന്ന കാര്യമുണ്ടോ? മനുഷ്യന്റെ ആയുർദൈർഘ്യം തീരുമാനിച്ചിട്ടുണ്ടോ? അങ്ങനെയെങ്കിൽ മരുന്നിന്റെ ആവശ്യമുണ്ടോ? മനുഷ്യന്റെ പെരുമാറ്റംമൂലം ലോകം നശിക്കുമോ? ഇങ്ങനെ ഒട്ടേറെ ദാർശനിക പ്രശ്നങ്ങൾ ചരകൻ വിശദമായി ചർച്ച ചെയ്തു. സാധാരണമായി ഒരു വൈദ്യശാസ്ത്രഗ്രന്ഥത്തിൽ കാണാത്ത കാര്യങ്ങളൊക്കെ ചരകൻ ചർച്ച ചെയ്തു.

ഞാൻ എഴുതിയ *ചരകപൈതൃകം, സുശ്രുത പൈതൃകം, വാഗ്ഭട പൈതൃകം* എന്നിവയിൽ ഏറ്റവും ചെലവാകുന്നത് *ചരകപൈതൃക*മാണ്. വൈദ്യശാസ്ത്ര ഗ്രന്ഥത്തിനപ്പുറം നില്ക്കുന്ന കൃതിയാണ് *ചരകസംഹിത* എന്നതാണ് ശ്രദ്ധേയം.

എന്റെ ചരക, സുശ്രുതഗ്രന്ഥങ്ങളുടെ മലയാള പരിഭാഷ നിർവ്വഹിച്ചത് പ്രസിദ്ധ ആയുർവേദാചാര്യൻ രാഘവൻ തിരുമുൽപ്പാടിന്റെ മകൾ മുത്തുലക്ഷ്മിയാണ്. ശ്രീശങ്കര സർവ്വകലാശാലയിൽ വേദാന്തവിഭാഗം അദ്ധ്യാപികയാണ് മുത്തുലക്ഷ്മി.

*അഷ്ടാംഗഹൃദയ*ത്തിന്റെ പരിഭാഷ ഹരിപ്രസാദിന്റേതാണ്. വളരെ യാദൃച്ഛികമായാണ് അദ്ദേഹത്തെ പരിചയപ്പെടുന്നത്. ഗുജറാത്തിലെ ജാംനഗറിൽ പ്രസിദ്ധമായ ഒരു ആയുർവേദ ഇൻസ്റ്റിറ്റ്യൂട്ട് ഉണ്ട്. മേത്ത എന്ന പ്രസിദ്ധനായ ഒരു പണ്ഡിതനാണ് അതു തുടങ്ങിയത്. അദ്ദേഹത്തിന്റെ സ്മരണാർത്ഥമുള്ള ഒരു പ്രഭാഷണത്തിനായി ഞാൻ അവിടെ ചെന്നപ്പോൾ ഡയറക്ടറോടു പറഞ്ഞു, എനിക്ക് ദ്വാരക ഒന്നു കാണണമെന്നുണ്ട്. അവിടെനിന്ന് കാറിൽ മൂന്നുമൂന്നര മണിക്കൂറേ വരൂ. ആ യാത്രയിൽ അകമ്പടിയായി ഒരു ചെറുപ്പക്കാരനുണ്ടായിരുന്നു. ആളെ പരിചയമില്ല. യാത്രയിലുടനീളം അദ്ദേഹം ചോദിച്ചുകൊണ്ടിരുന്നത് വാഗ്ഭടനെക്കുറിച്ചായിരുന്നു. സംസാരിച്ചുതുടങ്ങിയപ്പോൾ എനിക്കു മനസ്സിലായി ഈ ചെറുപ്പക്കാരന് വാഗ്ഭടനെപ്പറ്റി നല്ല ബോദ്ധ്യമുണ്ടല്ലോ. എങ്ങനെ ഇതൊക്കെ മനസ്സിലാക്കി എന്നു ചോദിച്ചപ്പോൾ സാർ ഞാനാണ് സാറിന്റെ *അഷ്ടാംഗഹൃദയം* പരിഭാഷപ്പെടുത്തുന്നത് എന്ന്!

കൊച്ചിക്കാരനായ ഹരിപ്രസാദ് ജാംനഗർ ഇൻസ്റ്റിറ്റ്യൂട്ടിൽ പി എച്ച് ഡി വിദ്യാർത്ഥിയായിരുന്നു അന്ന്. ഞാൻ മടങ്ങുന്ന ദിവസം രാവിലെ ഹരിപ്രസാദ് പരിഭാഷയുടെ ആദ്യ അദ്ധ്യായം എന്നെ വായിച്ചുകേൾപ്പിക്കുകയും ചെയ്തു. അതു വളരെ ഭംഗിയുള്ളതായിരുന്നു.

അഷ്ടാംഗഹൃദയം എഴുതുമ്പോൾ എനിക്ക് പല സംശയങ്ങളും ഉണ്ടായിരുന്നു. ഞാൻ ആയുർവേദം പഠിച്ചിട്ടില്ലല്ലോ. അതുകൊണ്ട് സംശയങ്ങൾ സ്വാഭാവികം. കോട്ടയ്ക്കൽ ആര്യവൈദ്യശാലയിലെ ഡോ. രാമൻകുട്ടിയാണ് സംശയങ്ങൾ പരിഹരിച്ചത്. അതുപോലെ അന്തരിച്ച രാജഗോപാലും എന്നെ ഏറെ സഹായിച്ചിരുന്നു.

നളന്ദ കത്തുമ്പോഴും അഷ്ടാംഗഹൃദയം

ഭക്ത്യാർ ഖിൽജിയുടെ അക്രമാസക്തമായ സൈന്യം പന്ത്രണ്ടാം നൂറ്റാണ്ടിൽ നളന്ദ സർവ്വകലാശാല ആക്രമിക്കുകയും ഗ്രന്ഥപ്പുരയ്ക്ക് തീയിടുകയും ചെയ്തു. ഗ്രന്ഥപ്പുര കത്തിത്തീരാൻ മൂന്നുമാസമെടുത്തു എന്നു പറയുമ്പോൾ ഗ്രന്ഥശേഖരത്തിന്റെ വലിപ്പംകൂടി മനസ്സിലാക്കാം. അക്രമികൾ തകർത്തശേഷവും നളന്ദയിൽ അദ്ധ്യയനം തുടർന്നിരുന്നു. അനേകം ആചാര്യന്മാരും വിദ്യാർത്ഥികളും പുസ്തകങ്ങളുമായി ചൈനയിലേക്കും ടിബറ്റിലേക്കും രക്ഷപ്പെട്ടപ്പോഴും കുറേ വിദ്യാർത്ഥികളും ഒരു ആചാര്യനും അവിടെ തുടർന്നു. ആ ആചാര്യൻ പഠിപ്പിച്ചുകൊണ്ടിരുന്നത് *അഷ്ടാംഗഹൃദയ*മായിരുന്നു. സാരനാഥിൽ ഞാൻ കേട്ട കഥയാണിത്. നളന്ദയിലെ പ്രധാന പാഠ്യവിഷയമായിരുന്നു ആയുർവേദം. നളന്ദയിൽ കത്തിപ്പോയ പുസ്തകങ്ങളിൽ പലതിന്റെയും പരിഭാഷ ടിബറ്റിൽ ഉണ്ടെന്നാണ് പറയുന്നത്.

പതഞ്ജലിയുടെ യോഗസൂത്രം

ആയുർവേദത്തിലെ മഹാഗ്രന്ഥങ്ങൾക്കൊപ്പം പിറവിയെടുത്ത വിശിഷ്ടരചനയാണ് പതഞ്ജലിയുടെ *യോഗസൂത്രം*. *യോഗസൂത്ര*ത്തിൽ കേന്ദ്രനാഡീവ്യൂഹമാണ് പ്രധാനം. ‘യോഗശ്ചിത്തവൃത്തി നിരോധഃ’ എന്നു പറഞ്ഞുകൊണ്ടാണ് *യോഗസൂത്രം* ആരംഭിക്കുന്നത്. അതായത് മനസ്സിന്റെ പ്രവർത്തനങ്ങൾ നിരോധിക്കുക. അപ്പോഴാണ് ബോധം കൂടുക. സാധാരണമായി ഇരുപതു ശതമാനം ബോധം വച്ചുകൊണ്ടാണ് മനുഷ്യൻ പ്രവർത്തിക്കുന്നത്. മനുഷ്യന്റെ സാധാരണ പ്രവർത്തനങ്ങൾക്ക് ഇതു ധാരാളം മതി. എന്നാൽ ബോധനിലവാരം ഉയർത്താൻ നാം ശ്രമിക്കാറില്ല. അതിനപ്പുറത്തേക്ക് ഉയർത്താൻ താല്പര്യമുള്ളവർ യോഗത്തിലേക്കു പോകും. അവരാണ് മഹായോഗികൾ. ഇന്ന് യോഗ ചെയ്യുന്നത് ആരോഗ്യം മെച്ചപ്പെടാനും ആയുസ്സ് കൂട്ടാനുമൊക്കെയാണല്ലോ. എന്നാൽ ആ യോഗമല്ല പതഞ്ജലിയുടെ യോഗം. ചേതനയുടെ വ്യാപ്തി കൂട്ടുകയാണ് യോഗത്തിന്റെ ലക്ഷ്യം. ചേതന കൂടിയാൽ ഭൂതവും

വർത്തമാനവും ഭാവിയും അറിയും. എന്തെങ്കിലും നേടാൻ വേണ്ടിയല്ല യോഗം. യോഗം ചെയ്യുമ്പോൾ സിദ്ധികൾ സ്വയം വരിക്കുകയാണ്. അങ്ങനെ ചേതന കൂടുന്നവർ പ്രപഞ്ചത്തിന്റെ ചേതനയെ തിരിച്ചറിയും. അതിന്റെ ഭാഗമാകും. ആ ഐക്യം വരുമ്പോഴാണ് മുക്തി ലഭിക്കുക. അതാണ് പതഞ്ജലിയുടെ യോഗത്തിന്റെ ആത്യന്തിക ലക്ഷ്യം. നമുക്കും പ്രപഞ്ചത്തിനുമുള്ള ആത്മാവിനെ തിരിച്ചറിയുമ്പോഴാണ് തത്ത്വമസി.

മനുഷ്യന്റെ നട്ടെല്ലിലെ സുഷുമ്നാനാഡിയിൽ ബോധം കുടിയിരിക്കുന്നു എന്ന് പതഞ്ജലി പറയുന്നു. അതു മുകളിലേക്ക് ഉയരുന്തോറും ബോധനിലവാരവും കൂടും. യോഗത്തിന്റെ അനാട്ടമിയാണ് പതഞ്ജലി വരച്ചുകാട്ടുന്നത്. നട്ടെല്ലിന്റെ താഴെ നിന്നുയരുന്ന ചേതന തലച്ചോറിൽ എത്തുമ്പോൾ സഹസ്രപത്മം വിരിയും. അതാണ് കുണ്ഡലിനി ഉണർന്നു നേടുന്ന പരമമായ ബോധം.

പതഞ്ജലി പറയുന്ന കേന്ദ്ര നാഡീവ്യൂഹത്തെപ്പറ്റി എന്തുകൊണ്ട് ആയുർവേദാചാര്യന്മാർ ചിന്തിച്ചില്ല? ആയുർവേദ ഗ്രന്ഥങ്ങളിലൊന്നും പതഞ്ജലിയുടെ നാഡീവ്യൂഹ വ്യവസ്ഥയെപ്പറ്റി പരാമർശമില്ല. ആയുർവേദത്തിന്റെ കാഴ്ചപ്പാടിൽ മാനസിക, ബുദ്ധി പ്രവർത്തനങ്ങളുടെ കേന്ദ്രം ഹൃദയത്തിലാണ്.

ഭ്രൂണത്തിൽ ബോധം പ്രവേശിക്കുന്നു

അതെന്തുതന്നെയായാലും ജീവനെപ്പറ്റിയുള്ള ആയുർവേദചിന്തകൾ ആധുനിക വൈദ്യശാസ്ത്രവും അത്ഭുതത്തോടെയാണ് നോക്കിക്കാണുന്നത്. ഗർഭസ്ഥശിശുവിലേക്ക് ബോധം പ്രവേശിക്കുന്നത് ഗർഭത്തിന്റെ മൂന്നാം മാസമാണെന്ന് ആയുർവേദം പറയുന്നു. ബോധം പ്രവേശിക്കുമ്പോൾ ചേതന ഉണരുന്നു. പ്രാചീന ആയുർവേദത്തിലെ ഈ പരാമർശത്തിന് ആധുനിക വൈദ്യശാസ്ത്രത്തിൽ ഇപ്പോൾ വളരെ വലിയ പ്രാധാന്യം കൈവന്നിരിക്കുന്നു. അണ്ഡവും ബീജവും ചേർന്നുണ്ടാകുന്ന ഭ്രൂണത്തിൽ കോശങ്ങൾ വിഭജിച്ച് പെരുകിയാണ് ശരീരം രൂപപ്പെടുന്നത്. ഈ ഭ്രൂണത്തിൽ നിന്ന് മാതൃകോശം (Stem Cell) എപ്പോൾ എടുക്കാം എന്നതായിരുന്നു തർക്കവിഷയം. രണ്ടാഴ്ചയ്ക്കുള്ളിൽ ഭ്രൂണത്തിലെ കോശങ്ങൾക്ക് ഏത് അവയവമായും വളരാനുള്ള കഴിവുണ്ട് (totipotential). ഒരു മനുഷ്യനായി തന്നെയും വളരുമായിരിക്കും. ഇത്തരം ഗവേഷണം വഴിതെറ്റാനും കൃത്രിമ മനുഷ്യനെ സൃഷ്ടിക്കാനും മറ്റും സാദ്ധ്യതകൾ ഉള്ളതുകൊണ്ട് 14 ദിവസത്തിനുള്ളിൽ മാതൃകോശങ്ങളിലെ ഗവേഷണം ആഗോളതലത്തിൽ നിരോധിക്കപ്പെട്ടു. രണ്ടാഴ്ചയ്ക്ക് ശേഷമുള്ള ഭ്രൂണത്തിന്റെ കോശങ്ങളെ ഗവേഷണത്തിന് ഉപയോഗിക്കാം എന്ന തീരുമാനത്തിലെത്തി.

ഈ തർക്കം നടക്കുന്ന സമയത്ത് ഭാരതീയ കാഴ്ചപ്പാട് ആരും മുന്നോട്ടുവച്ചില്ല. ഭ്രൂണത്തിന്റെ മൂന്നാം മാസത്തിലാണ് ചേതന പ്രവേശിക്കുന്നത് എന്നാണ് ആയുർവേദ സങ്കല്പം.

ഭ്രൂണത്തിലേക്ക് ബോധം പ്രവേശിക്കുന്നു എന്നല്ലാതെ എവിടെനിന്ന്, എങ്ങോട്ട് പ്രവേശിക്കുന്നു എന്നൊന്നും പറയുന്നില്ല. അതെന്തുതന്നെയായാലും ഭ്രൂണത്തിലേക്ക് ബോധം പ്രവേശിക്കുന്നതിനെപ്പറ്റി സഹസ്രാബ്ദങ്ങൾക്കുമുമ്പ് ഭാരതം പറഞ്ഞത് ആധുനിക വൈദ്യശാസ്ത്രത്തിലും പ്രസക്തമായിരിക്കുന്നു.

മാതാവ്, പിതാവ്, ഗർഭാശയം, ചേതന എന്നീ നാലുഘടകങ്ങൾ നല്ലനിലയിൽ പ്രവർത്തിച്ചാൽ മാത്രമേ ഭ്രൂണം വളരുകയുള്ളൂ. അമ്മ കഴിക്കുന്ന ആഹാരത്തെ ആസ്പദമാക്കിയാണ് ഗർഭപാത്രത്തിന്റെ നില. മനുഷ്യശരീരത്തിലെ അസ്ഥി, പല്ല് തുടങ്ങി ദൃഢമായതെല്ലാം പിതാവിൽ നിന്നു കിട്ടുന്നു. രക്തം തുടങ്ങി മൃദുവായതെല്ലാം അമ്മയിൽ നിന്ന്. ഭ്രൂണവേളയിൽ തന്നെ ശരീരത്തിന്റെ വാത, പിത്ത, കഫ പ്രകൃതി നിശ്ചയിക്കുന്നു. അച്ഛന് വാതമുണ്ടെങ്കിൽ മകന് വാതം വരും എന്നൊന്നും പറയുന്നില്ല. ക്രിമിനൽ സ്വഭാവം ജനറ്റിക്കലാണോ എന്ന് ഇന്നും നമുക്ക് തിട്ടമില്ല. ജനറ്റിക്കലാണെന്നു വന്നാൽ ഒരാളെ കുറ്റക്കാരനായി കാണാനാകില്ല. കാരണം പാരമ്പര്യമായി പകർന്നുകിട്ടിയ കുറ്റത്തിന് അയാളാണോ ഉത്തരവാദി?

രോഗിയെ ശരീരാവസ്ഥ നോക്കി മാത്രമല്ല മാനസികാവസ്ഥയുടെ അടിസ്ഥാനത്തിലും ആയുർവേദം വിഭജിച്ചിട്ടുണ്ട്. ഒരു രോഗിയുടെ ശാരീരികാവസ്ഥ മാത്രമല്ല മാനസികനില കൂടി പരിഗണിച്ചുവേണം ചികിത്സിക്കാനെന്ന് ആയുർവേദം പറയുന്നു.

ഈശ്വരന് സ്ഥാനം നല്കാത്ത ചരകൻ

ഇതു പരിശോധിക്കുമ്പോൾ ഇവിടെയെങ്ങും ഈശ്വരന് ഒരു സ്ഥാനം ചരകൻ നല്കുന്നില്ല. ചരകന്റേത് സാംഖ്യവാദമാണ്. ഇതാണ് മൂല സാംഖ്യം. അവിടെ ഈശ്വരന് സ്ഥാനമില്ല. പ്രാർത്ഥിച്ചിട്ടും നേർച്ച പറഞ്ഞിട്ടും കാര്യമില്ല. കാരണം ഇതൊന്നും കേൾക്കാൻ ആളില്ല! 24 തത്ത്വങ്ങൾ ഉള്ളതാണ് സാംഖ്യവാദം. ചരകന്റെ വാദഗതി ശാസ്ത്രജ്ഞർക്ക് ഇഷ്ടമാണ്. പ്രസിദ്ധ ആണവശാസ്ത്രജ്ഞൻ ഡോ. രാജാരാമണ്ണ സാംഖ്യവാദത്തെ പ്രശംസിച്ചിരുന്നു.

അതേസമയം ഈശ്വരകൃഷ്ണൻ രണ്ടാം നൂറ്റാണ്ടിൽ എഴുതിയ *സാംഖ്യകാരിക*യാണ് ഇന്ന് നിലവിലുള്ളത്. അതിൽ 25 തത്ത്വങ്ങളുണ്ട്. 25-ാം തത്ത്വമായി ഈശ്വരനെ ഇവിടെ രേഖപ്പെടുത്തിയിരിക്കുന്നു. കാരണം മനുഷ്യന് ഒരു ഈശ്വരനെ വേണം. അങ്ങോട്ട് പരാതി പറയാൻ ഒരാൾ വേണം. *ബ്രഹ്മസൂത്രഭാഷ്യം* രചിച്ച ശങ്കരാചാര്യർ ഒടുവിൽ *ഭജഗോവിന്ദം* എഴുതിയില്ലേ? കാരണം സാധാരണക്കാരന് വേദാന്തം പറഞ്ഞുകൊണ്ട് ജീവിക്കാനാകില്ല.

സാംഖ്യവാദപ്രകാരം ഒരാൾ മരിക്കുമ്പോൾ ആത്മാവ് ശരീരം ഉപേക്ഷിച്ച് പുറത്തുവരുന്നു. അത് മറ്റൊരു ശരീരത്തിൽ പ്രവേശിക്കുന്നു. സൂക്ഷ്മശരീരം ആത്മാവിന്റെയും ഇന്ദ്രിയങ്ങളുടെയും മനസ്സിന്റെയും

സംഘാതമാണ്. ആത്മാവും അതിനൊപ്പം ഇന്ദ്രിയങ്ങളും മനസ്സും ചേർന്ന് കാറ്റും സുഗന്ധവും പോലെ ഒരു ശരീരത്തിൽനിന്ന് മറ്റൊന്നിലേക്ക് പ്രവേശിക്കുന്നു. അവ ഒന്നിച്ചാണ് മറ്റൊന്നിൽ പ്രവേശിക്കുന്നത്. അത് മരമാകാം, മാനാകാം, മനുഷ്യനുമാകാം. ശരീരമില്ലാതെ ആത്മാവിന് നിലനില്പില്ല. സൂക്ഷ്മവാഹിക എന്നാണ് ആത്മാവിന്റെ പരകായപ്രവേശത്തിന് പറയുന്നത്."

വ്യാസന്റെ ഉപദേശം സ്വീകരിച്ച ആദിമ ഗോത്രമനുഷ്യനെപ്പോലെ അനുസ്യൂത സഞ്ചാരിയായ വല്യത്താന്റെ ജീവിതവും കഥകളും ഇവിടെ തീരുന്നില്ല. ചോദിക്കാൻ ബാക്കിവച്ച ഒരു ചോദ്യം ഉണ്ടായിരുന്നു: ശ്രീചിത്ര വിട്ടശേഷം എന്തുകൊണ്ട് സർജറി തുടർന്നില്ല?

"ഈ ചോദ്യം താങ്കൾ മാത്രമല്ല എന്റെ സെക്രട്ടറിയും ചോദിച്ചിട്ടുണ്ട്. അന്തരിച്ച നാനി പാൽക്കിവാലയും ചോദിച്ചിട്ടുണ്ട്."

ഇത്രയും പറഞ്ഞിട്ട് ഒരു നിമിഷത്തെ നിശ്ശബ്ദതയ്ക്കുശേഷം വല്യത്താൻ *മഹാഭാരത*ത്തിലെ മൗസലപർവ്വത്തിന്റെ കഥ വിവരിച്ചു. ദ്വാരക കടലെടുക്കുകയാണ്. ശ്രീകൃഷ്ണന് അമ്പേറ്റിരിക്കുന്നു. സ്വർഗ്ഗപ്രാപ്തിക്കു നേരമായി. എല്ലാം ശ്രീകൃഷ്ണന് അറിയാം. ദ്വാരകയിലെ സ്ത്രീകളെയും കുട്ടികളെയും രക്ഷിച്ച് ഹസ്തിനപുരത്തേക്ക് കൂട്ടിക്കൊണ്ടുപോകണമെന്ന് അർജ്ജുനന് ശ്രീകൃഷ്ണൻ അവസാന സന്ദേശം അയച്ചു. അതനുസരിച്ച് അർജ്ജുനൻ ദ്വാരകയിലെത്തി സ്ത്രീകളെയും കുട്ടികളെയും കൂട്ടി ഹസ്തിനപുരത്തേക്ക് പുറപ്പെട്ടു. മാർഗ്ഗമദ്ധ്യേ രാക്ഷസക്കൂട്ടം അർജ്ജുനനെ തടഞ്ഞു: 'സ്ത്രീകളെ ഞങ്ങൾക്കു വേണം!'

പുച്ഛത്തോടെ, അതിലേറെ ക്ഷോഭത്തോടെ അർജ്ജുനൻ ചോദിച്ചു: 'ഞാൻ ആരാണെന്നറിയാമോ? കൗരവപ്പടയെ ഭസ്മമാക്കിയ അർജ്ജുനനാണ്. എന്റെ പക്കലുള്ളത് ഗാണ്ഡീവമാണ്. അതു തൊടുത്താലുള്ള പ്രഹരശേഷി കുരുക്ഷേത്രത്തിൽ കണ്ടതല്ലേ?'

ഇതൊന്നും കേട്ട് രാക്ഷസന്മാർ കുലുങ്ങിയില്ല. പകരം തിരിച്ചടിച്ചു. 'താങ്കൾ ആരായാലും, പക്കലുള്ളത് ഏത് ആയുധമായാലും ഞങ്ങൾക്ക് പ്രശ്നമല്ല. സ്ത്രീകളെ ഞങ്ങൾ കൊണ്ടുപോകുകയാണ്. തടയാമെങ്കിൽ തടഞ്ഞോളൂ.'

അതുകേട്ട് അർജ്ജുനന് അത്ഭുതം തോന്നി. തന്നോട് ഇവർക്ക് ഇങ്ങനെ സംസാരിക്കാൻ എവിടെനിന്ന് ധൈര്യം കിട്ടി? എങ്കിലൊന്ന് കാണിച്ചുകൊടുക്കാമെന്ന് നിനച്ച് ഗാണ്ഡീവം ഉയർത്താൻ അർജ്ജുനൻ കൈയെടുത്തു. പക്ഷേ, ആയുധം പൊങ്ങുന്നില്ല. എന്താണ് സംഭവിക്കുന്നത്? അർജ്ജുനൻ അസ്തപ്രജ്ഞനായി നിന്നു വിറച്ചു. ഈ സമയം രാക്ഷസന്മാർ സ്ത്രീകളുമായി കടന്നു. തനിക്ക് എന്താണ് സംഭവിക്കുന്നത്? ഇനി ഹസ്തിനപുരത്തു ചെന്ന് ജ്യേഷ്ഠനോട് എന്തു പറയും? ഇതിൽപ്പരം ഒരപമാനം ഇനി പാണ്ഡവർക്ക് വരാനില്ല... അർജ്ജുനൻ കണ്ണീർവാർത്തുനില്ക്കുമ്പോൾ വ്യാസൻ പ്രത്യക്ഷപ്പെട്ടു. കാര്യം ഗ്രഹിച്ച

ഇടത്തുനിന്നും ചെറുമകൻ ആദിത്യ, ഡോ. അഷിമ, മകൻ ഡോ. മനീഷ്, ഡോ. എം എസ് വല്യത്താൻ, മകൾ ഡോ. മന്നാ വല്യത്താൻ, മരുമകൻ ഡോ. സുരേഷ് പിള്ള

വ്യാസൻ അർജ്ജുനനോട് പറഞ്ഞു: 'വിഷമിക്കേണ്ട കാര്യമില്ല. നിനക്കുണ്ടായിരുന്ന ശക്തിയൊക്കെ പ്രത്യേക ലക്ഷ്യത്തോടെ, പ്രത്യേക സന്ദർഭത്തിൽ പ്രയോഗിക്കാൻ ലഭിച്ചതാണ്. കുരുക്ഷേത്രത്തിൽ തേരാളി ഭഗവാനായിരുന്നില്ലേ? ആ ദൗത്യം കഴിഞ്ഞിരിക്കുന്നു. ഇനി നീ സാധാരണക്കാരൻ മാത്രമാണ്. ഇനി സഹോദരന്മാരെയും പാഞ്ചാലിയെയും കൂട്ടി മഹാപ്രസ്ഥാനത്തിന് പുറപ്പെടുക.'

ഇക്കഥയിൽനിന്നു മനസ്സിലാക്കേണ്ടത് ഒരു ദൗത്യം തുടങ്ങുന്നതു പോലെ പ്രധാനമാണ് അത് അവസാനിപ്പിക്കുന്നതും എന്നതാണ്. ഡോ. എം എസ് വല്യത്താൻ നിറചിരിയോടെ കൈകൂപ്പി. അപ്പോൾ ശ്രീനാരായണഗുരുവിന്റെ *ആത്മോപദേശശതക*ത്തിലെ ശ്ലോകമാണ് ഓർമ്മവന്നത്:

'അറിവിലുമേറിയറിഞ്ഞിടുന്നവൻത
ന്നുരുവിലുമൊത്തു പുറത്തുമുജ്ജ്വലിക്കും
കരുവിനു കണ്ണുകളഞ്ചുമുള്ളടക്കി
ത്തെരുതെരെ വീണു വണങ്ങിയോതിടേണം.'

ഡോ. എം എസ് വല്യത്താൻ ജീവരേഖ

മാവേലിക്കര കാവൽക്കൊട്ടാരത്തിൽ മാർത്താണ്ഡവർമ്മയുടെയും ജാനകി വർമ്മയുടെയും മകനായി 1934 മേയ് 24 ന് ജനിച്ചു. തിരുവനന്തപുരം മെഡിക്കൽ കോളേജിൽ നിന്ന് എം ബി ബി എസ്. (1951– '56) നേടി. ഇംഗ്ലണ്ടിലെ ലിവർപൂൾ യൂണിവേഴ്സിറ്റി, എഡിൻബറോ റോയൽകോളേജ് ഓഫ് സർജൻസ്, അമേരിക്കയിലെ ജോൺസ് ഹോപ്കിൻസ് യൂണിവേഴ്സിറ്റി, ജോർജ് ടൗൺ യൂണിവേഴ്സിറ്റി, കാനഡ റോയൽ കോളേജ് ഓഫ് ഫിസിഷ്യൻസ് എന്നിവിടങ്ങളിൽ സർജറിയിൽ ഉപരിപഠനവും പരിശീലനവും നേടി.

ബിരുദങ്ങൾ : Ch M, F R C S(Eng), F R C S(C), F R C P(Lon), DSc(hc), DLitt(hc)

ലോകത്ത് ആദ്യമായി കൃത്രിമ ഹൃദയവാൽവ് വികസിപ്പിച്ച അമേരിക്കക്കാരൻ ഡോ. ചാൾസ് എ ഹഫ്നഗൽ, ഹൃദയശസ്ത്രക്രിയയുടെ ആരംഭകാലത്ത് പല സാങ്കേതിക മുന്നേറ്റങ്ങൾക്കും കാരണഭൂതനായിരുന്ന ഡോ. വിൻസന്റ് ഗോട്ട് എന്നിവരുടെ കീഴിലെ പരിശീലനം പില്ക്കാലത്ത് വൈദ്യശാസ്ത്രഗവേഷണരംഗത്ത് വലിയ പ്രചോദനമായി.

1974 ൽ മുഖ്യമന്ത്രി സി അച്യുതമേനോന്റെ ക്ഷണപ്രകാരം തിരുവനന്തപുരം ശ്രീചിത്രയുടെ സ്ഥാപക ഡയറക്ടറായി ചുമതലയേറ്റു. 20 വർഷത്തെ പ്രവർത്തന കാലയളവിൽ ശ്രീചിത്രയെ പാർലമെന്റിന്റെ അംഗീകാരമുള്ള, ദേശീയ പ്രാധാന്യമുള്ള ഗവേഷണകേന്ദ്രമായി വളർത്തിയെടുത്തു. ഇന്ത്യയിലെ മുൻനിര ആശുപത്രിയായും ശ്രീചിത്ര ഇക്കാലയളവിൽ പേരെടുത്തു. ശ്രീചിത്ര ഹൃദയവാൽവ്, ബ്ലഡ് ബാഗ് തുടങ്ങിയവയുടെ വികസനത്തിന് നേതൃത്വം നല്കി അന്താരാഷ്ട്ര ശ്രദ്ധനേടി. ഇപ്പോൾ ഒന്നരലക്ഷത്തോളം മനുഷ്യഹൃദയങ്ങളിൽ ശ്രീചിത്രാഹൃദയ

വാൽവ് തുടിക്കുന്നു. ബ്ലഡ് ബാഗ് ആകട്ടെ ആഗോളവിപണിയിൽ മുൻനിരയിലുണ്ട്.

1994 ൽ ശ്രീ ചിത്രയിൽ നിന്ന് വിരമിച്ചതോടൊപ്പം അലോപ്പതി ചികിത്സാരംഗത്തോടും വിടപറഞ്ഞു. 1995 ൽ മണിപ്പാൽ യൂണിവേഴ്സിറ്റി സ്ഥാപക വൈസ്ചാൻസലറായി ചുമതലയേറ്റു.

രണ്ടായിരാമാണ്ടിൽ വിരമിച്ചശേഷം ആയുർവേദത്തിന്റെ പ്രാമാണിക ഗ്രന്ഥങ്ങളുടെ പഠനത്തിലും വ്യാഖ്യാനത്തിലും മുഴുകി. The legacy of *CARAKA* (2003), The legacy of *SUSRUTA* (2007), The legacy of *VAGBHATA* (2010) എന്നീ ഗ്രന്ഥങ്ങളെഴുതി. ഇവയുടെ മലയാളപരിഭാഷയും പിന്നീട് പുറത്തിറങ്ങി. *An introduction to Ayurveda* (2012), *Ayurvedic inheritance- A readers companion* (2017) എന്നിവയാണ് മറ്റ് കൃതികൾ. ആദ്യ മലയാള കൃതിയാണ് *മയൂരശിഖ.*

ആയുർവേദിക് ബയോളജി എന്ന പുതിയ ശാസ്ത്രശാഖയിലെ ആദ്യ പഥികനാണ് ഡോ. എം എസ് വല്യത്താൻ. ഇന്ത്യൻ നാഷണൽ സയൻസ് അക്കാദമിയുടെ മുൻ പ്രസിഡന്റായ ഇദ്ദേഹം ഇപ്പോൾ ഇന്ത്യാഗവൺമെന്റിന്റെ നാഷണൽ റിസേർച്ച് പ്രൊഫസറാണ്. മണിപ്പാൽ യൂണിവേഴ്സിറ്റിയുടെ നേതൃത്വത്തിൽ 'ഓർമ്മനാശത്തിനെതിരെ രസായന ചികിത്സ' എന്ന ഗവേഷണപദ്ധതിയുടെ ഏകോപന ചുമതല വഹിക്കുന്നു.

കർണ്ണാടകയിലെ മണിപ്പാലിൽ സ്ഥിരതാമസം.

മണിപ്പാൽ യൂണിവേഴ്സിറ്റി ഓർത്തഡോന്റിക്സ് മുൻ പ്രൊഫസറായ പഞ്ചാബ് സ്വദേശിനി ഡോ. അഷിമയാണ് ഭാര്യ.

മകൻ ഡോ. മനീഷ് അമേരിക്കയിലെ ക്ലീവ് ലാന്റ് കെയ്സ് വെസ്റ്റേൺ റിസർവ്വ് യൂണിവേഴ്സിറ്റി ഡെന്റൽ സ്കൂൾ അസോസിയേറ്റ് പ്രൊഫസർ. മരുമകൾ മാധവി.

മകൾ ഡോ. മന്നാ വല്യത്താൻ മണിപ്പാൽ യൂണിവേഴ്സ്റ്റി പതോളജി പ്രൊഫസർ. മരുമകൻ ഡോ. സുരേഷ് പിള്ള മണിപ്പാൽ യൂണിവേഴ്സിറ്റി ഇ എൻ ടി പ്രൊഫസർ.

ചെറുമക്കൾ: ദിയ, അർജ്ജുൻ (അമേരിക്കയിൽ വിദ്യാർത്ഥികൾ). ആദിത്യ (ഡൽഹി സെന്റർ ഫോർ പോളിസി റിസേർച്ചിൽ സീനിയർ റിസേർച്ച് ഫെല്ലോ), പ്രണവ് (ബാംഗ്ലൂരിൽ നിയമകാര്യസ്ഥാപനത്തിൽ ഉദ്യോഗസ്ഥൻ).

പത്മഭൂഷൺ (1990), പത്മവിഭൂഷൺ (2005) എന്നീ സിവിലിയൻ ബഹുമതികൾ നല്കി രാജ്യം ആദരിച്ചു. കേരള ഉന്നതവിദ്യാഭ്യാസ കൗൺസിലിന്റെ അഞ്ച് ലക്ഷം രൂപയുടെ കൈരളി പുരസ്കാരം(2020), കേരള ശാസ്ത്രപുരസ്കാരം (2014) എന്നിവ ലഭിച്ചു. ശ്രീ ധന്വന്തരി പ്രൈസ്, ആര്യഭട്ട മെഡൽ, ജെ സി ബോസ് മെഡൽ, ഇന്ത്യൻ നാഷണൽ സയൻസ് അക്കാദമി മെഡൽ, ആർ ഡി ബിർള അവാർഡ്, ഓം പ്രകാശ് ഭാസിൻ അവാർഡ്, ജവഹർലാൽ നെഹ്റു അവാർഡ്, ജി എം മോദി അവാർഡ്, എച്ച് കെ ഫിരോദിയ അവാർഡ്, ഫ്രഞ്ച് സർക്കാരിന്റെ

ഷെവലിയാർ ബഹുമതി, അമേരിക്കയിലെ ജോൺസ് ഹോപ്കിൻസ് യൂണിവേഴ്സിറ്റിയുടെ ഡോ. സാമുവൽ പി. ആസ്പർ അവാർഡ് തുടങ്ങി ഒട്ടേറെ ദേശീയ, അന്തർദ്ദേശീയ ബഹുമതികൾ കൈവന്നു. ബാംഗ്ലൂരിലെ ഇന്ത്യൻ അക്കാദമി ഓഫ് സയൻസസ് ഫെല്ലോ ആണ്.

കേരളശാസ്ത്രസാങ്കേതിക കൗൺസിലിന്റെ വൈസ് ചെയർമാൻ ആയിരിക്കെ കോഴിക്കോട് കേരള സ്കൂൾ ഓഫ് മാത്തമാറ്റിക്സ് എന്ന ഗണിതശാസ്ത്ര ഗവേഷണകേന്ദ്രം സ്ഥാപിക്കാൻ നേതൃത്വം നല്കി.

ഇംഗ്ലണ്ടിലെ റോയൽ കോളേജ് ഓഫ് സർജൻസിൽ ഹണ്ടേറിയൻ പ്രൊഫസർ പദവി ലഭിക്കുന്ന ഏറ്റവും പ്രായം കുറഞ്ഞ ഇന്ത്യക്കാരനാണ് ഡോ. എം എസ് വല്യത്താൻ. കർണ്ണാടകയിലെ മണിപ്പാലിൽ സ്ഥിരതാമസം.

വിലാസം : Dr. M.S. Valiathan
National Research Professor
Manipal School of Life Sciences
MAHE
Manipal 576104
Phone : 9448381547
email : msvaliathan@gmail.com

www.ingramcontent.com/pod-product-compliance
Lightning Source LLC
LaVergne TN
LVHW100825051026
849519LV00006B/2187
* 9 7 8 9 3 9 0 3 0 1 5 3 9 *